സാരമേയം

(ഒരു പട്ടിയുടെ ആത്മകഥ)

sarameyam
(oru pattiyude athmakadha)
(novel)

•

madambu kunjukuttan

•

first chintha edition
march 2014

•

second edition
september 2018

•

typesetting
shaji joseph

•

published
chintha publishers, thiruvananthapuram

•

printed
akshara offset, thiruvananthapuram

•

cover
bloofish

വിതരണം

ദേശാഭിമാനി ബുക്ക് ഹൗസ്
H O തിരുവനന്തപുരം–695 035
phone: 0471-2303026, 6063026
www.chinthapublishers.com
chinthapublishers@gmail.com

ബ്രാഞ്ചുകൾ

ഹെഡ്ഡാഫീസ് ബ്രാഞ്ച് കുന്നുകുഴി • സ്റ്റാച്യു തിരുവനന്തപുരം • കെ എസ് ആർ ടി സി ബസ് സ്റ്റേഷൻ ആലപ്പുഴ • കെ എസ് ആർ ടി സി ബസ് സ്റ്റേഷൻ എറണാകുളം • മച്ചിങ്ങൽ ലെയ്ൻ തൃശൂർ • ഐ ജി റോഡ് കോഴിക്കോട് • മാവൂർ റോഡ് കോഴിക്കോട് • എൻ ജി ഒ യൂണിയൻ ബിൽഡിങ് കണ്ണൂർ • സെൻട്രൽ ബസ് ടെർമിനൽ കോംപ്ലക്സ് താവക്കര കണ്ണൂർ

CR - 1901 / 4732
ISBN - 978-93-83432-71-4

സാരമേയം

(ഒരു പട്ടിയുടെ ആത്മകഥ)

(നോവൽ)

മാടമ്പ് കുഞ്ഞുകുട്ടൻ

ചിന്ത പബ്ലിഷേഴ്സ്
തിരുവനന്തപുരം-695 035
വില : ₹ 105

മാടമ്പ് കുഞ്ഞുകുട്ടൻ

തലപ്പിള്ളി താലൂക്കിൽ കിരാലൂർ വില്ലേജിൽ മാടമ്പ് മനയ്ക്കൽ ശങ്കരൻനമ്പൂതിരി മകൻ ശങ്കരൻ എന്ന കുഞ്ഞുകുട്ടൻ കൊച്ചിശ്ശീമയിലെ കൊടുങ്കാറ്റിനുശേഷം ജനിച്ചു. ആനപ്പണി പഠിച്ചു; ശാന്തി ചെയ്തു.

ഭ്രഷ്ട്, അശ്വത്ഥാമാവ്, എന്തരോ മഹാനു ഭാവലു, കോളനി മരാരാശ്രീ, പോത്ത്, നിഷാദം, സാവിത്രിദേ(ഒരു വിലാപം), മഹാപ്രസ്ഥാനം, അവിഘ്നമസ്തു, ആത്മകഥ, പുതിയ പഞ്ചതന്ത്രം (കഥകൾ) തുടങ്ങിയ കൃതികൾ എഴുതി.

ഭാര്യ : സാവിത്രി (അന്തരിച്ചു)
രണ്ടുകുട്ടികൾ.
വിലാസം: മാടമ്പ്മന
കിരാലൂർ– 680 601
ഫോൺ : 9446278835

പ്രസാധകക്കുറിപ്പ്

സവർണജീവിതം മാറിവന്ന ജീവിതസാഹചര്യങ്ങളിൽ ഒരുവനിൽ ആത്മനിന്ദയാണ് നിറയ്ക്കുന്നത്. തികഞ്ഞ ധാരണയോടെ ഒരു ചൊക്ലിപ്പട്ടിയുടെ ജീവിതത്തിലേക്ക് ആദേശം ചെയ്യപ്പെടുകയാണ് എഴുത്തുകാരൻ. സവർണവും ഫ്യൂഡലുമായ അന്തരീക്ഷം ഒരുവന്റെ മനുഷ്യഗുണങ്ങളെ എപ്രകാരം നശിപ്പിക്കുന്നുവെന്നും സാരമേയങ്ങളാക്കുന്നുവെന്നും മാടമ്പ് വരച്ചുകാട്ടുന്നു. മലയാള നോവലിസ്റ്റുകളിൽ സ്വന്തമായൊരു ഇടവും ഭാഷയും കണ്ടെത്തിയ മാടമ്പ് കുഞ്ഞുകുട്ടന്റെ ഉജ്വലരചനയാണിത്. അസാമാന്യ ധീരതയുള്ളവർക്കുമാത്രമേ സ്വന്തം വളരൽപരിസരങ്ങളെ ഇത്ര നിശിതമായി വിമർശിക്കാനാവൂ.

*സാരമേയ*ത്തിന്റെ രണ്ടാം പതിപ്പ് പുറത്തിറക്കാൻ കഴിഞ്ഞതിൽ സന്തോഷമുണ്ട്.

ചിന്ത പബ്ലിഷേഴ്സ്

ആത്മനിന്ദകൊണ്ട് നടുവരഞ്ഞ് പുളയുന്ന ഈ
ചൊക്ലിപ്പട്ടിയുടെ പാപകഥ എല്ലാവരുടെയും
കാൽക്കൽവെച്ച് നമസ്കരിക്കുന്നു- മാപ്പ്!

ഒന്ന്

ഞാൻ പട്ടി, ചൊക്ലിപ്പട്ടി എന്റെ കഥ പറയുന്നു.

ഞാൻ പട്ടി, സാരമേയം. മഹത്തായ സരമയുടെ വംശത്തിൽ ജനിച്ചതുകൊണ്ട് സാരമേയം. സൂര്യവംശം, മൂഷികവംശം, സരമവംശം; വംശമഹിമയാണ് മുഖ്യം എന്ന് വചനമുണ്ടാക്കുകയാൽ ഞാൻ ഉത്തമനും സവർണനുമാകുന്നു. അഥവാ അതാണ് നാട്ടുനടപ്പ്. സവർണൻ എന്നല്ലാതെ സവർണി എന്നു കേട്ടിട്ടില്ല.

ഞാൻ സാരമേയം എന്നു ഭംഗിയിൽ വിളിച്ചുവരുന്ന പട്ടി, എന്റെ കഥ പറയുന്നു. പട്ടിയാണെങ്കിലും സംസ്കൃതം പറഞ്ഞാൽ സാരമേയമാകുന്നതുപോലെ പ്രാകൃതജീവിതവും സംസ്കൃതത്തിൽ പറഞ്ഞാൽ പരിഷ്കൃതമായിത്തീരുന്നു. അതിനാൽ ഇടയ്ക്കിടയ്ക്ക് സംസ്കൃതം ഉപയോഗിക്കും. അതായത്, സംസ്കൃതത്തിൽ കുരയ്ക്കും. കുരയ്ക്കുന്നത് പ്രകൃതിയാണ്. അതിന് അർഥം കൽപ്പിക്കുന്നത് വികൃതിയാണ്.

അപ്പോൾ, ഞാൻ പട്ടി, ചൊക്ലിപ്പട്ടി എന്റെ കഥ പറയുന്നു.

എന്റെ മുത്തശ്ശിയുടെ മുത്തശ്ശിയോ, അതിനുമുമ്പോ ഏതോ മുത്തശ്ശി കാട്ടിലെ ഞങ്ങളുടെ ഒരു പൂർവികനെ വേട്ടു. വേട്ടു എന്നു പറയുന്നത് ശരിയല്ല. അവരിണചേർന്നു. നായും കാട്ടുനായും ഇണചേർന്നതിലുണ്ടായ സന്തതി പരമ്പരകളാകയാൽ പട്ടിവംശത്തിൽത്തന്നെ ഇത്തിരി ആഢ്യത്തം ഉള്ളവരാണ് ഞങ്ങൾ. അഷ്ടഗൃഹത്തിൽ എന്നുപറയാമോ? അതറിയില്ല. ദശഗൃഹത്തിൽ ഒന്നിലെങ്കിലും പെടേണ്ടതാണ് ഞങ്ങൾ. ഞങ്ങളേക്കാൾ വർണവും വണ്ണവും ശബ്ദശുദ്ധിയും കൂടിയവരുണ്ട്. പക്ഷേ, ഞങ്ങളേക്കാൾ അവർണരും മെലിഞ്ഞവരും ശബ്ദശുദ്ധിയില്ലാത്തവരുമായി കുറേ എണ്ണമുണ്ട്. ആ അർഥത്തിൽ ഞങ്ങൾ മധ്യമന്മാരാകുന്നു. പക്ഷേ, വംശമഹിമവെച്ചുനോക്കിയാൽ ഞങ്ങളാണ് ഉത്ത

മന്മാർ എന്ന് ഞങ്ങളെപ്പോഴും വിചാരിച്ചിരുന്നു, പറഞ്ഞിരുന്നു, സാധിക്കുന്നവരെ കൊണ്ടൊക്കെ പറയിച്ചിരുന്നു. കുരയുടെ ഭംഗി, ശക്തി, ശബ്ദസുഖം എന്നിവകൊണ്ട് ഞങ്ങളുടെ കാർന്നവന്മാരൊക്കെ കീർത്തി സമ്പാദിച്ചിരുന്നു. ഏതാ, എവ്ട്ത്യാ എന്നുചോദിച്ചാൽ സരമയുടെ പ്രപൗത്രന്റെ മഹന്റെ പുത്ര...മതിമതി! എനിയൊന്നും പറയണ്ട. മുമ്പിലിരിക്കാം, കുരയ്ക്കാം എന്നല്ലാതെ വാലുവളഞ്ഞ ഒരു പട്ടീം കമശിവാന്ന് കൊരച്ചിട്ടില്ല. പിന്നല്യേ വാലില്ലാത്ത പട്ടി. സത്യം പറയട്ടെ, വാലില്ലാത്ത വംശം ഞങ്ങളുടെ ജീവിവർഗത്തിലില്ല. പിന്നെ എന്താച്ചാൽ ഞങ്ങളുടെ യജമാനന്മാർ ഞങ്ങളുടെ വാല് മുറിച്ചു കളയുന്നു. ഒരു ഈച്ചയെ ആട്ടുവാനുള്ള സ്വാതന്ത്ര്യംകൂടി ഞങ്ങൾക്കുണ്ടാവരുത് എന്നാണ് അവരുടെ നിർബന്ധം. പറഞ്ഞുവരുമ്പോൾ ശ്രേഷ്ഠമായ കുലപാരമ്പര്യം. അമ്മവഴിക്ക് ബ്രഹ്മാവിന്റെ സരമയോളം എത്തുന്ന തറവാട്ടു മഹിമ. അച്ഛൻ വഴിക്ക് ഭഗവാൻ പരമശിവന്റെ ശിവ....എന്നിട്ടും, ഞങ്ങളുടെതന്നെ ഒരകന്ന ചാർച്ചക്കാരായ ആ കൂട്ടർ പെറ്റു വീഴുമ്പോഴേക്കും വാലു മുറിച്ചു മാറ്റി. ചിലയിടത്ത് നഖവും പിഴുതുമാറ്റാറുണ്ട്. അതും വേദനിപ്പിക്കുവാനല്ല. ഞങ്ങളെക്കൂടെ കിടത്തുന്നവർക്ക് നഖക്ഷതം ഏൽക്കാതിരിക്കുവാനാണ്. ഞങ്ങളോടുള്ള ഇഷ്ടം! പ്രേമം! പട്ടുമെത്തയിൽ പട്ടുവിരിപ്പിൽ കെട്ടിപ്പിടിച്ചു കിടക്കുമ്പോൾ നഖംകൊണ്ട് വെണ്ണതോൽക്കുമുടൽ മുറിഞ്ഞാലോ.

ഭഗവാൻ ഞങ്ങളെ സൃഷ്ടിക്കുമ്പോൾ ഈ വിധം കരുതിയില്ല. ഇരപിടിക്കുവാനും ശത്രുവിനെ നേരിടുവാനും കൂർത്ത പല്ലും നഖങ്ങളും നൽകിയനുഗ്രഹിച്ചു. പിന്നെ എപ്പോഴോ ഞങ്ങൾ അടിമകളായി. പിന്നെ, ഞങ്ങളിൽ ചിലർ, എന്നുപറഞ്ഞാൽ അഷ്ടഗൃഹത്തിലാഢ്യന്മാരും പത്തില്ലക്കാരും ഏമാന്മാരുടെ ഓമനകളായി. കൊച്ചമ്മമാരുടെ മടിയിലും മെത്തയിലും ഒട്ടിപ്പിടിച്ചു കിടക്കുവാൻ ഭാഗ്യം ചെയ്തവരായി. ശുനകഭാഷ മറന്നു. കുരയ്ക്കേണ്ടതായ ആവശ്യമില്ലാതായി. ആദ്യം വേട്ടപ്പട്ടിയായി. പിന്നെ വീടുകാവലായി. അതിൽപ്പിന്നെ കൊച്ചമ്മപ്പട്ടിയായി. അപ്പോൾ ആദ്യം വാലുപോയി. ഓട്ടത്തിന് വയം പോയി. ഇടംവലം ഒലഞ്ഞു. നേരെ നിക്കുമ്പൊ ഒരു ചാഞ്ചാട്ടം. ഒരു-രു-രു-ദ്ല്യാണ്ടായി. ഉന്നംപോയി. പിന്നെ നഖം ഊരിക്കളഞ്ഞു. സത്യം പറയണമല്ലോ. ഒട്ടും വേദനിപ്പിക്കാതെ ഈ വിദ്യമാത്രം പഠിച്ച വലിയ വിദഗ്ധർ, നായഡോക്ടറും നരന്റെ ഡോക്ടറുംകൂടി, പിന്നെ അനവധി യന്ത്രങ്ങളുടെ സഹായത്തോടെ നഖം ഊരിക്കളഞ്ഞു. കൊച്ചമ്മമാർക്ക് നഖം– ഉമ്മവെയ്ക്കുമ്പോൾ ഞങ്ങളുടെ നീണ്ടുവളഞ്ഞ കോമ്പല്ല് അലോസരമാവുന്നു എന്നറിഞ്ഞപ്പോൾ ഞങ്ങൾ വാ പൊളിച്ചിരുന്നു. ഏമാന്മാർ അതുംപറിച്ചുകളഞ്ഞു. ഇപ്പോൾ സുഖം. ഭക്ഷണം കൊച്ചമ്മമാർ അരച്ചുതരും. കുപ്പിപ്പാലുതരും. കൊഴലിൽക്കൂടെ ഭക്ഷണം കയറ്റും. വെറും ഭക്ഷണമല്ല. സമതുലിതപോഷകാഹാര–ആഹാര സമ്പൂർണജീവകസംപുഷ്ടമായ അന്നം. അന്നം വൈബ്രഹ്മ! പോരെ! വാലുപോയാലെന്താ, നഖം പോയാലെന്താ, പല്ല് പോയാലെന്താ.

പിന്നെ ശുനകഭാഷ മനുഷ്യഭാഷയിൽ ലയിച്ചു. ശുനകഭാഷമാത്രമല്ല, ശുനകവർഗം സാരമേയം എന്നീ വർഗങ്ങൾ കുറ്റിയറ്റു. ശേഷിച്ചവർ പട്ടി പ്രകടനത്തിൽ കഴുത്തിൽ സ്വർണപ്പതക്കം തൂക്കി കൊരയ്ക്കാനും മൂത്രം മുള്ളാനും തൂറാനുമാവാതെ വയറുനീരുകെട്ടി പട്ടിപ്രേമികളുടെ മുമ്പിൽ തൂവെള്ള ഭാഷയിൽ രാഗംപാടി മേനി പ്രദർശിപ്പിച്ചുനിന്നു. നിന്നില്ല, നിന്നിരുന്നു. കിടന്നു. നടന്നോടി ചാടിച്ചിരിച്ചു കുരച്ചു പ്രസംഗിച്ചു.

പല പട്ടികൾക്കും സമ്മാനം കിട്ടി. പല പട്ടിക്കും എന്നല്ല എല്ലാറ്റിനും സമ്മാനമുണ്ടായിരുന്നു. സംഗീത സാന്ദ്രമായി കൊരച്ചതിന്. ശ്വാസംവിടാതെ മൊരണ്ടതിന്. നടത്തത്തിന്. പട്ടിയുടെ മാർജാര സഞ്ചാരത്തിന്. അനുസരണത്തിന്. വൃത്തിക്കും വെടിപ്പിനും. അന്യഭാഷാസ്വാധീനത്തിന്. സ്വന്തം ഭാഷ മറന്നതിന്. യജമാനന്മാരുടെ ഏതിംഗിതവും അറിഞ്ഞനുസരിക്കുന്നവർക്കായിരുന്നു ഏറ്റവും മുന്തിയ സമ്മാനം. സ്വർണപ്പതക്കം, വിശിഷ്ടാംഗത്വം, ബിരുദപ്പേര്. വിനീത വിധേയഭൂഷണം, വിനീത വിധേയവിഭൂഷണം. വിനീത വിഭൂഷണരത്നം—എന്നിങ്ങനെ. ഏറ്റവും കൂടുതൽ അനുസരണശീലമുള്ളവർക്ക് പരമോന്നത ബഹുമതിയായ വിനയരത്നം, വിശ്വശുനകവംശരത്നം. ഇതിലും മുന്തിയ ബിരുദം ഇല്ല.

പക്ഷേ, നാടൻ പട്ടികൾക്ക് ബിരുദവും ബിരുദാനന്തര ബിരുദവും നൽകിയിരുന്നില്ല. നടുറോട്ടിലും നടപ്പറമ്പിലും തെണ്ടിനടന്ന് തീട്ടം തിന്നുന്ന അവറ്റയ്ക്ക് ആഢ്യസാരമേയങ്ങളുടെ അടുത്തുവരുവാൻ അനുവാദമില്ലായിരുന്നു. ചൊക്ലിപ്പട്ടി എന്നു ചെല്ലപ്പേരിട്ടു വിളിച്ചിരുന്ന ആ വംശത്തിൽ പിറന്നുവീണവരാരും, എന്നുപറഞ്ഞാൽ ആത്മകഥാകൃത്തായ ഈ സാരമേയവും മേലാളരുടെ ശ്രേഷ്ഠ സാമീപ്യമറിഞ്ഞിരുന്നില്ല. പിന്നെ പിന്നെ ഏതോ നിമിഷത്തിൽ കൊരയ്ക്കാൻ മറന്ന് സ്വഭാഷ മറന്ന് വാലാട്ടിനിന്നപ്പോൾ ഈയുള്ളവനെയും പതുക്കെ സദസിലേക്ക് വിളിക്കുവാൻ തുടങ്ങി. സാരമേയസദസിലേക്ക് ലോകത്തിലെ മഹാഭൂരിപക്ഷമായ ചൊക്ലിപ്പട്ടിക്കുകൂടി പ്രവേശിക്കുവാനുള്ള അനുവാദം ഒരു വിളംബരത്തിൽക്കൂടെ നാടുമുഴുവനും അറിയിച്ചു. അങ്ങനെ, തെണ്ടിപ്പട്ടികളും തീണ്ടലെടുത്തുകളയപ്പെട്ടവയായി സമൂഹത്തിലെ മുഖ്യ ശ്വാനന്മാരായി. എന്നുപറഞ്ഞാൽ തത്വത്തിൽ അങ്ങനെയായി, പൂർണസമത്വം. തീണ്ടൽ നിയമവിരുദ്ധമാക്കി. സങ്കരവർഗക്കാരായ വരത്തർക്കൊപ്പം നാടനെയും ഇരുത്തി.

സത്യത്തിൽ ചൊക്ലികളാണ് ഈ മണ്ണിന്റെ മക്കൾ എന്ന് എല്ലാവർക്കുമറിയാം. പലവിധ സംഗമങ്ങളിലൂടെ വർണം വെളുപ്പിച്ച വരത്തന്മാർക്കുമറിയാം. അഥവാ വരത്തന്മാരാണ് എല്ലാ വർഗവും. അതുപിന്നെ പറയാം.. ഇപ്പോൾ പറയട്ടെ, ഒരുദിവസം തനി ചൊക്ലികളായ ഞങ്ങൾ ഒന്നിച്ചുനിന്നു കൊരച്ചാലെന്താവും സ്ഥിതി. നിറം കെട്ടവരാണെങ്കിലും ഞങ്ങൾ എല്ലുമൂപ്പുള്ളവരും ചങ്കൊറപ്പുള്ളവരുമാണ്. എപ്പോഴെങ്കിലും ഒന്നിച്ചുനിന്നാൽ—അതാണുകാര്യം. ഞങ്ങളുടെ രക്തത്തിന്റെ വിളിയാ

ണത്. എച്ചിൽ ചിവിട്ടിയും ഞങ്ങൾ വഴക്കുണ്ടാക്കും. നസംശയ:സംശയംല്യ. തിന്നാൻ അപൂർവമായിരുന്നതുകൊണ്ട് കിട്ടിയ തീറ്റ മറ്റാരാനുമായി പങ്കുവെയ്ക്കുവാൻ ഞങ്ങൾക്കാവുമായിരുന്നില്ല. സ്ഥിരം പട്ടിണി കിടന്നുകിടന്ന് ഒരുതരം ആർത്തി ഞങ്ങളെ ബാധിച്ചു. രക്തത്തിലും ആത്മാവിലും ഈ ആർത്തി ഇഴുകിച്ചേർന്നു. അതുകൊണ്ട് എറിഞ്ഞു കിട്ടുന്ന ഇത്തിരി എച്ചിലിനായി കടിപിടികൂടുന്നത് ചൊക്ലികളായ ഞങ്ങളുടെ ശീലമായി. 'ജീൻസി'ന്റെ കളി!

സ്വദേശികളാണെങ്കിലും തെണ്ടിപ്പട്ടികളാണെങ്കിലും വിശ്വഭാഷയിൽ കൊരയ്ക്കാനറിയില്ലെങ്കിലും ചിലചില ശാസ്ത്രങ്ങൾ ഞങ്ങളും പറയും. ഞാൻ ഉത്തമനും സവർണനുമാണെന്നാദ്യം പറഞ്ഞു. എന്നിട്ടും നാടൻ ചൊക്ലി എങ്ങനെ സവർണോത്തമനായി എന്ന കഥ ഉചിതസന്ദർഭത്തിൽ പറയുന്നതായിരിക്കും. അപ്പോൾ, സ്വഭാഷ മറക്കുകയും അന്യഭാഷപഠിക്കാതിരിക്കുകയും ചെയ്തു എന്ന അവസ്ഥയിലായതുകൊണ്ടും സ്വന്തം അടിമത്തം അറിയാൻ പറ്റാത്തവിധം ചൊക്ലിയായതുകൊണ്ടും ശുനക ചരിത്രം കൃത്യമായി പറയുവാൻ വേണ്ടത്ര തെളിവുകളില്ലാത്തതു കൊണ്ടും ചൊക്ലികളായ ഞങ്ങളെപ്പറ്റി അന്യദേശീയരായ ഉത്തമ ഉന്നതവർഗം എഴുതിവെച്ചതേ ഈ ആത്മകഥാകാരനും പറയാനാവൂ. എന്നാലും ഒരു ആത്മകഥയ്ക്കുള്ള വിഷയങ്ങൾ ഞങ്ങളുടെ ജീവിതത്തിലും ഉണ്ട്. കൊരച്ച് കൊരച്ച് വിദേശാംഗീകാരം നേടിയ ചൊക്ലികളുണ്ട്. ജീവിതം മുഴുവനും ഒരൊറ്റ കൊരയെങ്കിലും കൊരയ്ക്കാതെ നിത്യമൗനിയായി ചുരുണ്ടുകൂടിയവരുണ്ട്. പിന്നെ സാക്ഷാൽ പരമശിവന്റെ ശിവ! ബ്രഹ്മാവിന്റെ ഓമനപ്പട്ടി സരമ. സരമയുടെ കഥയാണ് വ്യാസഭഗവാൻകൂടി പറഞ്ഞത്. പട്ടിയുടെ കഥ. യജ്ഞത്തിനുള്ള ഹവിസ്സ് നക്കിയിട്ടുമില്ല, നോക്കിയിട്ടുമില്ല എന്നുപറഞ്ഞിട്ടും വിശ്വസിക്കാതെ തിളച്ചവെള്ളം മുഖത്തൊഴിച്ച് ആട്ടിപ്പായിക്കപ്പെട്ട സരമസന്തതിയുടെ കഥ. ഒടുക്കം ധർമമപുത്രരുടെ കൂടെ സവർണരഥത്തിലേറി സ്വർഗം പൂകിയ പട്ടിയുടെ കഥ. ചുരുക്കത്തിൽ ലോകചരിത്രം പട്ടിയുടെ ചരിത്രമാണ്. നായയുടെ പിന്നാലെ നടന്ന നരന്റെ കഥയാണ്. പട്ടിയില്ലെങ്കിൽ കഥയില്ലാത്ത ചില...

അപ്പോൾ പട്ടി എന്നുപറഞ്ഞാൽ നന്നെ മോശമല്ല. ഒന്നാമത് മനുഷ്യന്റെ ഗുരുസ്ഥാനീയർ. ശരിക്കും കാർന്നവർ. പിതൃക്കൾ. മനുഷ്യരാശിയാണ്, സൃഷ്ടിയിലെ അവസാന സന്തതി എന്നു ശാസ്ത്രം പറയുന്നു. നായ അതിനുംമുമ്പുണ്ടായി, കുരങ്ങനുംമുമ്പ്. ഒരുപക്ഷേ, നായയിൽ നിന്നാവും നരനിലേക്കുള്ള പരിണാമം എന്നു സങ്കൽപ്പിക്കുന്നതാവും കൂടുതൽ യുക്തിഭദ്രം. വാനരനിൽനിന്ന് നരനിലേക്ക് എത്തുന്നതിനേക്കാൾ എളുപ്പം നായ നരനാകുന്നതാണ്. ഋജുവായ മാർഗമാണത്. യജമാനഭക്തിയാൽ നായയോട് ഒപ്പം നിക്കാവുന്ന ഒരു ജീവിയുമില്ല. വാനരൻ നരനെ അനുസരിക്കില്ല. നായ നരനെയും നമ്പൂതിരിയെയും അനുസരിക്കും. വെള്ളയാനേയും കറുമ്പനേയും അനുസരിക്കും. അഥവാ യജമാനന്റെ നിറം അതിനു പ്രശ്നമല്ല. യജമാനനാവണം എന്നുമാത്രം.

വാലാട്ടി കാൽക്കൽ ചുരുണ്ടുകൂടുവാൻ ഒരു ബിംബം വേണം. ഏത് വജ്ര ശുംഭനായാലും വിരോധമില്ല. രണ്ടു പോത്തിന്റെ ശക്തിയും ഒരു കഴുതയുടെ ബുദ്ധിയുമുള്ള നമ്മുടെ..... അതെ. അവരായാലും വിരോധമില്ല. നായ—ഞങ്ങൾ—യജമാനഭക്തിയുള്ള ജന്തുവാകുന്നു. ഈ സ്വഭാവം നരനുമുണ്ട്. ഭക്തി എന്നല്ല പേര്. ആസനം ചൊറിയാനും കാലുനക്കാനുമുള്ള അപാരമായ കഴിവ്. ദാസ്യം, സുഖം, അടിമത്ത നിർവാണം അതാണ് പറഞ്ഞുവന്നത്. പട്ടി എന്നുപറഞ്ഞാൽ നായ അതായത് സാരമേയം. മനുഷ്യന്റെ പിതൃസ്ഥാനിയാകുന്നു.

ഇക്കാലങ്ങളിൽ ഞങ്ങൾ ജാതകം എഴുതുവാനും സൂക്ഷിക്കുവാനും വിവാഹാദി പൊരുത്തം നോക്കാനും മുഹൂർത്തം അറിയാനും പഠിച്ചിരുന്നു. അത് തറവാടിത്ത ലക്ഷണമായി കരുതിത്തുടങ്ങിയിരുന്നു. സേകത്തിനും മുഹൂർത്തം! തിരണ്ടു തീണ്ടാർന്ന് അഞ്ചീരം കുളിച്ച് സേകസന്നദ്ധയായ പട്ടി യോനി വിടർത്തുമ്പോഴും നക്ഷത്രം നോക്കി മുഹൂർത്തം നിശ്ചയിച്ച് ഈശ്വരപൂജ ചെയ്ത് മൈഥുനം നടത്തുന്നതാണ് തറവാടിത്തമഹിമ എന്ന് ഞങ്ങളും ധരിക്കുവാൻ തുടങ്ങി. വിപ്രോക്തികൾ അങ്ങനെയാണെന്ന് പാടിപ്പുകഴ്ത്തപ്പെട്ടു. ദ്വിജരല്ലെങ്കിലും ദ്വിജരാണെന്നഭിമാനിക്കുവാൻ തുടങ്ങിയ ഞങ്ങളും സ്വജന്തുസ്വഭാവം മറന്ന് അടിമുതൽ മുടിവരെ അനുഷ്ഠാനാഭിനയ പ്രധാനമായ ജീവിതം ശീലിക്കുവാൻ തുടങ്ങി. ഉദാഹരണത്തിന് ഞങ്ങൾ അപരിചിതരുടെ നേരെ കുരയ്ക്കാതായി. മനുഷ്യരെപ്പോലെ, ശത്രുക്കളെയും ചിരിച്ച് കുഴഞ്ഞ് കയ്യ് കുലുക്കി ഒപ്പം ഇരുത്തി ഊട്ടി മെത്ത വിരിച്ചുകൊടുത്തു. കൊരയ്ക്കണം എന്നുതോന്നുമ്പോൾ ചിരിക്കാനും മൂത്രം മുള്ളാൻ തോന്നുമ്പോൾ പാലുകുടിക്കാനും ഞങ്ങൾ ശീലിച്ചു. ഞങ്ങൾ ആകപ്പാടെ നായിൽനിന്ന് നരനിലേക്ക് പരിവർത്തനം ചെയ്തു.

എന്നിട്ടും ഞാൻ, ഞങ്ങൾ സവർണരായതെങ്ങനെ എന്നുചോദിച്ചാൽ സത്യത്തിൽ ഉത്തരമില്ല. ഞങ്ങൾ കാഴ്ചയ്ക്ക് സവർണരല്ല. ശുദ്ധതനത്. സ്വദേശി. മണ്ണിന്റെ മക്കളുടെ അതേ നിറം. വാലാട്ടി തെണ്ടി നടന്ന് ആരെ കണ്ടാലും വാലുകൊണ്ട് കോണകമുടുക്കുന്ന ഒന്നാന്തരം ചൊക്ലിവർഗം. എന്നാൽ ആഭിജാത്യപ്രാധാന്യമിശിക്കും ഞങ്ങൾ [illegible] പറഞ്ഞു പറഞ്ഞ് സ്വയം വിശ്വസിക്കുവാൻ ശ്രമിച്ചു. കുറച്ചുകാലമായി കഴുത്തിലെ പട്ട സ്ഥിരാവകാശമായി ധരിക്കുവാൻ തുടങ്ങി. ഈ പട്ട ഞങ്ങൾ അനാഥരല്ല എന്നുറപ്പിക്കുന്നു, സനാഥരാണെന്നു തോന്നിപ്പിക്കുന്നു, മനുഷ്യവർഗത്തിലെ പെണ്ണുങ്ങൾ താലികെട്ടുംപോലെ. ഇതാ, എനിക്ക് അന്തിക്കൂട്ടിന് ഒരാളുണ്ട് ഇനിയാരും ഇപ്പൊ മെനക്കെടേണ്ട എന്നു സദാ പറഞ്ഞു മനസിലാക്കുവാൻ പറ്റാത്തതുകൊണ്ട് കണ്ടറിയുവാനായി ഒരടയാളം. അപ്പോൾ പാഞ്ചാലി അഞ്ചു താലി കെട്ടിയിരുന്നുവോ എന്നുചോദിച്ചാൽ—ഉണ്ടാവും. അവരഞ്ചാളുണ്ടായിരുന്നുവല്ലോ. ഒരുതാലികെട്ടിയ ദിവസം ഒന്നാമൻ. രണ്ടുതാലികെട്ടിയാൽ രണ്ടാമൻ. പിന്നെ മധ്യമൻ, തുടർന്ന് നാലാമനും. അഞ്ചുതാലിയണിഞ്ഞാൽ അഞ്ചാ

മൻ. അതാവും ക്രമം. ഞങ്ങൾക്ക് ഈ മുറയൊന്നും ഇല്ല. ഒരു ഗർഭത്തിന് ഒരു ആൺപട്ടി. ഇപ്പോൾ ആ സുഖവും ഞങ്ങളിൽ നിന്നെടുത്തുമാറ്റി. ആൺപെൺ ഇണചേരുന്ന സ്വഭാവം പഴഞ്ചനായി. ഒരു സൂചിക്കുഴലിൽക്കൂടെ ആൺപട്ടിയുടെ ശുക്ലം വേണ്ട നേരത്ത് വേണ്ടസ്ഥലത്ത് പെൺപട്ടിയുടെ അണ്ഡവുമായി ഒന്നുചേർക്കുന്നു. പട്ടികളായ ഞങ്ങൾക്കുണ്ടായിരുന്ന ഒരേയൊരു സുഖം രതിസുഖമായിരുന്നു. ഒരേയൊരു സ്വാതന്ത്ര്യം ഇണചേരുവാനുള്ളതായിരുന്നു. അതും എടുത്തുമാറ്റി. അഥവാ ഞങ്ങളതിനനുവദിച്ചു. മനുഷ്യനാവാൻ. നായയിൽനിന്നു നരനിലേക്കുയരുവാൻ. അങ്ങനെ ഞങ്ങൾ വൃഷണം ഉടയ്ക്കപ്പെട്ടും, ഗർഭപാത്രം മാറ്റപ്പെട്ടും പല്ലും നഖവും കളഞ്ഞും വാലുമുറിച്ചും നരനായി ത്തീർന്നു.

ഈ ലോകത്തിൽ ഏതെങ്കിലും പട്ടി ആത്മകഥ എഴുതിയിട്ടുണ്ടോ എന്നറിയില്ല, ഉണ്ടാവില്ല. ഉണ്ടായിരുന്നു എങ്കിൽ ഞങ്ങളുടെ വംശത്തിൽ പണ്ഡിത കലാപഠനശിബിര ജീവികളുമായ ഞങ്ങളുടെ പട്ടിഭൂഷണങ്ങൾ അതു കാണാതെ പഠിച്ച് ചൊൽക്കാഴ്ചയായി നടക്കുമായിരുന്നു. എന്നാൽ ആത്മകഥയെഴുതിയവരില്ലെങ്കിലും ഞങ്ങളുടെ ജീവചരിത്രം എഴുതിയവർ അനവധിയാണ്. ദേവർഷി മുതൽ നരാധമൻ വരെ ഞങ്ങളെപ്പറ്റിയെഴുതി. കഥ കവിതകൾ പോരാഞ്ഞ് ചിത്രം വരച്ചും പാട്ടുപാടിയും ഞങ്ങളെ പുകഴ്ത്തുന്നതിൽ നരനായി ജനിച്ചവരൊന്നും ഒരു പിശുക്കും കാണിച്ചില്ല. ഈ ഒരൊറ്റ കാരണംകൊണ്ടുതന്നെ ശുനകവംശമാകെ മനുഷ്യവംശത്തിന് അടിമപ്പെട്ടിരിക്കുന്നു. അടിമ എന്നല്ല വാക്ക്. അധമർണനായിരിക്കുന്നു. ഈയിടെയായി മനുഷ്യഭാഷ അധികമധികം ശീലിച്ചതിനാൽ അർഥശങ്കയും അനർഥഭീതിയും ഉണ്ടായിരിക്കുന്നു. ഞങ്ങളുടെ ഭാഷയ്ക്ക് നാനാർഥങ്ങളില്ലാത്തതുകൊണ്ട് ഒന്നു വിചാരിച്ചാൽ ഒന്ന് എന്നാണർഥം. പാഠഭേദങ്ങളും ഞങ്ങൾക്കില്ല എന്നതാണ് വാസ്തവം. അതാണ് മെച്ചം എന്നുകൂടെ പറയാം. കാലംകൊണ്ട് മാറി വരുന്ന അർഥം ഉണ്ടാക്കിവെക്കുന്ന പൊല്ലാപ്പ് അതീവ ഗുരുതരമാകുന്നു എന്നുപറയാതിരിക്കുവാൻ വയ്യ. ഗുരുതരം എന്നപദത്തിന് അടിവരയിടുകയും ചെയ്യുന്നു. ഉദാഹരണത്തിന്, ഏതാണ്ട് ഒരമ്പതു കൊല്ലം മുമ്പ് ഞങ്ങളുടെ കൊരയ്ക്ക് ഉണ്ടായിരുന്ന അർഥമല്ല ഇന്ന്. അന്ന് അപരിചിതനെ കാണുമ്പോൾ ആദ്യം ഒന്നമർത്തി മുരളുമ്പോൾത്തന്നെ അതൊരു മുന്നറിയിപ്പായി മനസിലാക്കി ദിക്കുകൾ വിറയ്ക്കുന്ന അട്ടഹാസത്തിന് കാത്തുനിക്കാതെ വന്നയാൾ വേറെ വഴിനോക്കുകയും ചെയ്തിരുന്നു. ഇപ്പോൾ മണിയടിച്ച് ഏഴാംനിലയിലേക്കു വരുന്ന മാന്യകളുടെ അഥവാ മാന്യന്മാരുടെ മണവും വർണവുമറിഞ്ഞ് ഞങ്ങൾ മുരളാനോ മോങ്ങാനോ തുടങ്ങുംമുമ്പ് കൊച്ചമ്മ ശാസിക്കും. ഒരു ശബ്ദം. ഒരു മൂളൽ. പിന്നെ ഒന്നുമില്ല. അതിഥിക്കടുത്ത് സ്വന്തം സിംഹാസനത്തിൽ, ക്ഷമിക്കണം, ശുനകാസനത്തിൽ ഇരിക്കുക തന്നെ. അതിഥി തരുന്ന പഞ്ചാരമിഠായി മണത്തുനോക്കാതെ കൊച്ചമ്മയുടെ ചുണ്ടിലേക്ക് ആർത്തിയോടെ നോ

ക്കുമ്പോൾ കൊച്ചമ്മ പാതി നുണഞ്ഞ മധുരം നീട്ടിക്കാട്ടും. ഒരു ചാട്ടം. ചാട്ടമല്ല ഒരു പരിരംഭണം, നീണ്ട ചുംബനാവസാനം എച്ചിലിൽ പാതി.

ഇടയ്ക്കു പറയട്ടെ, ഞങ്ങൾ, എന്നുപറഞ്ഞാൽ ഞങ്ങളിലെ ചില ഭാഗ്യവാന്മാർ തറവാടിത്തവും പൈതൃകബലവും ഉള്ളവരായി പട്ടം ചാർത്തി കിട്ടിയ കുറച്ചു ശ്വാക്കൾ ഇപ്പോൾ താമസിക്കുന്നത് ഭൂമിയിലല്ല. മാനം മുട്ടുന്ന മാളികയിലാണ്, സ്വർഗത്തിൽ. പേടിക്കാനൊന്നുമില്ല. കയറാനും ഇറങ്ങാനും യന്ത്രം. നടക്കണ്ട, കോണികയറുകയും വേണ്ട. സത്യത്തൽ നടക്കാനും വിഷമമുണ്ട് എന്നറിയാമല്ലോ. നഖം പിഴുതുകളഞ്ഞ് രാപ്പകൽ പട്ടുമെത്തയിൽ മാത്രം ചവിട്ടുന്ന ഞങ്ങളുടെ ഉള്ളംകാലുകൾ മാംസം മുറ്റി മൃദുവായിത്തീർന്നിരിക്കുന്നു. കാലുകൾ നടക്കുവാനുള്ളതാണ് എന്ന സൃഷ്ടി ലക്ഷ്യം ഞങ്ങളിലെ ആ സുകൃതികൾ എന്നേ മറന്നിരിക്കുന്നു. ഭാഷ മറന്നു. ചലനം മറന്നു. എനി മറക്കുവാനുള്ളത് ഒന്നുമാത്രം. ഞങ്ങൾ പട്ടികളാണ് എന്നുമാത്രം മറക്കണം. അതും മറക്കാൻ ശ്രമിക്കുന്നു. ഇപ്പോൾ ഞങ്ങൾ.....

രണ്ട്

ഞാൻ ചൊക്ലിപ്പട്ടി, എന്റെ കഥ തുടരുന്നു.

എനിക്ക് എന്റെ പിറന്നാളറിയാം. ജനനത്തീയതി അറിയാം. അച്ഛൻ, അമ്മ, മുത്തശ്ശൻ, മുത്തശ്ശി, അച്ഛൻ വഴിക്കും അമ്മ വഴിക്കും മുതുമുത്തശ്ശൻ, മുതുമുത്തശ്ശി, പിന്നേയും പിന്നിലേക്ക് ഏഴു തലമുറവരെ പേരറിയാം. അവരുടെ ചാത്തം എന്നാണെന്നും അറിയാം. ആരൊക്കെ ആരെ സേവിച്ചിരുന്നു എന്നും അറിയാം.

ഇതൊക്കെ ഇത്ര വലിയ അത്ഭുതമാണോ എന്നു ചോദിച്ചാൽ അതെ, അത്യത്ഭുതമാണ് എന്നാണുത്തരം. ഈ അറിവാണ് എന്നെ ഉത്തമനും സവർണനുമാക്കിയത് എന്നും ഏമാന്മാരുടെ കണ്ണിലുണ്ണിയാക്കിയത് എന്നും അറിയാം. സാധാരണ ഞങ്ങളുടെ വംശം, അതായത് സാതാ പട്ടിവർഗം ഈ വിധം പൈതൃകമൊന്നും അത്ര ശ്രദ്ധിച്ച് മനസ്സിലാക്കാറില്ല. ഇപ്പോഴും ചൊക്ലിപ്പട്ടി എന്നും നാടൻ പട്ടി എന്നും കൊടിച്ചി എന്നും വിളിച്ചുവരുന്ന ഞങ്ങളിൽ വലിയ വിഭാഗത്തിന് ഈ പൈതൃക ശുദ്ധിയൊന്നും അറിയില്ല. സ്വന്തം തന്തയാരാണെന്നറിയാത്തവറ്റയുണ്ട്. അതു സാരമില്ല തള്ളയാരാണെന്നും അറിയാത്തവരുണ്ട്. പക്ഷേ, ഞങ്ങളിൽ ഒരു പ്രത്യേക വിഭാഗം പണ്ടെന്നോ, പരദേശത്തുനിന്നുവന്ന് സ്വദേശികളെ കൊരച്ചും കടിച്ചും തോൽപ്പിച്ച് ദാസന്മാരാക്കിവെച്ച് സഹസ്രാബ്ദങ്ങളായി വാളുമാടമ്പിയായി വാഴുന്നു എന്നാണ് ഞങ്ങളുടെ വംശമഹിമയായി ഇന്നും പാടിവരുന്നത്. അതാണ് ത്രിസന്ധ്യകളിലും അക്ഷരലക്ഷം ജപിച്ച് സിദ്ധി നേടുന്നത്. പണ്ടെന്നോ പർവതങ്ങളും മഹാനദികളും കടന്ന് ഏതോ കടൽത്തീരത്തുനിന്ന് ആ പൂർവികർ എത്തി. ആകാശം ഭേദിക്കുന്ന കൊടുമുടികളും കരകവിഞ്ഞൊഴുകുന്ന മഹാനദി

കളും അവർ തരണം ചെയ്തു. സപ്തസാഗരങ്ങളും ഉള്ളംകയ്യാലാചമിച്ചു. കൊടുങ്കാറ്റും ചുഴലിയും അവരെ അകമ്പടി സേവിച്ചു. മഹാമാരിയും മഞ്ഞും ഭയന്നു മാറി. വർഷം നീളുന്ന വേനൽ അവരുടെ ആജ്ഞയനുസരിച്ചു. അങ്ങനെ പർവതങ്ങളും കൊടുമുടികളും കടന്ന് പേമാരിയും കൊടുങ്കാറ്റും ജയിച്ച് പൊള്ളുന്ന വെയിലും കോച്ചുന്ന മഞ്ഞും സഹിച്ച് അവരെത്തി. ഇന്നും ഊറ്റത്തോടെ പട്ടിവംശമാകെ സ്മരിക്കുന്ന അനാദിയായ ഗാനങ്ങളും ഐതിഹ്യങ്ങളും അന്നത്തെ ആ പ്രപിതാമഹപരമ്പര ഉറക്കെ പാടി നടന്നതാണ്. അവരുടെ ആകാരവും ആയിരം സ്വരഭേദങ്ങളിൽ കൊരയ്ക്കാനുള്ള കഴിവും മോങ്ങലിന്റെ ആരോഹണാവരോഹണങ്ങളും ഉദാത്താനുദാത്തസ്വരിത പ്രചയങ്ങളും പിന്നെപ്പിന്നെ താഴാദികൾ ഓതിപ്പഠിപ്പിച്ചു. പാഠഭേദങ്ങൾ നാടൻ പട്ടികളെ പേടിപ്പിച്ചു. ചൊല്ലപ്പട്ടികളായ ഞങ്ങൾ ദശനാമികൾ എന്ന പത്തില്ലക്കാരും ഈ ഗാനഗന്ധർവന്മാരുടെ ഗോത്രവും ചരണവും സ്വീകരിക്കുകയും ചടങ്ങനുസരിച്ച് പട്ടയണിയുകയും സവർണന്മാരായി സ്വയം നടിക്കുകയും പിന്നെപിന്നെ ഈ ക്രമം മിക്കവാറും നിലനിർത്തുകയും ചെയ്തു. അങ്ങനെയാണ് ഞങ്ങൾ സവർണരും പത്തില്ലക്കാരിൽ മുമ്പരും ആയത്.

അന്യർക്ക് അർഥമറിയാത്ത ഈ ശബ്ദമാണ് നമ്മെ ശ്രേഷ്ഠരാക്കുന്നത്. "നാം നമ്മുടെ പൂർവികരെ വീണ്ടും വീണ്ടും നമസ്കരിക്കുക. വിദ്യ എങ്ങനെ സ്വകാര്യമാക്കി വെയ്ക്കണമെന്നും ജ്ഞാനം സ്വാർഥപൂരണത്തിനെങ്ങനെ ഉപയോഗിക്കാമെന്നും അവർക്കറിയാമായിരുന്നു. ജ്ഞാനവിജ്ഞാനങ്ങൾ അന്യരുടെ കയ്യിൽ എത്തിപ്പെട്ടുകൂടാ. തപസു ചെയ്യുന്ന ഏതൊരു പട്ടിയെയും അവർ സ്വഗോത്രമല്ലെങ്കിൽ വധിക്കണം. തപസ്സ് ജ്ഞാനത്തിലേക്കുള്ള മാർഗമാകുന്നു. മാർഗാരംഭത്തിൽത്തന്നെ ഉന്മൂലനം ചെയ്യുക. എന്നിട്ട് അവർക്ക് മോക്ഷം നൽകി എന്നു പറഞ്ഞു ഫലിപ്പിക്കുക. അതാണ് വേണ്ടത്. ദേവലോകം കാത്തുസൂക്ഷിക്കുന്ന സാരമേയത്തിന്റെ കയ്യാൽ മരിക്കുന്നത് മോക്ഷകാരണമാണ് എന്നും, അതിനായി പ്രാർഥിക്കുകയാണ് അന്യ ഗോത്രക്കാരായ കൊടിച്ചികളുടെ ജീവിതലക്ഷ്യമെന്നും തരം കിട്ടുന്നിടത്തൊക്കെ ഉറക്കെ കുരച്ച് ഉറപ്പിക്കണം..."

കുലഗുരുക്കന്മാരും കാർന്നവന്മാരും ഈ വിധം പറഞ്ഞു പഠിപ്പിച്ചിട്ടുണ്ട്.

നിങ്ങൾക്ക് അത്ഭുതം തോന്നാം. ഞങ്ങൾ പട്ടികൾ ഗുരുപരമ്പരയാ പാഠങ്ങൾ പഠിക്കുന്നുണ്ടോ എന്നുശങ്കിക്കാം. പ്രകൃതിദത്തമായ ചില കഴിവുകളുണ്ട്. നൈസർഗികവാസനകളുണ്ട്. ലക്ഷാധികം സംവത്സരം കൊണ്ട് സ്വന്തമാക്കിയ പാഠങ്ങളുണ്ട്. ഞങ്ങൾ, പട്ടികൾ അതായത് നായ്ക്കൾ മനുഷ്യരുടെ ഒപ്പം മാത്രം പാർത്തുവരുന്നവരാണ്. നരനില്ലെങ്കിൽ നായയില്ല. കാട്ടുനായ എന്നൊന്നില്ല. ഗിരിവർഗക്കാരായി അറിയപ്പെടുന്ന മനുഷ്യരുണ്ട്. അവരുടെ ഒപ്പം കൂടിയ നായക്കളുമുണ്ട്. അത് നാടൻ പട്ടിയാണ്. ചെന്നായ്ക്കളും കുറുക്കനുമുണ്ട്. പക്ഷേ, അവ ശുദ്ധ

മായ നായയല്ല. ശുദ്ധവംശവുമല്ല. പരമശിവന്റെ വേട്ടപ്പട്ടിയായ ശിവയുണ്ട്. പെൺകുറുക്കൻ. കുറുക്കന് സ്ത്രീലിംഗമില്ല. കുറുക്കി എന്നു പറയാറില്ല. ആൺകോയ്മയാണ് കാരണം. ചെന്നായയും കുറുക്കനും ഞങ്ങളുടെ പെൺകിടാങ്ങളിൽ സന്തതിയുൽപ്പാദിപ്പിക്കുന്നു. അതും മനുഷ്യരുടെ ഇഷ്ടപ്പടിയാണധികം. അല്ലാതെയും കാട്ടിലെ ഞങ്ങളുടെ സഹഗോത്രക്കാരായ ചെന്നായ്ക്കൾ ഗാന്ധർവവിധിപ്രകാരം ചില നാടൻ ശകുന്തളമാരെ പുത്രവതിയാക്കി എന്നുവരാം. അത് ഞങ്ങളുടെ ഗോത്രവും അംഗീകരിക്കും. ഉത്തമ സന്താനലാഭം ആരെയാണ് സന്തോഷിപ്പിക്കാതെയിരിക്കുക. മേധാശക്തിയും ഇച്ഛാശക്തിയും കുറഞ്ഞവരൊക്കെ എന്നും അടിമപ്പട്ടികളായിരിക്കും എന്നു ചരിത്രം. സഹസ്രാബ്ദങ്ങളായി അടിമകളായിരിക്കുന്ന വംശം എനിയും അടിമകളായിത്തന്നെ ജനിക്കും. ലക്ഷം ജന്മം കഴിഞ്ഞാൽ ലക്ഷണമറ്റ ജീവിയും മനുഷ്യനാവും എന്നു പറഞ്ഞപോലെ ചിലപ്പോൾ അടിയാളും മേലാളായി എന്നുവരാം. എന്നാൽ ലക്ഷാധികം സംവത്സരം അടിമപ്പണിചെയ്തിട്ടും ഞങ്ങൾ ഇന്നും മോചിതരായിട്ടില്ല. ഇപ്പോഴും വാലാട്ടാനും എറാൻ മോങ്ങാനും മാത്രമെ ആവൂ. അതേ സമയം ഒരിക്കലും വാലാട്ടിയിട്ടില്ലാത്ത ഞങ്ങളുടെ സമാന ഗോത്രജരായ കുറുക്കനും ചെന്നായയും ഒരിക്കലും ദാസരായിട്ടില്ല. അടിമയായിട്ടുമില്ല. അതാണ് മുഖ്യം. നാലുവർണം മാത്രമല്ല, സഹസ്രാധികം വർണം ഈ ലോകത്തിലുണ്ട്. ജന്മദാസന്മാരും ജന്മനാ ഏമാനും ഉണ്ട്. ഉടയോനും അടിയാളനും ഉണ്ട് എന്ന് വ്യക്തം.

വെറും പട്ടികളായ ഞങ്ങളുടെ ഇടയിലും അവർണസവർണ വ്യത്യാസമുണ്ട്. അതില്ലാതാക്കാൻ, രക്തത്തിന് കട്ടികൂടിയ ഇത്തിരി എണ്ണം എന്നും പരിശ്രമിച്ചു വന്നിട്ടുണ്ട്. ഇന്നും പരിശ്രമിക്കുന്നുമുണ്ട്. എല്ലാ ശ്രമങ്ങളും വിജയിച്ചു എന്നു പറയാറായിട്ടില്ല. ഞങ്ങളുടെ ഇടയിൽ മാത്രമല്ല വൃക്ഷലതാദികളുടെ ഇടയിലും ശിലകളിലുംകൂടി ഈ വ്യത്യാസമുണ്ട്. അഥവാ ഉള്ളതായി കൽപ്പിക്കപ്പെട്ടിരിക്കുന്നു. പത്തില്ലക്കാരെപ്പോലെ പത്ത് വൃക്ഷങ്ങളും ഉത്തമഗണത്തിൽപ്പെടുന്നു. ആല്, പേരാല്, അത്തി, ഇത്തി, ഉത്തമം, ദ്വിജവർഗം, സവർണം. പൂള, ചൂള, കടുപ്പാപ്പൊട്ട അധമം. അവർണം. പിന്നെ രാക്ഷസപിശാചവർഗങ്ങളുമുണ്ട്. ഈശ്വരവിഗ്രഹം നിർമിക്കാനുപയോഗിക്കുന്ന രുദ്രാക്ഷശില കൃഷ്ണശില വെണ്ണക്കല്ല് ഉത്തമോത്തമദ്വിജനാകുന്നു. ഓം ഭൂർഭുവസ്സുവഃ

അപ്പോൾ, നാൽക്കാലിയിൽപ്പെട്ടതാണെങ്കിലും നരന്റെയും നരോത്തമന്റെയും നരേന്ദ്രന്റെയും ഉറ്റസുഹൃത്തായ നായയ്ക്കും ചാതുർവർണ്യം കൽപ്പിക്കപ്പെട്ടിരിക്കുന്നു. മനുഷ്യചരിത്രമൊഴിച്ച് ചരിത്രമില്ലാത്ത ഞങ്ങൾക്ക് മനുഷ്യന്റെ എല്ലാ ദൗർബല്യങ്ങളുമുണ്ട്. സൃഷ്ടിയിൽ ഏറ്റവും താണ വർഗമായ മർത്യവംശത്തിന് നൂറായിരം പരാധീനതകളുണ്ട്. കാറ്റും വെയിലും മഴയും മഞ്ഞും വയ്യ. പ്രകൃതിവിഭവങ്ങൾ അതേപടി ഭക്ഷിക്കാനും വയ്യ. ഭക്ഷണം പാർപ്പിടം തുടങ്ങി സമസ്തം സംസ്കരിക്കണം. പരിഷ്കരിക്കണം. എന്നുപറഞ്ഞാൽ സ്വന്തം ദൗർബല്യത്തിന്

സഹിക്കാവുന്ന വിധം ഒരുക്കണം. ഏറെക്കുറെ ഇത്തരം പരാധീനതകൾ ഇപ്പോൾ ഞങ്ങൾക്കുമുണ്ട്. ശീലംകൊണ്ട് ലക്ഷാധികം തലമുറകളിലൂടെ വളർത്തിക്കൊണ്ടുവന്ന് വാസനയായി ആത്മാവിൽ അലിഞ്ഞു ചേർന്ന പരാധീനത.

പട്ടികൾക്ക് ആത്മാവോ! ഇല്യ! എന്നാവും മനുഷ്യചിന്ത. അത് വെള്ളയാന്റെ പക്ഷമാണ്. മതമാണ്. സർവജീവജന്തുവിനെയും കൊന്നുതിന്നുന്ന വിദേശികൾ സൗകര്യാർഥം ജന്തുക്കൾക്ക് ആത്മാവില്ലെന്ന് വിധിച്ചു. സാക്ഷാൽ സൃഷ്ടികർത്താവായ ആകാശത്തിലെ തമ്പുരാൻ മനുഷ്യനുമാത്രം ആത്മാവ് നൽകി അനുഗ്രഹിച്ചു എന്നും മനുഷ്യന്റെ സന്തുഷ്ടിക്കായി ഇക്കാണാവുന്ന പ്രപഞ്ചം സൃഷ്ടിച്ചു എന്നും പ്രപഞ്ചത്തിന്റെ കേന്ദ്രം ഭൂമിയാണെന്നും ഭൂമിയിലെ സർവാധിപതി മനുഷ്യനാണെന്നും ഈ പ്രപഞ്ചം മനുഷ്യന്റെ ഉദരത്തിനു ചുറ്റും വലം വെയ്ക്കുകയാണെന്നും അതുകൊണ്ട് പ്രകൃതിയെ ചൂഷണം ചെയ്യേണ്ടതാണെന്നും ചെയ്യുന്നതുകൊണ്ട് വിരോധമില്ലെന്നും ചെയ്യാതിരിക്കരുതെന്നും വെളിപാടുണ്ടായ സവർണരിൽ സവർണരായവരുടെ വേദമന്ത്രങ്ങളാണ് പട്ടിക്കും പെണ്ണിനും ആത്മാവില്ലെന്നു കൽപ്പിച്ചത്. സത്യത്തിൽ മനുഷ്യന് ആത്മാവുണ്ടെങ്കിൽ മരത്തിനും മണ്ണാങ്കട്ടയ്ക്കുംകൂടി ആത്മാവുണ്ട്. പിന്നെന്താ പട്ടികൾക്ക് ആത്മാവില്ലെന്ന് പറയുന്നത്. ശാന്തം പാപം. ഞങ്ങൾ പട്ടികൾക്ക് കൂട്ടം കൂടാനും അവകാശങ്ങൾ നേടിയെടുക്കാനും കഴിവില്ലാത്തതുകൊണ്ടാണോ? അവകാശങ്ങൾ പൂവും നീരും നൽകി കൊടുക്കുകയാണ് വേണ്ടത്. പണ്ട് പരശുരാമൻ നൽകി. ഓരോരുത്തർക്ക് ഓരോ പണി. കല്ലൂര്, കാട്ടുമാടം, കണ്ണമംഗലം–മന്ത്രവാദം; പുലിയനൂര്–തരണനെല്ലൂര് തന്ത്രം; നാറാസ്സ്, മാടമ്പ്–യാഗം. അങ്ങനെ. അതിന്നും നടന്നുവരുന്നു. അതിനുശേഷം മറ്റൊരവകാശം ലഭിച്ചിട്ടില്ല.

എന്നുവെച്ച് ഞങ്ങൾ അതൃപ്തരാണ് എന്നർഥമില്ല. കഴുത്തിൽ ഒരു പട്ടയുണ്ട് എന്നുവച്ച് ഞങ്ങൾ അടിമകളാണെന്നു പറയാനാവുമോ. ഇല്ലേ ഇല്യ. ദാസരാണെന്നു പറഞ്ഞാൽ, ഞങ്ങളുടെ ജന്മംതന്നെ നരനു ദാസ്യം ചെയ്യുന്നതിനുവേണ്ടിയാണെന്നു വചനമുണ്ട്. വചനം ആദിയിലുണ്ടായതുമാകുന്നു. ലംഘിക്കുവാനാവില്ല. ഉച്ചരിക്കപ്പെട്ട വചനം സ്ഫോടമായിരുന്നു എന്നതുകൊണ്ട് എന്നെന്നും നിലനിൽക്കുവാൻ വിധിക്കപ്പെട്ടിരിക്കുന്നു. ഉണ്ടായത് ഇല്ലാതാവും എന്നുണ്ടെങ്കിലും, അതു സത്യം തന്നെയെങ്കിലും, പ്രപഞ്ചാവസാനംവരെ നിലനിൽക്കും. സൂര്യചന്ദ്രന്മാർ നിലനിൽക്കുന്ന കാലത്തോളം എന്നുപറഞ്ഞാൽ നിത്യം എന്നർഥമില്ല. പ്രപഞ്ചകാലഗണനയാൽ സൂര്യചന്ദ്രന്മാരുടെ കാലദൈർഘ്യംകൂടി ക്ഷണികമെന്നു കാണുന്നു. അതാണു പറഞ്ഞത് ആ ചന്ദ്രതാരം ഞങ്ങളുടെ ലക്ഷ്യം മനുഷ്യസേവയാണ്. നരസേവയിലൂടെ നാരായണപ്രാപ്തി.

ദൈവം മനുഷ്യനെ സ്വന്തം രൂപത്തിൽ സൃഷ്ടിച്ചു എന്നു പറഞ്ഞു കേൾക്കുന്നുണ്ട്. ആരുടെ ദൈവം എന്നുചോദിച്ചാൽ മനുഷ്യന്റെ മനുഷ്യന്റെ ദൈവം എന്നാണുത്തരം. പോത്തിന്റെ ദൈവം പോത്തിന്റെ രൂപ

ത്തിലാവും. വിശേഷാൽ രണ്ടുകൊമ്പുകൂടിയുണ്ടാവും. നാൽക്കൊമ്പൻ. നായയുടെ ദൈവം നായയുടെ രൂപത്തിൽമാത്രം പ്രത്യക്ഷപ്പെടും. നായയുടെ ഭാവനയനുസരിച്ച് എട്ടുകാലും രണ്ടുതലയുമുണ്ടാവാം. എരട്ടിശക്തി വ്യക്തമാക്കാൻ അജയ്യനാണെന്ന് തെളിയിക്കാൻ അവയവങ്ങളുടെ എണ്ണം വർധിപ്പിക്കാം. ഒടുക്കം വിശ്വംമുഴുവനും നിറഞ്ഞ് അരയംഗുലം പുറത്തേക്ക് തള്ളിനീക്കുന്ന രൂപവും സങ്കൽപ്പിക്കാം. അപ്പോഴും രൂപം നായയുടേതുതന്നെയാവും. മനുഷ്യനോട് തീർത്താൽ തീരാത്ത ബന്ധമുള്ളതുകൊണ്ട് ചില ചില അവതാരങ്ങൾക്ക് മർത്ത്യരൂപവും നൽകിയേക്കും. ഏതായാലും ശുനകമഹാകാവ്യത്തിൽ, അല്ലെങ്കിൽ ശുനകമഹാകവിയുടെ ഇതിഹാസത്തിൽ ദശാവതാരങ്ങളെ വർണിക്കുമ്പോൾ ആദിയവതാരങ്ങൾ മർത്ത്യരൂപത്തിലാവും എന്നു തോന്നുന്നു. തോന്നലല്ല. അങ്ങനെയാണ്. പരിണാമത്തിന്റെ ആദ്യഘട്ടത്തിൽ ശുനകന്മാരും മർത്ത്യരൂപമായിരുന്നു. ഒട്ടേറെ പരിമിതികളുണ്ടായിരുന്നു. പിന്നെപ്പിന്നെ നാലുകാലും നാവും, മർത്ത്യനേക്കാൾ അനേകമിരട്ടി ഘ്രാണശ്രവണ ദൃശ്യശക്തികളും ലഭിച്ചു. ശീതാതപാദികളിൽ നിന്ന് പ്രകൃതി സ്വയം രക്ഷിച്ചു. അതിനിണങ്ങിയ രക്ത ചർമരോമങ്ങളും മജ്ജമാംസാസ്ഥിവസകളും ഉരുത്തിരിഞ്ഞു. ഇതൊക്കെ സുദീർഘമായ പരിണാമഫലമാകുന്നു. ഈ കഥയെഴുതുന്നതിനും കോടാനുകോടി വർഷങ്ങൾക്കുമുമ്പ് തുടങ്ങിയ പരിണാമഫലം.

ഞങ്ങളും കഥ പറയാറുണ്ട്. കഥ പറയുകയും കേൾക്കുകയും പതിവുണ്ട്. എന്നാൽ കഥ ജീവിക്കുന്നവരാണ് മുഖ്യർ. പ്രഥമൻ! പ്രധാനി! അവർ കഥയായി ചരിത്രമായി ജീവിക്കുന്നു.

ആരാണ് തനി നാടൻ, ഈ മണ്ണിൽ ഇവിടെത്തന്നെ ജനിച്ചുവളർന്ന വംശം ഏതാണ് എന്നൊക്കെ ചോദിച്ചാൽ ഉത്തരം പറയാൻ തന്നെ വിഷമമുണ്ട്. ഇവിടെ എന്നുപറഞ്ഞാൽ മൂന്നുഭാഗവും കടലുകാക്കുന്ന, അത്യുത്തരദിശയിൽ ഹിമാലയൊനാമനഗാധിരാജൻ പൃഥ്വിയുടെ മാനദണ്ഡമായി കിടക്കുന്ന ഈ ഭാരതത്തിൽ എന്നാണോ അർഥം. അതോ പച്ചയാം വിരിപ്പിട്ട സഹ്യനിൽ തലവെച്ച് പശ്ചിമാബ്ധിയിലേക്ക് കാലുംനീട്ടി ഗോകർണ കന്യാകുമാരി ശിവപാർവതിമാർ പാർശ്വം കാക്കുന്ന കേരളത്തിൽ എന്നാണോ അർഥം. അതല്ല ഭൂമി മലയാളത്തിന്റെ പൊക്കിൾ കുഴിയായ കിരാലൂര് എന്നും അർഥമുണ്ടോ? ഇല്യ. ഇവിടെ എന്നുപറഞ്ഞാൽ ഈ ഭൂമിയിൽ ഉത്ഭവിച്ചുണർന്ന എന്നർഥം. അല്ലെങ്കിൽ എല്ലാ വംശവും വരത്തന്മാരോ പോക്കന്മാരോ ആണ്. വന്നവരും പോയവരും അല്ലാതെ ജീവിവർഗം എവിടെ പരിണമിച്ചുത്ഭവിച്ചുവോ അവിടെത്തന്നെ ഇക്കണ്ടകാലം മുഴുവനും ജീവിച്ചുവന്നു എന്നു വിശ്വസിക്കണോ. ഒരു പട്ടിയും അങ്ങനെ വിശ്വസിക്കില്ല.

തനിനാടൻ എന്നുപറഞ്ഞാൽ ഈ ആര്യാവർത്തത്തിൽ ആദ്യം വന്നവർ എന്നേ അർഥമുള്ളു. ഞങ്ങളുടെ കുലഗുരു ആ വിധം ഒരു ന്യായം എഴുന്നള്ളിച്ചു. അന്നിവിടെ ഞങ്ങളുടെ വംശം, ഗോത്രം ഉണ്ടായിരുന്നില്ല.

മറ്റു വർഗങ്ങൾ ഉണ്ടായിരുന്നിരിക്കാം. ഏതായാലും ഞങ്ങളുടെ വംശം ഇല്ലായിരുന്നു എന്നർഥം. അന്ന് ഏതെങ്കിലും വംശം ഇവിടം ആസ്ഥാന മാക്കി നാടിന്നു കാവൽ നിന്നിരുന്നുവോ എന്നും സംശയമാണ്.

ഏതായാലും അവർ നമ്മളല്ല.

കുലപതിയും ഗോത്രാചാര്യനുമായ ഞങ്ങളുടെ തറവാട്ടുകാരണ വർ അതു വ്യക്തമാക്കിത്തരികയുണ്ടായി. നായ്ക്കൾ ഒന്നുപോലെയല്ല. മാനുഷരെല്ലാം ഒന്നുപോലെ എന്ന് നുണപറയുന്നപോലെ നായ്ക്കളെല്ലാം ഒന്നുപോലെ എന്നു പറയാനും വയ്യ. കാഴ്ചയിലും കൊരയിലും നന്നെ വ്യത്യസ്തഗോത്രങ്ങളുണ്ട്. മനുഷ്യന് ഉള്ളം കയ്യിൽ ഒതുക്കിവെക്കാവുന്ന കളിപ്പാട്ടം പോലെയുള്ള ചെറുവർഗം, സിംഹതുല്യം പരാക്രമികളായ മറ്റൊരു വർഗം. ചാട്ടുളിപോലെ പാഞ്ഞ് ശത്രുവിന്റെ ചങ്കിനു പിടിച്ച് ചോര കുടിക്കുന്നവൻ. ഞങ്ങളെപ്പോലെ ദ്വിജരായവർ. സാത്വികർ. പല്ലും നഖവും വാലും പോയി നിറച്ചു സാപ്പിട്ട് കിടപ്പറയിൽ ദൂരദർശനം അനുഭവിക്കുന്ന വർ. അങ്ങനെ അങ്ങനെ എത്രയെത്ര ഗോത്രം. വർഗം, വംശം, കുടുംബം. അപ്പോൾ ആരാണ് നാട്ടിന്നവകാശി എന്നുകണ്ടുപിടിക്കുവാൻ ഞങ്ങളുടെ ഉൽപ്പത്തിയും വളർച്ചയും അറിഞ്ഞാൽ മാത്രം പോരാ. പെറുക്കിത്തിന്നും നായാടിയും നടന്നവർ എന്നാണ് ഒരിടത്തടങ്ങിയിരുന്നത് എന്നും ആ സ്ഥലത്ത് പിന്നെ വന്നവരാരാണെന്നും മനസിലാക്കണമല്ലോ. ഏതാ യാലും ഞങ്ങൾ ഈ മണ്ണിന്റെ മക്കളും ഉടമസ്ഥരുമാണെന്ന് സ്വയം തീരു മാനിക്കുകയും അതിനായി പ്രമാണങ്ങളുണ്ടാക്കുകയും പരശുരാമ കഥ വർണിക്കുകയും ചെയ്തു. മണ്ണിന് ഒരവകാശിയുണ്ട് എന്ന് ആദ്യം അറി യില്ലായിരുന്നു. ഈ ഭൂമി ഇക്കാണുന്ന സർവചരാചരങ്ങളുടെയും അമ്മ യാണ്. അന്തരീക്ഷവും ആകാശവും സ്വന്തം കുടുംബക്കാരാണ്. വെള്ളവും വായുവും എല്ലാവർക്കും തുല്യമായി അവകാശപ്പെട്ടതാണ് എന്നുതന്നെയായിരുന്നു ആദ്യധാരണ. ഭൂമിക്ക് അതിരു കൽപ്പിക്കുകയും വേലികെട്ടി സൂക്ഷിക്കുകയും ചെയ്തു തുടങ്ങിയപ്പോഴാണ് ഞങ്ങൾക്കും ഈ ബോധം ഉണ്ടായത്. ഞങ്ങളുടെ അതിർത്തി വലുതാക്കാൻ എന്തു ചെയ്യണമെന്നാലോചിച്ചാലോചിച്ചാണ് അയൽവീട്ടിലെ കോഴിയെ കക്കാം, പിടിച്ചുതിന്നാം എന്നുമനസിലാക്കിയത്. വേലികെട്ടി തിരിച്ച സ്വന്തം ഭൂമിയും അതിനുമുകളിലെ ആകാശവും താഴെയുള്ള വെള്ളവും ഞങ്ങൾ സ്വന്തമാക്കി. ക്രയവിക്രയം ചെയ്തു. ഞങ്ങളുടെ അതിർത്തിയിൽ വന്ന വരെ കുരച്ച് ഓടിച്ച് കടിച്ചുപൊളിച്ചു. വിറ്റും വാങ്ങിയും ഭൂമിയിലുള്ള സർവാധിപത്യം ഉറപ്പിക്കുകയും ചെയ്തു.

പട്ടിയായി ജനിച്ചാൽ പറശ്ശിനിക്കടവിലെ പട്ടിയാവണം എന്നായി രുന്നു പഴയ പ്രാർഥന. പറശ്ശിനി മുത്തപ്പന്റെ സന്തതസഹചാരിയാണ് സാരമേയം. ശിവ എന്നു പവിത്രനാമത്താൽ പരമശിവ പര്യായത്താൽ ദിവ്യത്വം ലഭിച്ച പട്ടി. മറ്റെവിടെയായാലും ഞങ്ങൾക്ക് കല്ലേറാണ് ലഭി ച്ചിരുന്നത്. ഇണചേരുമ്പോൾപ്പോലും ഇരുകാലികൾ ഞങ്ങളെ കല്ലെറി ഞ്ഞോടിക്കും. മൈഥുനം ഞങ്ങൾക്ക് ആത്മപ്രകാശനമാകുന്നു. സമാധി

യാകുന്നു. മൈഥുനഭംഗം സമാധിഭംഗം തന്നെയായതിനാൽ ഏറും തല്ലും സഹിച്ചും ഞങ്ങൾ മൈഥുനം തുടരുന്നു.

ഒരു കാര്യം ഇപ്പോൾത്തന്നെ പറയട്ടെ. ഞങ്ങളുടെ ഇടയിൽ വേശ്യകളില്ല. ധനം മോഹിച്ചോ സ്ഥാനമാനങ്ങൾക്കുവേണ്ടിയോ ഞങ്ങൾ ഒരു പട്ടിയും ലിംഗയോനീബന്ധം നടത്താറില്ല. അതൊക്കെ മഹാമനീഷികളും മഹാമഹാ...മനുഷ്യവർഗത്തിന്റെ പണിയാണ്. അതുമല്ല, നിത്യനിദാനമായി മൈഥുനയന്ത്രം ഘടിപ്പിക്കാറുമില്ല. അതിന് ചില കണക്കുകളുണ്ട് കന്നിപ്പട്ടി. തുലാപ്പോത്ത്. വൃശ്ചികത്തേള്...എന്നിങ്ങനെ. എന്നാൽ ഇപ്പോൾ മനുഷ്യരുടെ ഓമനകളായി ഒപ്പം കിടക്കാൻ തുടങ്ങിയ മുതൽ സൂചിപ്രയോഗം വഴി പെൺപട്ടികളെ ഇടയ്ക്കിടെ ഗർഭിണികളാക്കുന്ന പതിവുണ്ട്. സൂചീപ്രയോഗം ആണ്ടിൽ മൂന്നുതവണയാവാം എന്ന് പട്ടി ഡോക്ടർ വിധിച്ചിട്ടുണ്ട്. പിന്നെന്തു ചെയ്യും! പെറും! പെറ്റാൽ അഞ്ചു എട്ടും കുട്ടികൾ. ബഹുകേമം. ബഹുലാഭം. തന്തതള്ളകളറിയുന്ന കിടാങ്ങൾ. വംശമഹിമ, പാരമ്പര്യം, നല്ലവില, സുഖം. നായ നാണ്യവിളയാകുന്നു.

ഇതും ഈയിടെ തുടങ്ങിയ വിദ്യയാണ്. പട്ടിയെ വളർത്തുന്ന പതിവ് ഈ ഭൂമുഖത്തുണ്ടായിരുന്നില്ല. എച്ചിലുതിന്നും പറമ്പിലും പാടത്തും ഇരിക്കുന്നവരുടെ അമേധ്യം ഭക്ഷിച്ചും ഞങ്ങളങ്ങനെ വളർന്നു. ഇണചേർന്നു. പെറ്റുപെരുകി. എന്നാൽ കാലംപോയപ്പോൾ ഞങ്ങളെ വളർത്തുന്ന സമ്പ്രദായം തുടങ്ങി. വളർത്തി വലുതാക്കി. അതിനുപ്രതിഫലമായി ഞങ്ങളുടെ അരുമക്കിടാങ്ങളുടെ നഖമെണ്ണി നിറം കാട്ടി വിറ്റ് മനുഷ്യവർഗം തടിച്ചുകൊഴുത്തു. ഞങ്ങൾ പട്ടികൾ അവകാശത്തിനായി അടരാടാൻ അറിയാത്തവരായതുകൊണ്ട് സൃഷ്ടി മുതലിന്നോളം അടിമകളാക്കപ്പെട്ടു.

ഇതൊക്കെ ഞാൻ പട്ടി, ചൊക്ലിപ്പട്ടി എന്റെ ആത്മകഥ എഴുതുമ്പോൾ വായിക്കുന്നവർക്ക് ഒരേകദേശ ജ്ഞാനം സിദ്ധിക്കുവാനായി, ആമുഖമായി രേഖപ്പെടുത്തുന്നു എന്നേയുള്ളൂ. വായനക്കാർക്കറിയാഞ്ഞിട്ടല്ല. എനിക്കറിയാം എന്നതുകൊണ്ട് എഴുതുന്നു. അത്രമാത്രം. അതിലധികമില്ല. കുറവുമില്ല. പട്ടിക്കണക്ക് കൃകൃത്യം.

മൂന്ന്

ഓർമവെക്കുമ്പോൾ ഞാൻ തള്ളപ്പട്ടിയുടെ അവുട്ടിൽ ചുരുണ്ടുകൂടിക്കിടക്കുകയാണ്. എട്ടുപെറ്റ തള്ള എട്ടിനെയും മുലകുടിപ്പിച്ച് നക്കിത്തുടച്ച് ചൊറിഞ്ഞ് കയ്യും കാലും ഉഴിഞ്ഞ് നിലത്തുവെക്കാതെയും തലയിലേറ്റാതെയും നോക്കി വളർത്തി. തന്തപ്പട്ടി ഞങ്ങളുടെ അടുത്തുതന്നെ ഉണ്ടായിരുന്നെങ്കിലും ലാളിക്കാനൊന്നും മിനക്കെട്ടിരുന്നില്ല. ആണുങ്ങൾ മക്കളെ കൊഞ്ചിക്കുന്ന സമ്പ്രദായം അന്നുണ്ടായിരുന്നില്ല. മക്കളാരെങ്കിലും അടുത്തുവന്നാൽ ഒന്നു മുരളും. അത്രതന്നെ. ഉപദ്രവിക്കൊന്നുല്യ. ഞങ്ങളെന്നല്ല ആര് അടുത്തുവന്നാലും തന്തപ്പട്ടി ശകാരിക്കില്ല, ഉപദ്രവി

ക്കില്ല, ശുണ്ഠിയെടുക്കുകയുമില്ല. സ്വന്തം ഭക്ഷണം തട്ടിപ്പറിച്ചാൽക്കൂടി ഒരക്ഷരം കൊരയ്ക്കില്ല (അക്ഷരം കുരയ്ക്കേ എന്ന് വ്യാകരണ പണ്ഡിതർക്ക് സംശയം ഉണ്ടാവാം. ശബ്ദശാസ്ത്രം പഠിച്ചവരും ശങ്കിക്കാം. എന്നാൽ ഞങ്ങൾ പട്ടികൾക്ക് ഒരു ശങ്കേം ഇല്യ. അഥവാ ശങ്ക പട്ടികൾക്കല്ല, മനുഷ്യർക്കാണ്). കൊരയ്ക്കില്ല എന്നല്ല ഒഴിഞ്ഞുമാറി നിക്കേം ചെയ്യും. അവനവന്റെ അന്നം തന്നെ അന്യനും കൊടുക്കും.

അതിന് പട്ടീടെ സ്വഭാവമല്ല. കഴിഞ്ഞ ജന്മം ഏതോ....

തന്തപ്പട്ടീടെ തള്ള അങ്ങനെ പറയാറുണ്ട് എന്നു കേട്ടിട്ടുണ്ട്. മഹാസാത്വിയായിരുന്ന ആ അച്ഛമ്മപ്പട്ടിക്ക് പത്തുമക്കളുണ്ടായിരുന്നുവത്രെ. അനവധി സപത്നിമാരും ഉണ്ടായിരുന്നതായി കഥയുണ്ട്. തന്തേടെ തന്ത മഹാശക്തനും മഹാസാത്വികനുമായിരുന്നു. അതിനാൽ അക്കാലത്തെ അനവധി സുന്ദരിപ്പട്ടികൾ തീണ്ടാർന്ന് അഞ്ചീരം കുളിച്ച് യോനി വികസിപ്പിച്ച് അദ്ദേഹത്തെ കാത്തിരുന്നു. ആ പിതാമഹനാവട്ടെ, എല്ലാവരെയും സ്വീകരിക്കുകയും ചെയ്തു എന്നാണ് പറഞ്ഞു കേട്ടിട്ടുള്ളത്. എന്നിട്ടും മുത്തശ്ശന്റെ സപത്നികളാരും തമ്മിൽ തമ്മിൽ കലഹിച്ചില്ല എന്നാണ് ആശ്ചര്യത്തോടെ ഇണങ്ങരും പാരച്ച വേഴ്ചക്കാരും കൊട്ടിഘോഷിക്കാറ്. അവിടുന്ന്, ആ മുത്തശ്ശൻ പട്ടി അത്രയ്ക്ക് ഊറ്റക്കാരനായിരുന്നു. ദേശത്തും പരദേശത്തും പ്രസിദ്ധമായിരുന്നു. ശുനകവർഗത്തിൽപ്പെട്ട ഏതൊരു പൊട്ടനും ഏതു സംശയവും ഏതുനേരത്തും ചോദിക്കാം. ശുനകവംശഗൃഹ്യസൂത്രങ്ങളും സാരമേയവേദ വേദാംഗങ്ങളും നിത്യനിദാനങ്ങളും വിശുദ്ധഗ്രന്ഥങ്ങളും അവിടേക്ക് മുഖസ്ഥിതമായിരുന്നു. ആ മുത്തശ്ശൻ ശ്വാവിന്റെ പുത്രനാണ് എന്റെ വന്ദ്യപിതാശ്രീ.

മുജ്ജന്മ സുകൃതം എന്നേ പറയേണ്ടൂ. ഈ വംശത്തിൽ ഇങ്ങനെയൊരു പുണ്യാത്മാവ് പിറന്നുവല്ലോ. സാരമേയ വംശത്തിനാകെ അഭിമാനമായി, ലോകത്തിലെ ഒടുക്കത്തെ പട്ടിക്കുവരെ പറഞ്ഞൂറ്റംകൊള്ളാൻ...

എന്റെ വന്ദ്യപിതാവിനെപ്പറ്റി അടുത്തും അകന്നുമുള്ള എല്ലാ പട്ടികളും പട്ടിപ്രമാണികളും പട്ടി പ്രതിനിധികളും പട്ടി....അവരും അങ്ങനെ പറഞ്ഞു.

പിന്നെന്താച്ചാ ഇത്ര സാത്വികനായ ഒരു പട്ടിക്ക് ഇത്ര നീചനായ ഒരു ജന്തുണ്ടായീലെ. വംശദുരിതം തന്നെ.

എന്റെ മുഖത്ത് നോക്കി ബന്ധുമിത്രാദികൾ ഈ വിധം പറയുന്നത് ഞാൻ കേട്ടിട്ടുണ്ട്. അതിനെന്താവും ഹേതു എന്ന് ഇബൻ ആലോചിക്കുകയും ചെയ്തു.

ആയായീ! ഇത്ര ചെറുപ്പത്തിൽത്തന്നെ ഇത്ര ചീത്ത്യാവേ! യ്ക്ക് കേക്കണ്ട.

ആകെ നരച്ച് ചടച്ചാടിയ ചില മുത്തപ്പൻ പട്ടികൾ ചെവിപൊത്തി.

അന്നു ബാല്യം വിട്ടിട്ടുണ്ടാവില്ല. ഏതായാലും യൗവനാരംഭം കൂടിയായിട്ടില്ല. മീശരോമം കറുത്തിട്ടില്ല. പല്ലും നഖവും ദൃഢമായിട്ടില്ല. എങ്കിലും അന്നൊരു മൂവന്തിക്ക് പാമ്പിൻകാവിന്റെ സുഖശീതളിമയിൽ ഈ പാവം ആത്മകഥാകാരൻ ഒരു പെൺപട്ടിയുമായി ഇണചേർന്നു.

കൊളുത്തി. കൊളുത്തിക്കെട്ടണമെന്നു മോഹിച്ച് സ്ഥലം കണ്ടെത്തി യന്ത്രം ഘടിപ്പിച്ചതല്ല. സന്ധ്യയുടെ ആലസ്യത്തിൽ പടിഞ്ഞാറെ പാമ്പിൻ കാവിനടുത്ത് മാവിൻചുവട്ടിൽ ചുരുണ്ടുകൂടിയ നേരത്താണ് സുന്ദരി പ്പെണ്ണ് വേശമണിയെന്ന പട്ടി അടുത്തുവന്ന് കെട്ടിപ്പിടിച്ചും മുഖമുരച്ചും ആസനം പുറത്തുകാണിച്ചും വട്ടമിട്ടു നടന്നത്. എന്തിനുള്ള പുറപ്പാടാ ന്നറിഞ്ഞില്ലെങ്കിലും അവളുടെ ചൂടും ചൂരും എന്തൊ ഒരു-രു-രു. ദ്ണ്ടാക്കീന്ന് പറഞ്ഞാമതീലോ. കാലിന്നിടിയിൽ ഒരു തരിപ്പ്. നട്ടെ ല്ലിൽക്കൂടെ ഒരു അരിപ്പ് ആകപ്പാടെ ഒരങ്കലാപ്പ്. കിതപ്പ്. മൂത്രയന്ത്ര ത്തിന്റെ ഘനസാന്ദ്രതയേറി. വ്യാപ്തം വർധിച്ചു. പിന്നെ....

ന്നാലും അത് വേണ്ടീർന്നില്ല. ഒന്നാമത് നീയ് ചെറുപ്പം. അവളാ ണെങ്കിൽ ഒന്നു പെറ്റത്. അശ്രീകരം. പിന്നെ, നേരം സന്ധ്യ. പാമ്പിൻകാവ്. ആകപ്പാടെ തുടക്കം അത്ര നന്നായീന്ന് പറയാൻ വയ്യ. ആഴ്ചക്കു റ്റോംണ്ട്.

അല്ലെങ്കിലും ഇത്തരം കാര്യങ്ങൾ തുടക്കത്തിൽ അത്ര വെടുപ്പാ വാറില്ല. ജന്മവാസനയാൽ ഓരോന്നു കാട്ടിക്കൂട്ടും എന്നുമാത്രം. സേക്മു ഹൂർത്തം ആണും പെണ്ണും അറിഞ്ഞാസ്വദിച്ചതായി പറഞ്ഞുകേട്ടിട്ടില്ല. പിന്നെ കുറേക്കാലം കഴിഞ്ഞ് കാര്യങ്ങളുടെ നാനാവശങ്ങളും നന്നായ റിഞ്ഞതിനുശേഷം മാത്രം ഇണചേരൽ ആസ്വാദ്യമായിത്തീരുന്നു. അത് സുന്ദരകലയായി രൂപം പ്രാപിക്കുന്നു. ഇന്ദ്രിയ സമാധിയായി മാറുന്നു. അതിനുംവേണം സാധന. അതായത് തപസ്സ്.

തന്തപ്പിടി അന്ന് ഗുണദോഷിച്ചതായി ഓർമയില്ല. പ്രായത്തിന്റെ വികാരം എന്നോ ശരീരത്തിന്റെ ആവശ്യം എന്നോ എന്തോ മുരണ്ടതായി ചെറിയ ഒരോർമയുണ്ട്.

ഏതായാലും അതൊരാണായി! എനിയിപ്പൊ.

അതാശ്വാസമായിരുന്നു. ആണായി, ഒന്നിനു പോരുന്നോനായി എന്ന അംഗീകാരം ഏതു പട്ടിക്കും ആശ്വാസമാണ്. ഒന്നിനും—ആ ഒന്നിനും കുടി—കൊള്ളാത്തവൻ എന്നുപേരുകേൾപ്പിച്ചാൽ പിന്നെ ജീവിച്ചിരുന്നി ട്ടെന്തു കാര്യം. പക്ഷേ, പിന്നെ മൂന്നുമാസം പന്ത്രണ്ട് ദിവസംകൂടി കാത്തി രിക്കേണ്ടിവന്നു. അന്ന് ആദ്യത്തെ ആ കൂട്ടിക്കൊളുത്തല് സംഭവിച്ചത് വിഷുവിന്റെ അന്നായിരുന്നു. പുതുവത്സരപ്പിറവി. ആണ്ടുപിറപ്പിനുതന്നെ ഭോഗപ്പിറപ്പും സംഭവിച്ചു. ഒരേ ദിവസം രണ്ടും ഒന്നിച്ചായത് നന്നായി. ഏതെങ്കിലും ആവശ്യത്തിന് കൊല്ലം മാസം ആഴ്ച തീയതി അറിയേ ണ്ടിവന്നാൽ—വേണ്ടിവരില്ല. മനുഷ്യർക്കുവേണ്ടിവരും. ജനിച്ചകൊല്ലം, മാസം, തീയതി, നാള്, നാളിൽ ചെന്ന നാഴിക, ദശ, ശിഷ്ടദശ, ദശാഫല ങ്ങൾ. ഈയിടെയായി പട്ടികൾക്കും ജാതകം എഴുതുന്നുണ്ട്. കൃത്യം എഴുതിവെയ്ക്കും. ഇല്ലെങ്കിൽ പട്ടി പ്രദർശനത്തിന് പ്രവേശനം ലഭിക്കില്ല. നല്ല നല്ല മുന്തിയ പട്ടിപ്രേമികൾ തങ്ങളെ ദത്തെടുക്കില്ല.

ഇപ്പോൾ ദത്തെടുക്കുക എന്നേ പറയാവൂ. പട്ടികളെ കൊടുക്കുകയും മേടിക്കുകയും പതിവില്ല. എന്റെ തന്തപ്പട്ടീടെ കുട്ടിക്കാലത്ത് ഇങ്ങനെ

ഒരു സമ്പ്രദായം തന്നെയില്ല. തെണ്ടിത്തിരിഞ്ഞ് എവിടെയങ്കിലും എത്തും. ഇത്തിരി കഞ്ഞീംവറ്റും കിട്ടും പിന്നെ അവിടത്തെയാവും. പടി കാവല്. മിറ്റം കാവല്. അന്യരെക്കണ്ടാൽ കൊര. ആരെങ്കിലും കല്ലെടുത്താൽ വാലുംചുരുട്ടി ഓട്ടം. പിന്നെപ്പിന്നെ അപൂർവമായി പട്ടിക്കുട്ടികളെ മേടിക്കാൻ തുടങ്ങി. അതും കാശിനല്ല. രണ്ടും മൂന്നും പട്ടി പെറ്റ് പത്തിരുപത് കുട്ടികളായി മിറ്റം നിറയുമ്പോൾ ഗൃഹനാഥൻ പറയും. അശ്രീകരം. ആർക്കെങ്കിലും പിടിച്ചുകൊടുക്കാമായിരുന്നു. മിറ്റത്ത്ന്ന് പോയാമതി. അങ്ങനെ കയ്യൊഴിക്കും. ചെലപ്പൊ ചെലര് ഞങ്ങളെക്കൊണ്ടുപോകും. എന്നാലും കുളിപ്പിക്കലും പൊട്ടുതൊടുവിക്കലും ഒന്നുമില്ല. നീരോലിക്കോലുകൊണ്ട് ചുട്ട പെടേണ്ടേനും. അത് അധികം ഉമ്മറത്ത് മൂത്രമൊഴിച്ചതിനും കാഠമിട്ടതിനുമാണ്. എന്നാലും എച്ചിലും കഞ്ഞിവെള്ളോം കിട്ടും. പൊട്ടിയ കിണ്ണത്തില്, പാളേല്, ചിരട്ടേല്. വലിയ വലിയ വീട്ടില് ചെറിയ കൽ തൊട്ടീണ്ടാവും. അത് തെണ്ടിപ്പട്ടികൾക്ക്. പിന്നെ വല്യേ കൽത്തൊട്ടി. അത് നാട്ടുക്കൂട്ടം പശുക്കൾക്ക്. അന്നൊന്നും പശുക്കകളെ തൊഴുത്തിൽ കെട്ടാറില്ല. കറവറ്റിയാൽ അഴിച്ചുവിടും. പെറ്റാൽ പിടിച്ചുകൊണ്ടുവരും. ഒരുനേരം കറക്കും. അത്രേന്നെ. പാല് വിൽക്കേം പതിവില്ല എന്നാ കേട്ടേക്കണത്.

പാല് വിൽക്കാനുള്ളതല്ല. ആവശ്യത്തിന് കഴിക്കുവാനാണ്. എന്നുവെച്ചിട്ട് പാല് കുടിക്കുന്ന സമ്പ്രദായവും മനുഷ്യൻ തുടങ്ങിയിരുന്നില്ല. കാപ്പീം ചായേംല്യ. മനകളിലും (ഇല്ലങ്ങളിൽ നായ്ക്കളെ വളർത്താറില്ലെങ്കിലും പത്തുമുപ്പത് കൊടിച്ചികൾ എച്ചിലുതിന്ന് തടിച്ചുകൊഴുത്ത് നടക്കുന്നുണ്ടാവും.) വല്യെ വല്യെ വീടുകളിലും തൈരും മോരും നെയ്യും ഉണ്ടാകും. നെയ്യ് അമ്പലത്തില് വിളക്കു വെയ്ക്കാനും ഉപസ്തരിക്കാനും. അത്രേള്ളൂ. കുട്ടികൾക്ക് പ്രാതലിന് ഉള്ളം കയ്യിൽ കൊള്ളുന്ന വെണ്ണ...

ഇപ്പോഴോ. ഇപ്പൊ പട്ടികൾക്കും ബ്രഡ്ബട്ടർ. പട്ടിപ്രാതൽ. പട്ടിലഞ്ച്!!

എന്നുവെച്ച് എല്ലാ പട്ടികൾക്കും കിട്ടില്ല. ജനുസ്സ് നന്നാവണം. ശുദ്ധമായ വംശം. വെള്ളം കൂട്ടാത്ത പവിത്രമായ ശുനകരക്തം. വംശശുദ്ധിയാണ് കാര്യം എന്നുകാരണവന്മാര് പറയാറുണ്ട്. മറ്റെന്തുണ്ടായിട്ടാ കാര്യം. ചോര! ഞരമ്പിലോടുന്ന ചോരയാണ് മുഖ്യം. ഏതുചോരയാണ് എന്നതാണ് വിഷയം. ചന്ദ്രവംശം, മൂഷികവംശം, സാക്ഷാൽ സരമയുടെ വംശം.

പക്ഷേ, ആദ്യത്തെ ഭോഗത്തിന്റെ നേരത്ത് അതൊന്നും ആലോചിച്ചില്ല. അതിലുണ്ടാകുന്ന സന്തതി ഏതു വർഗത്തിൽപ്പെടുമെന്നും ചിന്തിച്ചില്ല. തന്തയുടെ വംശമോ തള്ളയുടെ വംശമോ? കൂട്ടത്തിൽ പറയട്ടെ, സന്തതിയുണ്ടാവാതെ സംഭോഗം നടത്തുവാൻ ശുനകവർഗത്തിനറിയില്ല. അതിനുള്ള ഉപകരണങ്ങളും സൂത്രപ്പണികളും ഞങ്ങൾ പട്ടികൾ ഉണ്ടാക്കിയിട്ടില്ല. പഠിച്ചിട്ടുമില്ല. ഞങ്ങളെ പഠിപ്പിച്ചാലും പടിയില്ല. ഞങ്ങളുടെ പെണ്ണുങ്ങൾ പ്രായം തികഞ്ഞ് സംഭോഗസന്നദ്ധയാവുന്നത് സന്തത്യർത്ഥമാണ്. ഇത്തിരി നേരത്തെ ഒരു സുഖം, ഞരമ്പിന്റെ സപ്തസ്വരസമ്മേളനം

ഞങ്ങൾക്കുമുണ്ട്. പക്ഷേ, അതിനല്ല ഇണ ചേരുന്നത്. പക്ഷേ, പിന്നെപ്പിന്നെ ഈയിടെയായി ഞങ്ങളും ചില വിദ്യകൾ പഠിച്ചു തുടങ്ങി. പെൺപട്ടിയില്ലാതെ ഞങ്ങളുടെ രജസ്സ് മനുഷ്യൻ ഒരു കുപ്പിയിലേക്ക് പിഴുതെടുക്കും. അതിലൊരു തുള്ളിയൊ ഒരു ബീജമോ വേറെയെടുത്ത് പെൺപട്ടിയിൽ കൃത്യസമയത്ത് നിക്ഷേപിക്കും. അങ്ങനെ...

അതും ഞങ്ങൾ സ്വയം ചെയ്യുന്നതല്ല. ഞങ്ങളുടെ വംശശുദ്ധിയിൽ നിഷ്കർഷയുള്ള വല്യേമാന്മാർ ചെയ്യുന്നതാണ്. ആശ്രിതനും നിത്യ ദാസാനുദാസനുമായി സൃഷ്ടിക്കപ്പെട്ടതുകൊണ്ട് ഞങ്ങൾ അതും അനുസരിക്കുന്നു.

ഇപ്പോൾ അതുംവേണ്ട എന്നായി. ഒരു നഖത്തിന്റെ തുമ്പോ രോമത്തിന്റെ അംശമോ ഉണ്ടെങ്കിൽ അതിൽനിന്ന് ഒരേമാതിരിയുള്ള അനേകം സന്തതികളെ സൃഷ്ടിക്കാനാവുമെന്ന് വലിയ വലിയ കണ്ടുപിടിത്തക്കാർ പറയുന്നതായി ഞങ്ങളും അറിഞ്ഞു. പറഞ്ഞുവന്നത്, ആവർത്തിച്ചു പറഞ്ഞുവന്നതെന്താണെന്നു വെച്ചാൽ കൗമാരകാല ഓർമകളിൽ മുഖ്യമായത് ആ ആദ്യത്തെ ഭാഗികമായ ഭോഗമാകുന്നു. സംഭോഗസമ്പ്രദായങ്ങളും അതിന്റെ ആരംഭമായ രതിപ്രകടനങ്ങളും സ്പർശചുംബനാദിയനുഷ്ഠാനങ്ങളും അന്നറിയാത്തതുകൊണ്ട് ആ ആദ്യാനുഭവം അത്ര വെടുപ്പായില്ല. പിന്നീട് പട്ടി പ്രോക്തങ്ങളായ ശ്വാനസൂത്രങ്ങളും ശുനകീ തന്ത്രങ്ങളും സുഗന്ധോദ്യാന കാവ്യങ്ങളും ശീലിച്ചതിനുശേഷം ഈ പാവം പട്ടി ഏതൽ വിഷയത്തിൽ പണ്ഡിതനാവുകയുണ്ടായി.

എന്നാലും ഇത്ര സാത്വികനായ ആ തന്തപ്പട്ടിക്ക് മുലകുടിമാറും മുമ്പ് തോന്ന്യാസം തുടങ്ങുന്ന ഒരു മോനുണ്ടായല്ലോ. കഷ്ടം. കുടുംബപ്പേര് നാറ്റിക്കും. സരമയുടെ വംശത്തിനുതന്നെ തീരാക്കളങ്കം വരുത്തിവെക്കും.

ഇങ്ങനെ ഇണങ്ങരും ബന്ധുക്കളും ഞാൻ കേൾക്കെ, എന്നാൽ കേൾക്കാനല്ല എന്ന ഭാവത്തിൽ പറഞ്ഞു. ഊറ്റം നടിച്ചു പറഞ്ഞു നടക്കുന്ന ഒരു പൈതൃകമല്ലാതെ മറ്റൊന്നുമില്ലാത്ത ഒരു ചൊക്ലി എന്ന നിലയ്ക്ക് സ്വന്തം അസ്തിത്വം ഉറപ്പിക്കാനാണ് ഈ വിധം ഗോഷ്ഠികൾ ഉപബോധമനസിന്റെ പ്രേരണയാൽ ചെയ്തുപോകുന്നത് എന്ന് പിന്നീട് നായ്ക്കളുടെ മനസിനെപ്പറ്റി പഠിച്ച് രണ്ടാംകൂറ് ഏമാൻ പറയുകയുണ്ടായി. നാലാൾ ചേരുന്നിടത്തും നാനാജാതിചേരുന്നിടത്തും അസ്മാദികളുടെ മഹൽക്കൂട്ടം കൂടുന്നിടത്തും അകലെ മാറിനിക്കാൻ മാത്രം അറിയുന്ന ഒരു പട്ടി. പട്ടിസഹജമായ ചില വാസനകൾ മാത്രം. പ്രാകൃതമായ രൂപഭാവങ്ങളും ഭാഷയും. പ്രപിതാമഹന്മാരു പഠിച്ചുപാസിച്ച പുണ്യശബ്ദങ്ങളും പഠിക്കപ്പെട്ടില്ല. പഠിക്കുവാൻ ശ്രമിക്കാഞ്ഞിട്ടല്ല. തലയുടെ ഉള്ളിൽ ശുനകശൂന്യതയായിരുന്നു. പൂർണവും നിശ്ശബ്ദവുമായ തമസ്സ്. ഒരു ശബ്ദവും അർഥവും രൂപവും അവിടെ തെളിഞ്ഞില്ല.

അതൊരു പൊട്ടനായി ജനിച്ചു. എന്താ ചെയ്യാ. തലേലെഴുത്ത്. ന്നാലും ആണാണല്ലോ—എച്ചിലുനക്കിയും തീട്ടം തിന്നും കഴിഞ്ഞോളും.

കണ്ടാൽ നന്ന്. തടീംണ്ട്. ചെലപ്പൊ...ഒക്കെ പട്ടിഭാഗ്യം പോലിരിക്കും.

പട്ടിഭാഗ്യം! പൊട്ടനായാലും ഭാഗ്യംണ്ടായാ മതി. പക്ഷേ ഭാഗ്യം വേണം. ഭാഗ്യം എന്താണ് എന്നതാണ് ചോദ്യം. ഭക്ഷണം കിട്ടാ....കൊടിച്ചിയെ കൊളുത്തുമ്പോൾ ഏറ് കിട്ടാതിരിക്കാ. ഇതിലും വല്യെ ഭാഗ്യം ഒരു ചൊക്ലിക്കും ഇല്യ. ആ അർഥത്തിൽ ഞാൻ ഭാഗ്യവാനാകുന്നു.

ഞാനെന്നാണ് ആദ്യം കൊരച്ചത് എന്നോർമയില്ല. ജനിച്ച് രണ്ടാഴ്ച കഴിഞ്ഞ് കണ്ണുമിഴിക്കുന്ന അന്ന്, ആദ്യ പ്രകാശ രശ്മികൾ കണ്ണിൽ തറച്ചപ്പോൾ ഞാൻ കൊരച്ചിരിക്കണം. അറുപതുദിവസം തള്ളയുടെ വയറ്റിൽ കണ്ണടച്ചുകിടന്നും, പിന്നെ ഭൂസ്പർശമേറ്റ് പതിനാലുദിവസം കണ്ണുമിഴിക്കാതെ ചുരുണ്ടും ശീലിച്ചതുകൊണ്ട് ആദ്യപ്രകാശരശ്മി കൃഷ്ണമണി തുളച്ചുകയറിയപ്പോൾ നന്നെ അലോസരമുണ്ടായി എന്നു കരുതുന്നതാണ് യുക്തി. തലയ്ക്കകത്ത് ഒരു കിരുകിരുപ്പ്. അതേവരെ കേട്ടും ഘ്രാണിച്ചും സ്പർശിച്ചും മനസിലാക്കിയ പരിസ്ഥിതി കണ്ടപ്പോഴുണ്ടായ ആശാഭംഗം. അതാണ് ഏറ്റവും ദുസ്സഹമായത്. സ്വന്തം മാതാശ്രീയുടെ ശബ്ദവും ചൂടുംചൂരും ഉള്ളംകയ്യിന്റെ മർദവും നഖത്തിന്റെ ബലവും മുലകളുടെ മഹാസമൃദ്ധിയും എല്ലാംചേർന്ന് എന്റെ മനസിൽ ഉണ്ടായിരുന്ന രൂപം ആദ്യദർശനത്തിൽ തന്നെ തകർന്നു തരിപ്പണമായി. പിതാശ്രിയുടെ ഒരൊറ്റ കൊരയിൽ അണ്ഡകടാഹം നടുങ്ങുന്നതറിഞ്ഞ ഞാൻ അദ്ദേഹത്തെ കണ്ടപ്പോൾ നാണിച്ചു ചെറുതായി. കാഴ്ച വേണ്ടിയിരുന്നില്ലെന്നു തോന്നി. മനുഷ്യജാതിയുടെ ഒരു ഞൊടിയൊച്ച കേൾക്കും മുമ്പേ വാലാട്ടുന്ന മാതാപിതാശ്രീമാർ. സത്യത്തിൽ യജമനാനന്റെ ആദ്യത്തെ ചൂളംവിളിയാൽ ഈ ഞാനും അറിയാതെ എന്റെ കുഞ്ഞിവാല് ആട്ടുകയുണ്ടായി എന്ന് ഇപ്പോൾ നാണമില്ലാതെ പറയട്ടെ. അത് രക്തത്തിന്റെ വിളിയാണ്. എന്നിട്ടും ഞങ്ങളുടെ രക്തം ഉത്തമമാണെന്ന് ഞങ്ങൾ പറഞ്ഞു. ഒരേ രക്തമുള്ളവർ ഒന്നുചേരുവിൻ എന്നാഹ്വാനം ചെയ്തു.

എന്റെ മാതാപിതാഭ്രാതൃമാതുലശ്രീമാരെയൊക്കെ എനിക്കറിയാമായിരുന്നു. നാലാണും നാലുപെണ്ണും. ഞങ്ങൾ എട്ടായിരുന്നു. എട്ടിന്റെ ഉദാത്തത, പ്രശസ്തി, പ്രായോഗിക സാധ്യതകൾ തുടങ്ങി സമസ്തവും ഞങ്ങൾ ഉറക്കെ പറഞ്ഞു നടന്നു. അഷ്ടമൂർത്തി, അഷ്ടദിക്പാലകന്മാർ, അഷ്ടഗ്രഹത്തിലാഢ്യൻ, അഷ്ടവൈദ്യന്മാർ, അനുഷ്ഠുപ്പ്, എട്ടുപൊട്ടന്മാർ, എട്ടിൽപൊട്ട്...എട്ടിന്റെ അനന്തസാധ്യതയും കേമത്തവും അത്ഭുതാവഹം തന്നെ.

ഞാനാദ്യമായി പുറംലോകം കണ്ടതും എന്നാണെന്ന് അറിയില്ല. ഓരോന്ന് കാട്ടിത്തന്ന്, ഓരോന്ന് പറഞ്ഞുതന്ന് ലോകപരിചയം നേടിത്തന്നത് തള്ളയോ തന്തയോ എന്നും ഓർമയില്ല. ശുനകരായ ഞങ്ങൾക്കോർമശക്തിയുണ്ട്. പക്ഷേ, അതു മനുഷ്യന്റെ ഓർമശക്തിയല്ല. ഞങ്ങൾ ഓർമയെ ഘ്രാണമായി രൂപപ്പെടുത്തുന്നു. അഥവാ ഓർമശക്തിയാണ് ഘ്രാണശക്തിയാവുന്നത്. എന്നിട്ട് ആ ശക്തിവിശേഷത്താൽ

ശത്രുമിത്രസ്ഥാനം, അപകടവസ്തുക്കൾ, ആഹാരനിലവാരം, എന്നുപറഞ്ഞാൽ അന്നത്തിന്റെ ഗുണദോഷചിന്ത, വന്നമാർഗം; വഴി, ലക്ഷ്യം എന്നുവേണ്ട സമസ്തം അറിയുന്നു. മനുഷ്യർക്കായി കുറ്റവാളികളെ മണത്തറിഞ്ഞ്...

ഇതുംകൂടി ഇപ്പോൾ പറയാം. ഞങ്ങളുടെ ഇടയിൽ കുറ്റവാളികളില്ല. കുറ്റവാസനയുള്ളവർ ഇല്ല എന്നർഥം. കക്കാനും ചതിക്കാനും കൂറുമാറാനും കൊല്ലാനും ഞങ്ങൾക്കറിയില്ല. പാപികളുമില്ല. പാപം ചെയ്യാനറിയാത്തവരാണ് ഞങ്ങൾ. ഇന്നേവരെ ഒരൊറ്റ ശുനകനെയെങ്കിലും ഏതെങ്കിലും കുറ്റത്തിന് ഏതെങ്കിലും കോടതി ശിക്ഷിച്ചതായി അറിവില്ല. യജ്ഞത്തിനുള്ള പുരോഡാംശം നക്കിയിട്ടുമില്ല നോക്കിയിട്ടുമില്ല എന്നർഥം. ചുരുക്കത്തിൽ നായ്ക്കളിൽ കുറ്റവാളികളില്ല. പിന്നെ നായ നക്കി നശിപ്പിച്ച നൈവേദ്യത്തിനെപ്പറ്റി പറയുന്നതെന്താണെന്നുവെച്ചാൽ ഞങ്ങൾ തൊട്ടാൽ എന്തും അശുദ്ധമായി എന്നുവിചാരിക്കുന്നവരുണ്ട്. സത്യത്തിൽ അശുദ്ധമാക്കുവാനായി ഞങ്ങളൊന്നും തൊടുന്നില്ല. ചിലപ്പോൾ, വിശപ്പ് സഹിക്കവയ്യാത്ത നേരത്ത് തുറന്നുവെച്ച അന്നം കണ്ടാൽ ഭക്ഷിച്ചു എന്നുവരും. അതും അപൂർവം. മറ്റുള്ളവർക്കായി വെച്ചതാണെന്നറിഞ്ഞാൽ ഞങ്ങൾ തൊടാറില്ല. തൊടരുത് എന്നുപറഞ്ഞാലും മതി. പിന്നെ, അതിക്രമിച്ച് കടന്നു കട്ടുതിന്നാറില്ല. ഞങ്ങളിൽ ചിലർ ആവിധം ആരാന്റെ അടുക്കളയിൽ കടന്നു എന്ന് ആരോപണമുണ്ടായിട്ടുണ്ട്.

നായ നക്കിയതല്ലേ എനി കളയേ പറ്റൂ.

നായ തൊട്ടാലും നായാടി തൊട്ടാലും കളയണം എന്നുണ്ടത്രെ. ആ ചൊല്ലുണ്ടാക്കിയവർ ശിവനു നിവേദ്യം ഭക്ഷിക്കാറില്ല. കാളകൂടം കുടിച്ചതുകൊണ്ടാണോ ബ്രഹ്മഹത്യാപാപം ഉള്ളതുകൊണ്ടാണോ എന്നറിയില്ല. ഏതായാലും നായ നക്കിയപോലെ എന്ന ഒരു ചൊല്ലുണ്ട്. ജീവിതം നായ നക്കി. നായയെപ്പറ്റി നിരവധി ചൊല്ലുകൾ ഉണ്ടായിട്ടുണ്ടല്ലോ. നായിന്റെ വാല് പന്തീരാണ്ടുകാലം കുഴലിലിട്ടാലും പിന്നേം വളഞ്ഞിരിക്കും. അത് അങ്ങനെയാണ് പ്രകൃതി. മനുഷ്യന്റെ കാലും മുമ്പിലേക്ക് മടങ്ങില്ല. എന്താ? ജന്മപ്രകൃതി. സൃഷ്ടി അങ്ങനെയാണ്. എന്നിട്ടും അതിനെപ്പറ്റി ആർക്കും പരിഹാസമില്ല. എന്തെ? നരൻ മുന്തിയവനാകുന്നു നിവർന്നു നിക്കുന്നു. ശാസിക്കുന്നു. അനുസരിക്കാത്തവരെ കൊല്ലുന്നു. നായയും നായാടിയും—നായാടി നരനായതുകൊണ്ട് നായാടിയെ നായ അനുസരിക്കും. നമ്പൂരിയെയും നായ അനുസരിക്കും. ഭേദബുദ്ധി നായക്കില്ല. എന്നാലും ലോകത്തിൽ രണ്ടുവർഗമുണ്ടെന്നു ഏതുപട്ടിക്കും അറിയാം. ആജ്ഞാപിക്കുന്നവരും അനുസരിക്കുന്നവരും. ഭരിക്കുന്നവരും ഭരിക്കപ്പെടുന്നവനും. ആണുംപെണ്ണും. കുന്നുംകുഴിയും. വെളിച്ചവും ഇരുട്ടും. ജനനോം മരണോം. ഇതൊന്നും ഇല്ലാതാക്കാൻ ആർക്കുമാവില്ല. പരസ്പരം പൂരകങ്ങളാണവ. ഒന്നില്ലെങ്കിൽ മറ്റേതുമില്ല. ഒന്നിനുതന്നെയായി നിലനിൽപ്പില്ല. ദ്വൈതമില്ലെങ്കിൽ അദ്വൈതമെവിടെ. മനുഷ്യന്റെ അഹന്ത! ദ്വൈതം എന്ന സത്യമാണ് അദ്വൈതം എന്ന സങ്കൽപ്പത്തിനാ

ധാരം. മനുഷ്യന് ഇത്ര കടന്നു ചിന്തിക്കാനാവില്ല. ചിന്തിക്കാനാവാഞ്ഞിട്ടല്ല. സത്യം കാണാനാവാഞ്ഞിട്ടാണ്. അതിനുമുമ്പ് ചിന്തിക്കുന്നതുകൊണ്ടാണ്. എന്താണ് കാണുന്നത് എന്ന് ആദ്യം ചിന്തിച്ചുറപ്പിക്കും. എന്നിട്ടതു കാണും. അവിടെ സത്യത്തിന്റെ കണികപോലുമുണ്ടാവില്ല. ഞങ്ങൾ സത്യംമാത്രം കാണുന്നു. ഉദാഹരണത്തിന് ഒരു പെൺപട്ടിയെ കാണുമ്പോൾ പെൺപട്ടി എന്നുമാത്രമറിയുന്നു. കാമുകിയും സഹോദരിയും സുഹൃത്തും ഗുരുവും മാതാശ്രീയുമായി കാണുന്നില്ല. ലളിതം, ഋജു. പെണ്ണ് എന്നുപറഞ്ഞാൽ പെണ്ണ്. ആണ് എന്നുപറഞ്ഞാൽ ആണ്. മറ്റുള്ളതൊക്കെ വിശേഷണങ്ങൾ. സത്യത്തിനെ മാറ്റുന്ന അലങ്കാരങ്ങൾ. ഹിരൺമയപാത്രങ്ങൾ. അതുതുറക്കുമ്പോഴാണ് സത്യം സത്യമായി അനുഭവമാകുന്നത്.

പട്ടിക്കും പുഴുവിനും സത്യമുണ്ട്. സത്യമറിയാം. സത്യം ആചരിക്കുകയും ചെയ്യും. എന്നാൽ ഏമാന്മാരെ സൂക്ഷിക്കണം. അവർ മനുഷ്യരാണ്. വരൂ എന്നുപറഞ്ഞാൽ പോ എന്നാണർഥം. ചിരിച്ചുകാണിച്ചാൽ ദ്രോഹിക്കാനാണെന്ന് തീർച്ച. ചെവി ഇച്ചിലാവുന്നപോലെ വിടർന്നു ചിരിച്ച് മധുരം തന്ന് മടിയിൽ വെച്ച് താലോലിച്ചാൽ മനസിലാക്കാം. വാലുപോയി. നന്നായി ഉഴിഞ്ഞ് വാലിൽ ഉമ്മ വെച്ച് തൊട്ടുതലോടി രസിപ്പിച്ച്...ബ്ലൂം! ചോരചീറ്റുന്ന സുഖത്തിന്റെ വേദനകൂടി അറിയില്ല. അതിനുമുമ്പ് മരുന്നായി മന്ത്രമായി. വീണ്ടും മധുരം. ദൈവസൃഷ്ടിമുതൽ മനുഷ്യന്റെ അടിമയായി ജീവിച്ചതിനാൽ വീണ്ടും ഇവന്റെ കാലുനക്കാനെത്തും. ഓരോന്നോരോന്നായി മൂന്നുകാലും മുറിച്ചാലും ഒറ്റക്കാലിൽ ചാടിച്ചാടി എത്തും. എന്നിട്ടോ ഏമാന്മാർ ആ അനുസരണശീലത്തെ പാടിപ്പുകഴ്ത്തും. ചോറുകൊടുക്കാണെങ്കിൽ നായക്കു കൊടുക്കണം! വാലുമാത്രമല്ല വൃഷണവും മുറിക്കും എന്നു ഞാനാദ്യമെ പറഞ്ഞു. അന്തപ്പുരകാവലിനായി പണ്ടുമനുഷ്യരെ ഈവിധം ഷണ്ഡന്മാക്കിയിരിക്കുന്നു എന്ന് ഞങ്ങളുടെ കാർന്നവന്മാർ പറഞ്ഞറിയാം.

അത്ര പഴയ കഥയല്ല. രണ്ടുതരത്തിൽ പുരുഷന്മാരെ ഷണ്ഡരാക്കിയിരുന്നു. വൃഷണം കീറി പരിചയപ്പെടുത്തും, തരിയുടച്ചും.

ഹൌ! പാവം മനുഷ്യർ. ഞങ്ങളുടെ കാർന്നവരുടെ വാക്കുകേട്ട് എന്റെ ഒരു ചെറിയമ്മ അറിയാതെ കരഞ്ഞു.

നോക്ക്! എന്റെ കുട്ടിക്കാലത്തുകൂടി ഏമാന്മാർ ഞങ്ങളെ ഈ വിധമാണ് ഷണ്ഡരാക്കിയിരുന്നത്!

കൊടുംക്രൂരതയാണത്! അമ്മായിക്ക് ശബ്ദം പുറത്തുവരാതായി.

ഈ വിധം ആണത്തം നശിപ്പിക്കപ്പെട്ടവരാണ് ഇന്ന് മനുഷ്യരിൽ പാതിയോളവും. പക്ഷേ, മനുഷ്യർക്ക് സന്തതി വേണ്ടാ എന്നേയുള്ളൂ. സംഭോഗസുഖം വേണം. അതിന്.

അതിന്റെ വിദ്യകൾ മനുഷ്യർക്ക് മാത്രമുള്ളവയാണ്. ശുനകന്മാർക്ക് ആവിധം ഒരു വിദ്യയുടെ ആവശ്യമില്ല. പിന്നേയും എന്നുവെച്ചാൽ ഷണ്ഡീകരിക്കപ്പെട്ടശേഷവും മാനസികമായി ആൺപട്ടിക്ക് ഇണചേരാനുള്ള

താൽപ്പര്യമുണ്ടാകുമല്ലോ....അപ്പോൾ...

ഈ ചെറിയമ്മ ഏഴുനില മാളികയുടെ മുകളിൽ ഏഴുപട്ടുവിരിച്ച പള്ളി മെത്തയിലായിരുന്നു താമസം. അവിടെ ജനിച്ചുവളർന്ന് അവിടെത്തന്നെ ഇക്കണ്ടകാലം ജീവിച്ചതുകൊണ്ട് നാട്ടുനടപ്പ് ഒട്ടും അറിയില്ലായിരുന്നു. നായ്ക്കുട്ടികളെ വിൽക്കുകയും ഉപരിവിദ്യാഭ്യാസം നൽകുകയും ചെയ്യുന്ന ഒരു കൊച്ചമ്മയായിരുന്നു അവരുടെ ഏമാത്തി. സ്വദേശഭാഷ ഒട്ടുംതന്നെ അറിയാത്ത, അഥവാ ആവിധം നടിച്ചിരുന്ന അവർ നായ്ക്കുട്ടികൾക്കായി ഒരു സ്കൂളും നടത്തിയിരുന്നു. ഇരിപ്പ്, നടപ്പ്, ഭക്ഷണം കഴിക്കേണ്ട രീതി, കൊരയുടെ നാനാർഥങ്ങൾ, ദ്രോണവിദ്യ എന്നിവ പഠിച്ചിരുന്നവരുടെ മുഖ്യദാസിയായ ഈ അമ്മായിക്ക് വർഷാവർഷം മൂന്നു പ്രാവശ്യം പ്രസവിക്കുക എന്നതുമാത്രമായിരുന്നു ജോലി. ഒടുവിൽ എനി പ്രസവിക്കാൻ വിഷമമാണ് എന്നറിഞ്ഞപ്പോൾ അമ്മായിയെ ആ മഹാപ്രഭി കൈയോഴിച്ചു. എന്നുപറഞ്ഞാൽ ഒരുദിവസം കാറിൽകയറ്റി ദേശീയപാതയുടെ ഓരത്തു കൊണ്ടുവന്ന് നിർത്തി തിരിച്ചുപോയി. പുറംലോകം കണ്ടിട്ടില്ലാത്ത ആ കൊഴുത്ത് തടിച്ച പട്ടി പകച്ച് നാലുപുറവും നോക്കി. അതേവരെ മണ്ണിൽ കാലുകുത്തിയിട്ടില്ലാത്തതുകൊണ്ട് നടക്കാനും വിഷമമുണ്ടായിരുന്നു. നിന്നനിൽപ്പിൽ പേടിച്ചു മൂത്രമൊഴിക്കുന്ന തടിച്ചുകൊഴുത്ത അവരെ ആ വഴി വന്നിരുന്ന ഒരു ലോറിക്കാരൻ പിടിച്ചുകയറ്റികൊണ്ടുവന്നു. ഐശ്വര്യം തോന്നിച്ച അതിനെ ഞങ്ങളുടെ ഏമാന്റെ അളിയൻ മേടിച്ചു. അവിടെ കുടുംബരക്ഷാധികാരിയായി കഴിഞ്ഞിരുന്ന ഞങ്ങളുടെ ചിറ്റപ്പൻ ശുനകത്തരുണിയെ ഇഷ്ടപ്പെട്ടു. അങ്ങനെയാണ് ഈ ബിരുദാനന്തര ബിരുദധാരിണി ഞങ്ങളുടെ ചെറിയമ്മയായത്. ഞങ്ങൾ ദാസാനുദാസന്മാരാകയാൽ സ്വയം അന്നം സമ്പാദിക്കേണ്ട പണിയില്ല. ഞങ്ങളുടെ അന്ന ദാതാക്കളായ മർത്യർ തീറ്റിപ്പോറ്റിക്കൊള്ളും. അല്ലെങ്കിൽ ആ ചെറിയമ്മ എന്നേ പട്ടിണികിടന്നു ചത്തേനെ.

വീണ്ടും, മറക്കാതിരിക്കുവാനായി പറയുകയാണ് ഞങ്ങൾ, എന്നു പറഞ്ഞാൽ പത്തില്ലക്കാരിൽപ്പെട്ട പട്ടികൾ പട്ടികളിൽ പട്ടിശ്രീയാകുന്നു. ദ്വിജനാകുന്നു. ഇപ്പോഴും ഞങ്ങളുടെ ഇടയിൽ ദ്വിജസംസ്കാരം ഇല്ലാത്തവരുണ്ട്. അവരും ദ്വിജരും ആരും സ്വന്തം തീറ്റതേടി നടക്കുന്നില്ല. എന്നിട്ടും ഒരു പട്ടിയും പട്ടിണികിടന്നു മരിക്കുന്നുമില്ല. വായ കീറിയിട്ടുണ്ടോ ഇരയും കൽപ്പിച്ചിട്ടുണ്ട് എന്ന ആപ്തവാക്യം പ്രത്യക്ഷരം സത്യമാകുന്നു. ഈ വിശ്വപ്രകൃതിയിൽ ഒരു പ്രാണിക്കും പട്ടിണികിടന്നു ചാകേണ്ടിവരില്ല. അങ്ങനെ സംഭവിച്ചിട്ടുണ്ടെങ്കിൽ അതിനുകാരണം പട്ടിപ്പോരാകുന്നു. ആരോടാണ് അങ്കം വെട്ടുന്നത് എന്നും എന്തിനാണെന്നും അറിയാതെ ഞങ്ങൾ അങ്കം വെട്ടുന്നു. പരസ്പരം കടിച്ചുകീറുന്നു. ചത്തും കൊന്നും യുദ്ധം തുടരുന്നു. അപ്പോൾ പിന്നിൽനിന്ന് ഏമാന്മാരുടെ കൽപ്പന കേൾക്കാം. മതി. യുദ്ധം നിർത്തിയിരിക്കുന്നു. ഇരുകൂട്ടരും സമാധാനസന്ധിയിൽ ഒപ്പുവെച്ചിരിക്കുന്നു..... പട്ടികൾക്കു വിശ്രമിക്കാം.

കോഴിപ്പോരും അങ്ങനെയാണ്. അങ്കക്കോഴികൾക്ക് തമ്മിൽത്തമ്മിൽ ഒരു വിരോധവുമില്ല. പലപ്പോഴും ഏകോദരസഹോദരന്മാരാവും. എന്നിട്ടും തമ്മിൽ കൊത്തിമുറിവേൽപ്പിക്കുന്നു. നഖത്തിന് മൂർച്ച പോരാ എന്നു തോന്നി വജ്രം വജ്രം പോലുള്ള കത്തിവെച്ചുകെട്ടുന്നു.

അത് ഭംഗിയും കരുത്തുമുള്ള ഒരായുധമാണ്.

പട്ടിയാണെങ്കിലും അങ്കക്കോഴികളെ പ്രണയിച്ചിരുന്നു. ആലീസെന്ന പട്ടി പറഞ്ഞു.

അതെ. എന്നാലും ഈ ആയുധം എന്തിനുപയോഗിക്കുന്നു. ആർക്കു വേണ്ടി ഉപയോഗിക്കുന്നു. തീർച്ചയായും താൻ പ്രണയിച്ച പിടയെ സ്വന്തമാക്കാനല്ല. ഇത്തിരി നെന്മണി കൊത്തിത്തിന്നാനല്ല. പിന്നെ.

ഏമാന്മാരുടെ രസം. അവർ കുടിച്ച് കുതുകുന്തം മറിഞ്ഞ് വാരിവലിച്ചു തിന്നുമ്പോൾ വാതുവെക്കുന്നു. ആര് ജയിക്കും! ആരു ജയിച്ചാലും കോഴികൾക്ക് ജീവിതം നഷ്ടം. ജയിച്ചാൽ അടുത്ത അങ്കം വരെ സുഖം. തോൽക്കുന്നതുവരെ അങ്കം. സത്യത്തിൽ ചാവേർ. വീരചരമം. ഒന്നുകിൽ പൊരുതി ജയിക്കുക. അല്ലേ വീരചരമം പ്രാപിക്കുക. ജയിച്ചാൽ വീണ്ടും മറ്റൊരു പോര്. ചരമം പ്രാപിക്കുന്നതുവരെ പോര്. ഏമാന്മാരുടെ അടുത്തസേവയ്ക്ക് വറുത്തതും പൊരിച്ചതും കറിയുമായി നിരന്നിരിക്കുക.

അങ്കക്കോഴികളേക്കൾ ഭേദമാണ് നമ്മൾ.

പിതാശ്രിയാണ് ദുഃഖത്തോടെ അതുപറഞ്ഞത്. പക്ഷേ, താത്വികമായി പിതാശ്രീയുടെ നിഗമനം തെറ്റാകുന്നു. ഒരു വാലാട്ടിപ്പട്ടിയും സ്വന്തം ദാസ്യത്തെപ്പറ്റി ചിന്തിക്കാറില്ല. അരുതാത്തതുമാകുന്നു. മാത്രമല്ല, സഹസ്രാബ്ദങ്ങൾ വാലാട്ടി ശീലിച്ചതുകൊണ്ടാ ദാസ്യഭാവം അറിഞ്ഞുമില്ല. ആട്ടാനല്ലെങ്കിൽ വാലെന്തിനാ. എന്നല്ല വാല് കളഞ്ഞവരും വാലുണ്ടായിരുന്ന മൂട് ഇളക്കുന്നു. കാല് നക്കുന്നു. മുഖമുരയ്ക്കുന്നു. ശരീരമാസകലം തുള്ളിത്തുളുമ്പി പാദസേവ ചെയ്യുന്നു. ദാസ്യോന്മാദം. അല്ലെങ്കിൽ ദാസ്യവൃത്തിക്കായി സൃഷ്ടിക്കപ്പെടാത്ത പട്ടികളുണ്ടോ. ഏതു പട്ടിയായാലും പട്ടിയാണോ പാദസേവയാണ് കർമ്മം. ഉറ്റവരും ഉടയവരും ഇല്ലാത്ത തെണ്ടപ്പട്ടിയാണെങ്കിൽക്കൂടി വഴിയെപോകുന്നവരെ കണ്ടാൽ വാലാട്ടും. പളങ്ങും. നന്ദിസൂചകമായി മുരളും.

ഇതൊക്കെയാണെങ്കിലും പട്ടികൾക്കു സ്വാതന്ത്ര്യമുണ്ട്. സൃഷ്ടി മുതലിങ്ങോളം ഒരു ജീവിവർഗം മുഴുവനും ദാസ്യപ്പണിയായി വന്നുകൂടിയതിന് ചരിത്രപരവും ഭൗതികവും ഭൂമിശാസ്ത്രപരവുമായ കാരണങ്ങളേവ. തീർച്ചയായും പട്ടികൾ പരാന്ന ജീവിയല്ല. സ്വയം അന്നംതേടുന്നു. നേടുന്നു. പക്ഷേ ബോധപൂർവം നരന്റെ വീട്ടുവേല ഏറ്റെടുത്തതിനുശേഷം ഇരതേടുന്നസ്വഭാവം ഇല്ലാതായി. അപ്പോഴും സംശയം ബാക്കിയാവാം. ഒരു വംശം എന്നനിലയ്ക്ക് പട്ടികൾ മുഴുവനും വളർത്തു മൃഗങ്ങളായി തീർന്നിട്ടില്ലാത്തതിനാൽ ഈ പ്രസ്താവന ശരിയാണോ! കോഴികളെക്കുറിച്ചാണെങ്കിൽ ഉറപ്പു പറയാം. മനുഷ്യർ നോക്കി വളർത്തുന്നതല്ലാതെ ഒരൊറ്റ കോഴിയില്ല. നായെപ്പോല തെണ്ടിത്തിരിഞ്ഞ് പെറു

ക്കിത്തിന് ഒരൊറ്റ കുക്കുടപ്രജയെങ്കിലും മഷിയിട്ടു നോക്കിയാൽ കാണാനാവില്ല. കാട്ടുകോഴിയുണ്ട്. അത്...അത്...സത്യത്തിൽ എല്ലാ ജന്തുക്കളും കാട്ടിലായിരുന്നു. പെറുക്കിത്തിന്നും നായാടിയും ജീവിച്ചു. ഇന്ന് ഇരുകാലിൽ നടക്കുന്ന മനുഷ്യർകൂടി അങ്ങനെയായിരുന്നു. പിന്നെപ്പിന്നെ കൃഷിചെയ്യാനും ഭക്ഷണം പാകം ചെയ്യാനും പഠിച്ചപ്പോൾ മനുഷ്യർ കാടു വിട്ടിറങ്ങി. ആദ്യംതന്നെ അവന്റെ കൂടെക്കൂടിയ ഞങ്ങളും നാട്ടിലെത്തി. പിന്നെ പതുക്കെപ്പതുക്കെ നാട് നഗരമായി. മഹാനഗരമായി. നായ വളർത്തുമൃഗമായി. ഓമനമൃഗമായി. പൊന്നാരക്കട്ടയായി. നായയെപ്പറ്റി നിരവധി ഗ്രന്ഥങ്ങൾ രചിക്കപ്പെട്ടു. മഹാകാവ്യങ്ങൾ നിർമിച്ചു. നായ മഹാകവി നിരന്തരം ഉച്ചത്തിൽ കുരച്ചു വന്നു. ഞങ്ങൾക്കുംകൂടി നാണമാവുംവിധം ഞങ്ങളെപ്പറ്റി പാടി. വാലാട്ടി:

നായ്ക്കൾ നായക്കൾ നരന്റെ
നാരായണഭാവത്തിന്നാധാരം.
നരകത്തെ നാകമാക്കും നാൽക്കാലികൾ

ഈവിധം ഒട്ടേറെ കവിതകളും കഥകളും ചിത്രങ്ങളും നാടാകെ നിറഞ്ഞു. ഞങ്ങളുടെ ഭക്ഷണക്രമം, സ്വസ്ഥവൃത്തം, രോഗം, രോഗശാന്തി, ഔഷധം, പഞ്ചകർമവിധികൾ എല്ലാം വലിയ വലിയ കലാശാലകളിൽ പഠിപ്പിച്ചു വരുന്നു. ലോകമെങ്ങും നായക്ലബുകൾ തലയുയർത്തി നിൽക്കുന്നു.

ഇതൊക്കെ വംശപുണ്യമാണ് എന്നേ പറയാവൂ. മഹാന്മാരായ കാരണവന്മാരുടെ അനുഗ്രഹം. വംശസ്ഥാപകയായ സരമമുത്തശ്ശിയുടെ പവിത്രനാമത്തിന്റെ ശക്തി.

കന്നിമാസത്തിന്റെ കഠിനമായ കാമജ്വരം ഒന്നടങ്ങി തുലാത്തളർച്ചയ്ക്കുശേഷം മഞ്ഞിലലിയിക്കുന്ന ധനുമാസത്തിരുവാതിരകളിൽ ഞങ്ങളുടെ മോളിക്കുട്ടി എന്ന അമ്മായി അങ്ങനെ പ്രസ്താവിച്ചു. മൂന്നു തവണ ആതിരനിലാവിൽ മാനംനോക്കി മോങ്ങിയതിനുശേഷം കുടുംബകഥകളുടെ കെട്ടഴിക്കുകയായിരുന്നു മോളിക്കുട്ടി അമ്മായി. ഒരു പ്രധാന കാര്യം ഇപ്പോൾത്തന്നെ ശ്രദ്ധിക്കുന്നത് നന്നായിരിക്കും. ഈയിടെ ഞങ്ങളുടെ നാമധേയം നൂറ് ശതമാനം വൈദേശികമായിട്ടുണ്ട്. ഹൈദർ, ഹിറ്റ്ലർ, ടിപ്പു, ടൈഗർ, ബാബർ, മോളി, മേഴ്സി, മേരി....ആവിധം. എന്നാലോ, ആനകൾക്കൊക്കെ തനി ഭാരതീയമായ നാമം. ഒരു നമ്പൂതിരിപ്പാട് മാത്രം സ്വന്തം ആനയ്ക്ക് അക്ബർ എന്നുപേരിട്ടു. അങ്ങനെ ആ ഭാരതചക്രവർത്തിയുടെ ചുമലിൽ ഇരിക്കുന്നതായി ഊറ്റംകൊണ്ടു. ബാക്കിയൊക്കെ തനിനാടൻ പേര്. പത്മനാഭൻ, ശേഖരൻ, രാജേന്ദ്രൻ, ലക്ഷ്മിക്കുട്ടി, മാധവിക്കുട്ടി...ഇങ്ങനെ..

പേരിലൊരർഥവുമില്ല....നായയും നാമവും ഒന്നാണെങ്കിലും. വിളിച്ചാൽ വിളി കേൾക്കണം. ആരെവിളിക്കുന്നു എന്ന് വ്യക്തമാവണം. പട്ടികളേ എന്നുവിളിച്ചാൽ ഞങ്ങളിൽ ആരെന്ന് എങ്ങനെ അറിയും. എല്ലാവരും ഒരുമിച്ച് വാലാട്ടി ഓടിച്ചെന്ന് കാലുനക്കും. അതിനാൽ ഒരു പ്രത്യേക പട്ടിയെ മാത്രം വിളിക്കേണ്ടി വരുമ്പോൾ ഒരുനാമ, ഒരു നമ്പ്ര്, ഒരു പ്രത്യേ

കശബ്ദം വേണ്ടിവരുന്നു.

അതു മനുഷ്യരുടെ ഇടയിലും അങ്ങനെയാണ്.

അഗാധപണ്ഡിതനും ശുനകഭാഷയ്ക്ക് വ്യാകരണംനിർമിച്ച് ചട്ടവട്ടങ്ങൾ ഉറപ്പിച്ച ചതുശാസ്ത്രപണ്ഡിതനുമായ അഭിനവാനുശാസനഭട്ടൻ എന്ന ശുനകബുദ്ധി പട്ടിരത്നം ഉറപ്പിച്ചു പ്രസ്താവിച്ചു. പട്ടി എന്നത് ഭട്ടി എന്നതിന്റെ തത്ഭവമാണെന്നും ഭട്ടൻ എന്നാൽ പണ്ഡിതസാർവഭൗമൻ എന്നാണ് അർഥമെന്നും ഭട്ടവൃത്തിയുണ്ടായിരുന്നതിനാൽ ഭട്ടതിരിപ്പാടായി, ഭട്ടിപ്പാടായി, പട്ടിപ്പാടായി, പട്ടിയായി ലോപം വന്നതാണെന്നും അവിടന്നരുളിചെയ്തു. അന്ന്, ഈ ആത്മകഥാക്കുറിപ്പെഴുതുന്ന ഈ പാവം പട്ടിയും... ആൺപട്ടിപ്പാടാണെ...അതുകേട്ട് കോരിത്തരിക്കുകയുണ്ടായി. അന്നു കേട്ടതു പറഞ്ഞു എന്നതേയുള്ളൂ. പട്ടിയുടെ നിരുക്തം അന്ന് കേട്ടതാണ്. സത്യത്തിൽ ഈ പ്രസ്താവന ആ ശബ്ദേന്ദു ശാസ്ത്രികളുടേതാകുന്നു.

പക്ഷേ, മനുഷ്യരിൽ എല്ലാവർക്കും നമ്പറുകളില്ല. രണ്ടാംകൂറ് മൂന്നാംകൂറ്, അമ്പത്തിമൂന്നാംകൂറ് തമ്പുരാക്കന്മാർവരെയുണ്ട്. നീതിപാലകരും നമ്പ്രുകളായി തിരിച്ചറിയപ്പെടുന്നു. ജയിൽപ്പുള്ളിക്കും നമ്പറുണ്ട്. ഇതിലൊന്നുംപെടാത്ത സാതാപൗരൻ എന്ന വോട്ടർ പേര് ഉപയോഗിക്കുന്നു. പട്ടികൾക്ക് നമ്പരില്ല എന്നതും ഇത്തരുണത്തിൽ പ്രസ്താവയോഗ്യമാണ് എന്നുറച്ചു വിശ്വസിച്ചുകൊണ്ടുതുടരുന്നു.

ബാല്യംഅത്രയൊന്നും ഓർമയില്ലാത്തതിനാൽ വിസ്തരിക്കാനാവില്ല. മാത്രമല്ല, എടുത്തുപറയാവുന്ന ഒരുബാല്യം ഉണ്ടായിരുന്നുമില്ല. തന്തയും തള്ളയും വാത്സല്യത്തോടെ താലോലിച്ചിരുന്നതായി ഓർമയില്ല. തള്ളയ്ക്ക് നിരന്തരം പെറ്റ് കൂട്ടേണ്ടതുണ്ടായിരുന്നു. അതിനാൽ അധികം ഓമനിക്കാനും ലാളിക്കുവാനും സാധിച്ചിരുന്നില്ല. തന്തമാര് മക്കളെ വാത്സല്യത്തോടെതാലോലിക്കുന്ന സ്വഭാവം അന്നുണ്ടായിരുന്നുമില്ല. തള്ള കുറച്ചുദിവസം മുലകൊടുക്കും. എട്ടുമക്കളും ചേർന്ന് എട്ടുമുലയും കുടിച്ചു വറ്റിക്കുകയും ചെയ്യും. പട്ടിക്ക് മുല എട്ടാണ്. അതിനർഥം മുലകുടിക്കാനുള്ളതാകുന്നു. തന്തപ്പട്ടിക്ക് രസിക്കാനുള്ളതല്ല എന്നാകുന്നു സത്യം. തന്തപ്പട്ടിക്ക് മർദിക്കാനായിരുന്നെങ്കിൽ രണ്ടുമുല മതിയായിരുന്നു. ആൺപട്ടിക്ക് രണ്ട് കയ്യേ ഉള്ളൂ. ഇത് പ്രത്യക്ഷം. അനുമാനത്തിന്റെ ആവശ്യമേയില്ല. സാമാന്യേന ഒരു പേറിന്റെ എട്ടുവരെ കിടാങ്ങളുണ്ടാവും. അതിനാൽ എട്ടുമുലകൾ. ഈനിയമം ജന്തുകുലത്തിന് പൊതുവേയുള്ളതല്ല. ആയിരുന്നെങ്കിൽ മനുഷ്യസ്ത്രീകൾ ഒറ്റമുലച്ചിയായേനെ. ആനയും ഒറ്റമുലച്ചിയാവും. ആട് മൂന്ന് മുലച്ചിയും നാലുമുലച്ചിയുമാവും. അതിനർഥം കുട്ടികളും മുലയുമായി ബന്ധമില്ല എന്നാണ്. പക്ഷേ, പരിണാമശാസ്ത്രം എന്തുപറയുന്നു എന്ന് ശുനകപരിണാമവിദഗ്ധ സമിതി ഇതേവരെ വെളിപ്പെടുത്തിയിട്ടില്ല.

എങ്കിലും ഒരുബാല്യം, എത്രയൊക്കെ വർണരഹിതമാണെങ്കിലും ഈയുള്ളവനും ഉണ്ടായിരുന്നു. നേരിട്ട് വാർധക്യത്തിലേക്ക് ഒരു ജീവജ

ന്തുവും പിറന്നുവീഴാത്തതുകൊണ്ട് ബാല്യ–കൗമാര–യൗവന വാർധക്യാവസ്ഥകൾ എല്ലാജീവാലങ്ങളും അനുഭവിക്കുന്നു. ചാതുർവർണ്യം, ചതുർദശ, നാലാശ്രമം, നാലാൾ, നാലുവാക്ക്, നാലിറയം, നാല്... അങ്ങനെ നാലിനും മാന്ത്രികവൈദീക ദൈവീകപരിവേഷം സിദ്ധിക്കുന്നു.

വയറുനിറച്ചുതിന്നുവാൻ കിട്ടിയിരുന്നു എന്നതാണ് എന്റെ ബാല്യത്തിന്റെ ഒരേയൊരു മഹനീയത. സത്യത്തിൽ അത് മഹനീയവും ഉന്നതവുമായിരുന്നു. അക്കാലത്ത് ഒരുനേരമെങ്കിലും കഞ്ഞിവെള്ളം കുടിച്ചു കിടക്കുവാൻ ഭാഗ്യമുള്ള പട്ടികൾ കുറവായിരുന്നു. അപ്പോൾ മൂന്നുനേരം തിന്നാൻ കിട്ടുമായിരുന്ന എന്റെ വിധിയെ അന്യപട്ടികൾ അസൂയോടെ നോക്കിക്കണ്ടു. ചിലതൊക്കെ ബഹുമാനപൂർവം വാലാട്ടി നടന്നു. മറ്റു ചെലോറ്റ വിദ്വേഷത്തോടെ കുരച്ചുവീണു. സ്ഫടികനിർമലമായ അസൂയ! എങ്കിലും ഭക്ഷണം മഹനീയമാണെന്നും ഉദാത്തമാണെന്നും അന്നമാണ് ബ്രഹ്മമെന്നും ആ കുഞ്ഞുനാളിലേ ഞാനറിഞ്ഞു. ഒന്നുകൂടി അറിഞ്ഞു. അന്നമാണ് അധികാരം. ആർക്കാണോ സ്വയം ഉദരപൂരണത്തിനും അന്യനു നൽകുവാനും അന്നമുള്ളത് അയാളാണ് യജമാനൻ എന്നും അയാളുടെ ഭരണമാണ് നടക്കുക എന്നും ഞാനറിഞ്ഞു. വളരെ കഴിയുംമുമ്പ് കൗമാരദശയുടെ അവസാനത്തിലും യൗവനാരംഭത്തിലും ഭക്ഷണം കമ്മിയായപ്പോൾ തീറ്റകിട്ടാൻ വിഷമം വന്നപ്പോൾ, പട്ടിണി എന്താണെന്നറിഞ്ഞപ്പോൾ അന്നത്തിന്റെ അധികാരം എന്താണെന്നറിഞ്ഞു. അനുഭവിച്ചു. പണ്ട് ഞങ്ങളെ പ്രമാണിമാരും മാടമ്പികളുമായി ഗണിച്ച് വാലാട്ടി നടന്നിരുന്ന ഏതാണ്ട് മുഴുവൻ എണ്ണവും കാലമാറ്റത്താൽ നന്നായി. നാടിന്റെ നേതാവായി. എന്നെപ്പോലുള്ള ദ്വിജശുനകർ പട്ടിണിക്കാരായി. വാലാട്ടികളായി. ഞങ്ങളെ ഈ വിധം തലകീഴായി തള്ളിയ ഈ വിധി ശ്വാനനിർമിതമാണ് എന്നറിഞ്ഞപ്പോൾ ആദ്യം ദുഃഖിച്ചു. പക്ഷേ, പട്ടിയുടെ ദുഃഖം ദുഃഖമല്ല. പ്രത്യേകിച്ചും കഴുത്തിൽ പട്ടയുള്ള പട്ടിയുടെ ദുഃഖം ദുഃഖമല്ല എന്നും താത്വികാചാര്യന്മാർ വിധിച്ചു. നീയല്ലെങ്കിൽ നിന്റെ തന്ത ഉണ്ടില്ലേ! അതാണ് നിയമം.

പ്രകൃതിനിശ്ചയവും ശ്വാനനിശ്ചയവും രണ്ടുംരണ്ടാണെന്ന് കാർന്നവന്മാർ എന്നെ പറഞ്ഞുമനസിലാക്കിത്തന്നു. ഒരു ആത്മാവ്, എന്നുപറഞ്ഞാൽ ഒരു ജീവൻ പട്ടിയായി ജനിക്കുന്നത് പ്രകൃതി നിശ്ചയമായിരിക്കും. പട്ടിക്ക് മുഴുവനും ഉള്ള ഭക്ഷണം അപഹരിച്ച് ഇത്തിരിയോളം പട്ടികൾ സുഖിക്കുന്നത് ഏട്ടൻ പട്ടികളുടെ നിശ്ചയവുമാണ്. ഈ ഭൂമീദേവി അവരുടെ എല്ലാമക്കൾക്കും അന്നം സംഭരിച്ചുവെച്ചിട്ടുണ്ട്. അത് ചിലചില ശക്തന്മാർ മാത്രമനുഭവിക്കുന്നത് മുഷ്ക്കുകൊണ്ടു മാത്രമാകുന്നില്ല. ആ വലിയേട്ടന്മാരായിരിക്കണം നിലനിൽപ്പിനായി അവരുടെ രക്തത്തിന്റെ പവിത്രതയെക്കുറിച്ചാദ്യം പറഞ്ഞത്. രാജരക്തം, വിപ്രരക്തം, ശുദ്ധശ്വാനരക്തം...

ഞങ്ങളും വംശശുദ്ധിയിൽ നിഷ്കർഷയുള്ളവരാണ്. ലോകത്തിലേറ്റവും ബുദ്ധിയുള്ളവർഗം ഞങ്ങളുടേതാണ് എന്ന് ഞങ്ങൾ അഭിമാ

നിച്ചിരുന്നു. ഇന്നും ഈ പട്ട കഴുത്തിലണിയുമ്പോൾ ഇത്തിരി അഹം ഭാവം തോന്നുന്നുണ്ടോ എന്നൊരു പട്ടിശങ്ക.

കുട്ടിക്കാലത്തെക്കുറിച്ചുള്ള ഏറ്റവും സ്ഫുടമായ ഒരോർമ ഏതാണെന്നു ചോദിച്ചാൽ അന്ന് ആണുംപെണ്ണും തിരിച്ചറിഞ്ഞിരുന്നില്ല എന്നതാണ്. ആൺപട്ടിയും പെൺപട്ടിയുമായി തിരിയുന്നത്, അഥവാ ആണത്തവും പെണ്ണത്തവും ഉണ്ടാവുന്നത് ജന്മംകൊണ്ട് മാത്രമായിരിക്കില്ല എന്നും പിന്നെയും നൂറുനൂറ് കാരണങ്ങളുണ്ടാവുമെന്നും അന്ന് തോന്നിയിരുന്നു. ഞങ്ങൾ പട്ടികളാണെന്നും പട്ടികളിൽ പത്തില്ലക്കാരിൽ മുമ്പനാണെന്നും യജ്ഞാവകാശികളായ സാക്ഷാൽ സരമയുടെ വംശമാണെന്നും മറ്റും മറ്റും മനസിലായതുപോലെ കുറേക്കഴിഞ്ഞപ്പോൾ ഞാൻ ആൺപട്ടിയാണെന്നും മനസിലായി. ആണായാലുംപെണ്ണായാലും നിർത്താതെ വാലാട്ടുകയാണ് സ്വധർമമെന്നും അന്യധർമങ്ങളൊക്കെ ഭയാവഹമാണെന്നും അറിഞ്ഞു.

ആണുംപെണ്ണും തിരിച്ചറിയുന്നതിന് എന്താണ് സൂത്രമെന്ന് കുട്ടിക്കാലത്ത് അറിഞ്ഞിരുന്നില്ല. അതിന്, ആ വിധം രണ്ടുവർഗമുണ്ടെന്നും ജീവിവർഗം മുഴുവനും സസ്യലതാദികൾ മുതൽ പാഷാണശിലകൾ വരെ ഈ വിധം ലിംഗവ്യത്യാസമനുസരിച്ച് രണ്ടായി തരംതിരിക്കപ്പെട്ടിരിക്കുന്നു എന്നും അന്ന് മനസിലായിരുന്നില്ല. സഹജമായ ജ്ഞാനം നിമിത്തം പെൺവർഗമേതെന്ന് പിന്നീട് മനസിലാകുകയും ചെയ്തു. ബാഹ്യമായ അടയാളങ്ങൾ കണ്ടുപഠിച്ചു. മുഴുവനും മനസിലായി എന്നു പറയുന്നില്ല. പെൺപട്ടിയുടെ കുരയ്ക്ക് മാർദവമുണ്ടെന്നും എന്നാലും നിർത്താതെ കുരച്ചുകൊണ്ടിരിക്കുമെന്നും മനസിലാക്കി. മലമൂത്ര ശോധനവേളകളിൽ ഇത്തിരി മാറ്റം. അതായത് പെൺപട്ടി ഇരുന്നു മൂത്രമൊഴിക്കുമ്പോൾ ആണ് ഒറ്റക്കാല് പൊക്കി സർവേക്കുറ്റികളും ശവപ്പറമ്പിലെ കല്ലുകളും മൂത്രംകൊണ്ടഭിഷേകം ചെയ്യും. ഇതു പ്രകടമായിരുന്നിട്ടും ആദ്യമാദ്യം ശ്രദ്ധിച്ചില്ല. പിന്നെ, അപ്പോഴേക്കും ബാല്യം കൗമാരത്തിന് സ്വാഗതം പറഞ്ഞകാലത്ത് പെൺപട്ടിയുടെ സാമീപ്യത്തിൽ എന്തോ ഒരു സുഖം അനുഭവിക്കുവാൻ തുടങ്ങി. ആ ഗന്ധം, ആ സ്പർശം, ആ ശബ്ദം എല്ലാം ഒരു...രു...രു തരിപ്പുണ്ടാക്കുന്നതായനുഭവപ്പെട്ടു.

അതു നന്നെകുട്ട്യാണ്. ന്നാലും ഇപ്പോഴും പെൺകിടാങ്ങളുടെ അട്ത്ത്ന്ന് മാറില്യ. എന്താവോ കണ്ടേക്കണേ.

കൊച്ചിശീമയിലെ രണ്ടാമത്തെ കൊടുങ്കാറ്റ് കഴിഞ്ഞ് ഞങ്ങളുടെ ഗ്രാമം മുഴുവനും വൃക്ഷങ്ങൾ കടപുഴകി വീണുകിടക്കുന്നത് സശ്രദ്ധം വീക്ഷിച്ച് കണ്ണീർവാർത്തുകൊണ്ട് വാസ്തുമുഴുവനും പ്രദക്ഷിണം വയ്ക്കുന്ന ഞങ്ങളുടെ കാർന്നവര് പറഞ്ഞു. അപ്പോൾ തണുത്ത് വെറുങ്ങലിച്ച്, പേമാരിയും കൊടുങ്കാറ്റും സൃഷ്ടിച്ച ഭയത്തിന്റെ അന്തരീക്ഷം വിട്ടുമാറാത്തതുകൊണ്ട്, തെക്കേത്തലക്കലെ മൂന്നുസുന്ദരികളുടെ മധ്യത്തിൽ ഞാൻ കിടക്കുകയായിരുന്നു. അത് കണ്ടുകൊണ്ടാണ് ആ കാർന്നവര് പറഞ്ഞത്.

ബാലക്ഷയം ബാലക്ഷയം എന്ന ഒന്നുണ്ട്. ആ കാലത്തുണ്ടാകുന്ന ഓജക്ഷയമാണ് ഹേതു. അതും അനാഗതയൗവനനായ ബാലൻ... ചെറുപെൺകിടാങ്ങളുടെകൂടെ...ഒന്നും സംഭവിച്ചില്ലായിരിക്കും...ന്നാലും

എന്നാലും അന്ന് അതിലധികം ആ കാർന്നവര് കുരച്ചില്ല. വീടും വീട്ടുകാരും തന്റെ രക്ഷയിലിരിക്കെ ഈവിധം ഒരു വൻ നാശം വന്നു വല്ലോ എന്നു ദുഃഖിച്ച് നിശ്ശബ്ദം നാശനഷ്ടങ്ങൾ നടന്നു കാണുകയായിരുന്നു ആ ശൂരപരാക്രമി. പ്രകൃതിക്ഷോഭങ്ങളെ തടയാനായില്ലെങ്കിലും താനിന്നോളം വിശ്വസിച്ച് പ്രസവിച്ചു വരുന്ന മേലാളുടെ വസ്തുവഹകൾ ഇങ്ങനെ നശിപ്പിക്കപ്പെട്ടു കണ്ടപ്പോൾ ആ ശുദ്ധഹൃദയനായ സ്വാമിഭക്തന്റെ കണ്ഠമിടറി.

ടിപ്പൂ!

വലിയ തമ്പുരാന്റെ വിളികേൾക്കുംമുമ്പേ കാർന്നവര് ഓടിച്ചെന്ന് ആ കാൽക്കൽ പ്രണമിച്ചു. കാൽച്ചുവട്ടിൽ തൊഴുതുകിടക്കുന്ന വിനീതദാസനെ നോക്കാതെ പൊന്നുതമ്പുരാൻ തന്റെ സാമ്രാജ്യമാകെ ഒന്നോടിച്ചുനോക്കി. എന്തുവീക്ഷണം എന്നാണ് പറയുക. തമ്പുരാൻ വീക്ഷണം. എന്നിട്ട് കയ്യിലുള്ള സ്വർണം കെട്ടിയ ഒറ്റക്കമ്പുചൂരൽ നാലുദിക്കിലേക്കും ചൂണ്ടി.

ടിപ്പൂ! എന്താ ചെയ്യാ. ഇതൊന്നും നമ്മുടെ കയ്യിലല്ലല്ലോ. ഒക്കെ യോഗം....

അതിനുമുമ്പ് ഒരിക്കൽ മാത്രമെ വലിയ തമ്പുരാൻ ആവിധം വിധിയെ അംഗീകരിച്ചിട്ടുള്ളൂ. ചിലതൊക്കെ ചിലപ്പോഴെങ്കിലും അനിയന്ത്രിതമാണെന്ന് അദ്ദേഹം അറിഞ്ഞ സന്ദർഭം. എന്നിട്ടും നിരാശനായില്ല. പ്രകൃതിശക്തിയെ അംഗീകരിച്ചു എന്നുമാത്രം. രണ്ടാമത്തെ കൊടുങ്കാറ്റിനു മുമ്പുണ്ടായ ആദ്യത്തെ കൊടുങ്കാറ്റിൽ ഇതിൽക്കൂടുതൽ നാശനഷ്ടങ്ങളുണ്ടായപ്പോൾ തമ്പുരാൻ പറഞ്ഞിതങ്ങനെയാണ്:

ടൈഗർ. സാരംല്യ. പഴയ പെര പൊളിക്കാനുള്ള ചെലവ് ലാഭം. അത് കാറ്റിൽവീണു. മരം മുറിക്കാനുള്ള കൂലി ലാഭം. ആവശ്യത്തിന് മരങ്ങളും വീണു. കൊമ്പും മുറിക്കണ്ട. കാറ്റത്തും വീഴ്ചയിലും അത് ഒടിഞ്ഞേക്ക്ണു.

ടിപ്പു എന്ന കാർന്നവരുടെയും കാർന്നവർ ടൈഗർ എന്ന വീരശൂരപരാക്രമിയാണ് അന്ന് മുഖ്യദാസൻ. ദാസനല്ല, ദേശരക്ഷാമുഖ്യൻ. അന്നും കൂടി ഒട്ടും മനസിടിഞ്ഞിട്ടില്ലാത്ത തമ്പുരാനാണ് ഈ കൊച്ചു നഷ്ടത്തിൽ മനംനൊന്ത് വിധിയുടെ മുമ്പിൽ കൈകൂപ്പിയത്. ഏതു നഷ്ടവും ലാഭമാക്കാനറിയുന്ന അവിടന്ന് വിലപിച്ചത് നഷ്ടമോർത്താവില്ല. ആ നഷ്ടം വരുത്തിയ പ്രകൃതിയെ നിയന്ത്രിക്കാനായില്ലല്ലോ എന്നോർത്താവും.

മുമ്പ് പറഞ്ഞുവല്ലോ ആജ്ഞാപിക്കാനായി ജനിക്കുന്നവരുണ്ട്. അനുസരിക്കാനായി ജനിക്കുന്നവരുമുണ്ട്. ഏതുകാലത്തും ഈ രണ്ടുവർഗവും ആണും പെണ്ണും എന്നപോലെ നിലനിൽക്കും. ആകാശവും ഭൂമിയും എന്നും മുകളിലും താഴെയുമാകും. മാറാനാവില്ല. അതാണ് പ്രകൃതി.

സർവംസഹയായ പൃഥ്വിയുടെ സംരക്ഷണം സർവശക്തനായ ആകാശത്തിനാവുന്നു. അന്തരീക്ഷപുരുഷന്റെ വക്ഷസിൽ ക്ഷമാദേവി എന്നും സംരക്ഷിക്കപ്പെടുന്നു. ആയിരമായിരം സൽസന്തതികളെ പ്രസവിക്കുന്നു. ഈ ക്ഷോണീതലമാകെ പുതച്ചുകിടക്കുന്ന വ്യോമശരീരി എന്നും എന്നും മേൽക്കോയ്മയായി വർത്തിക്കുന്നു. ഞങ്ങൾ, ശുനകവർഗം എന്നും അനുസരിക്കുവാനായി, ദാസ്യവേലചെയ്യുവാനായി മാത്രം സൃഷ്ടിക്കപ്പെട്ടവരാണ്. അതിന് ഈ കൽപ്പത്തിൽ ഇനി മാറ്റമില്ല. മഹാപ്രളയത്തിനുശേഷം വീണ്ടും സൃഷ്ടി തുടങ്ങുമ്പോഴും പട്ടികളുണ്ടാവും. പട്ടികളൊക്കെ ഉടമസ്ഥന്റെ കാല് നക്കിയും വാലാട്ടിയും ജീവിക്കും. യജമാനനില്ലാത്ത പട്ടി വധിക്കപ്പെടേണ്ടവനായി കണക്കാക്കപ്പെടുന്നു. പേപ്പട്ടിയായി മുദ്രകുത്തപ്പെടുന്നു.

ഞങ്ങൾക്ക് പേ പിടിക്കുമ്പോൾ—അതിനും കാരണം ഞങ്ങളല്ല. ഞങ്ങളെ ആർക്കും തല്ലിക്കൊല്ലാം അല്ലെങ്കിൽ തല്ലിക്കൊല്ലണംന്ന് തോന്നിയാൽ പേപ്പട്ടി എന്നു വിളിക്കാം. എന്നിട്ടു കൊല്ലാം. ഞങ്ങളുടെ ഏമാന്മാരുടെയും ഏമാൻ ചക്രവർത്തി തിരുമനസുണ്ടാക്കിയ നിയമമാണത്. സമസ്ത പ്രജകൾക്കും, രാജാവിനും തെണ്ടിക്കും തുല്യ നീതി ഏർപ്പെടുത്തിയ ധാർമിക ചക്രവർത്തിയുടെ കൽപ്പന. ഒരു പട്ടിയെ തല്ലിക്കൊന്നാൽക്കൂടി നീതി പീഠത്തിന് മുമ്പിൽ വിസ്തരിക്കപ്പെടും. അപ്പോൾ, കൊല്ലാനുള്ള കാരണം ആത്മരക്ഷയും സഹജീവി രക്ഷയുമാണെന്ന് തെളിയിക്കാൻ പട്ടിയെ പേപ്പട്ടിയാക്കണമല്ലോ. തെളിവ് പ്രശ്നമല്ല. പേപിടിച്ച പട്ടി വാലാട്ടുകയില്ല എന്ന് പട്ടി ഡോക്ടർ പറയുന്നു. ആധികാരിക പ്രഖ്യാപനം. ഇപ്പോ ചത്ത, തല്ലിക്കൊന്ന പട്ടി വാലാട്ടുകയില്ല. ഇതിനും വലിയ തെളിവെന്തുവേണം. പേപ്പട്ടിയാണെന്നു വിധിക്കപ്പെട്ടുകഴിഞ്ഞാൽ കൊല്ലുന്നവൻ വീരനാകുന്നു. ശൂരൻ. സമുദായ സ്നേഹി! മനുഷ്യകഥാനുഗായി. പരമവീരചക്ര മുദ്രാർഹൻ.

അപ്പോൾ, യജമാനനില്ലാത്ത പട്ടി സരമയായാലും ബഹുനിന്ദ്യമത്രെ. യജമാനനുണ്ടായാലുള്ള സുഖം, ഞാൻ പറയട്ടെ, പരമാനന്ദമാണ്. പരമമായ ആനന്ദം ബ്രഹ്മാനന്ദമാണെന്ന് പട്ടി പണ്ഡിതൻ പറയുന്നു. തൊട്ടു താഴെയുള്ള ആനന്ദമാണ് ദാസ്യാനന്ദം. അവിടത്തെ പാദാരവിന്ദം നക്കുമ്പോൾ....ഹാ! സായൂജ്യം!

സഹസ്രാബ്ദങ്ങളായി ഞങ്ങളനുഭവിക്കുന്ന അത്യാനന്ദമാണ്. ഒന്നും ചിന്തിക്കേണ്ടതില്ല. ചിന്ത സ്വാമിയുടെ ചുമതലയാണ്. ഞങ്ങളെന്തിന് ചിന്തിക്കണം. പിടിക്കെടാ എന്നുപറഞ്ഞാൽ പിടിക്കണം. നിശ്ശബ്ദം എന്നു കാണിച്ചാൽ കമശിവാന്ന് കൊരയ്ക്കാതിരിക്കണം. ബഹുസുഖം. തലയ്ക്കുമുകളിൽ ഒരാൾ കൽപ്പിക്കുവാനുണ്ടെങ്കിൽ അതിന്റെ സുഖം ഒന്നു വേറെതന്നെയാണ്. ശത്രുഭയം വേണ്ട. ഞങ്ങളെ കല്ലെറിയുന്ന കൂളപ്പിള്ളർകൂടി അകന്നുമാറും. ഒട്ടു ഭവ്യതയോടെ വഴിമാറും.

വേണ്ടടാ. അതാ തുക്ടീടെ പട്ട്യാ. അയാളറിഞ്ഞാ അഴി എണ്ണാറാവും.

ഇത്തിരിയൊക്കെ സ്വാതന്ത്ര്യം കാട്ടിയാലും നാട്ടുകാർ ഞങ്ങളെ ഉപ

ദ്രവിക്കില്ല. കളിച്ചാൽ കളി പടിയും. പഠിപ്പിക്കും. ഞാനും ഞങ്ങളുമല്ല. ഞങ്ങടെ കൊച്ചമ്മമാരുടെ കൊച്ചേമാന്മാർ. അതുലോകസ്വഭാവമാണ്. താടിയുള്ള അപ്പൂപ്പനെ പേടിയുണ്ടാവും. എൻകൂട്ടരെ തൊട്ടാൽ തൊട്ടവ രറിയും. ചൂണ്ടിയാൽ ചൂണ്ടുവിരൽ നിലത്തു നിന്നടിച്ചു വാരിയെടുക്കേ ണ്ടിവരും.

കുട്ടിക്കാലത്തെ മറ്റൊരു ഓർമ്മ മൂത്രവിസർജനത്തെക്കുറിച്ചായിരുന്നു. ഉറക്കത്തിൽ മൂത്രം ഒഴിക്കുന്ന ഒരു സ്വഭാവം എനിക്കുണ്ടായിരുന്നു. ബാല്യംവിട്ട് കൗമാരം കടന്ന് യൗവനാരംഭത്തിലും ആ സ്വഭാവം ഉണ്ടാ യിരുന്നു എന്നു തുറന്നു സമ്മതിക്കുവാൻ ഇന്നു നാണമില്ല. കാരണം അതൊരു ശാരീരിക ദൗർബല്യമായിരുന്നു എന്ന് ഇന്ന് തിരിച്ചറിയാം. ഉറക്കത്തിൽ മൂത്രം മുട്ടി ഉണർന്നാലും മടിപിടിച്ച് കയ്യ് കാക്കൂട്ടിൽ തിരുകി കിടക്കും. പിന്നെ മൂത്രം ഒഴിക്കുന്നതായി സ്വപ്നം കാണും. സ്വപ്നമല്ല. സത്യത്തിൽ സംഭവിക്കുന്നതാണത്. പിന്നെ രാവിലെ അതിനുള്ള ശിക്ഷ. ചുട്ടപെട. അപ്പോഴും ഇത്തിരി മൂത്രം പോവും.

അശ്രീകരം. മറ്റൊരു പട്ടീം കെടക്കുന്നെടം വൃത്തികേടാക്കില്ല. ഇത്... ഇത് തനി ചൊല്ലിന്ന്യാ. എത്ര പഠിച്ചാലും പടിയില്ല്യ.

തിന്നാൻ തരുന്ന തമ്പുരാക്കന്മാർ അങ്ങനെ പറഞ്ഞപ്പോൾ എന്റെ തള്ളക്കു പേടിയായി. പേടിക്കാതെ വയ്യ. ഒന്നിനും കൊള്ളില്ല എന്നു തീർച്ചയായാൽ ഞങ്ങളെ സന്ധ്യനേരത്ത് രാജവീഥിയിൽ ഉപേക്ഷിക്കും. അതേവരെ പുറംലോകം കണ്ടിട്ടില്ലാത്ത പാവം ശുനകശിശു ദേശീയ പാതയിൽ തലങ്ങും വിലങ്ങും നടക്കും. നാലുചക്രവും കയറി ചമ്മന്തി യാവും. ത്രിസന്ധ്യയ്ക്ക് മോക്ഷപ്രാപ്തി. അമ്മയ്ക്ക്—പട്ടികളാവുമ്പോൾ തള്ള എന്നുപറഞ്ഞാമതി—പേടിയാവുംന്ന് തീർച്ചയല്ല. അതുകാരണം ആറ് രാവും പകലും അമ്മ എന്നെ കാക്കൂട്ടിൽ ഒളിപ്പിച്ചു വെച്ചു.

എന്നാലും അതിനെ കണ്ടാ ഒരു ഐശ്വര്യംണ്ട്. തറവാടിത്തംന്നൊ ശുനക തേജസ് എന്നൊ പറയാവുന്ന ഒന്ന്. ഇപ്പോ കളയണ്ട.

വലിയ ഏമാന്റെ നേരെ അനിയൻ രണ്ടാംകൂറ് തമ്പുരാൻ സകല കലാശാസ്ത്രി നിപുണനായിരുന്നു. ശുനകസംഹിത കമ്പൊടുകമ്പ് ഹൃദി സ്ഥമായിരുന്നു. അവിടന്നു കൽപ്പിച്ചു തുടർന്നു.

ഈ രാഹൂന്റെ അപഹാരം കഴിഞ്ഞോട്ടെ. പിന്നെ വ്യാഴം. പിടിച്ചാ കിട്ടില്ല. ശിവശിവ!! ആ വ്യാഴത്തിന്റെ ഒരു ബലം സഹിക്കില്ല. ജന്മനാ പതിനൊന്നിന്. ചാരവശാൽ പതിനൊന്നില്. പഞ്ച മഹാ യോഗപ്രാപ്തി. ദേവാനാം ചളഷീണം ഗുരുവാണ് ബൃഹസ്പതീന്നല്ലെ. അത് ഇപ്പൊ ഇങ്ങനെ ഇരുന്നോട്ടെ. ഒരു ദോഷോം വരില്യ.

പിന്നെ അവ്ടന്ന് എന്നെ പിടിച്ച് മലത്തിക്കിടത്തി. അടിവയറ്റിലെ മറുക് ശ്രദ്ധിച്ചു. നഖം എണ്ണി. വാലിന്റെ അറ്റം പിടിച്ച് തലകീഴായി ആട്ടി നോക്കി. ഒറ്റച്ചെവി പിടിച്ചു തൂക്കിയെടുത്തു. കൺപീലി വലിച്ചു. ഞാൻ ഒരക്ഷരം....ക്ഷമിക്കണം ശുനകാക്ഷരം.....ഉരിയാടിയില്ല. കൺപീലിനന ഞ്ഞില്ല.

കണ്ട്വോ. അതാണ് ലക്ഷണം. പ്രധാനമായ ഇരുപത്തിയൊന്നു ലക്ഷണങ്ങളിൽ പതിനേഴും ഉത്തമം. ബ്രാഹ്മണവംശാണ്. മുൻശുണ്ഠിയേറും സാരംല്യ. ക്ഷണം മാറേം ചെയ്യും.

അമ്മക്ക് സമാധാനമായി ലക്ഷണക്കാരൻ രണ്ടാംക്കൂറ് കൽപ്പിച്ചാൽ പിന്നെ ആരും ഒന്നും പറയില്ല. അവിട്ന്ന് ആരാണ്. ശിവ ശിവാ! പുരുഷാകാരംപൂണ്ട ക്ഷാത്രതേജസല്ലെ. അഗ്നി അഗ്നിയാണ്! തീയ്! തൊട്ടാൽ പൊള്ളും!

മകൻ സുരക്ഷിതനാണെന്നറിഞ്ഞപ്പോൾ തള്ളയ്ക്ക് കണക്കറ്റ് സന്തോഷായി. ഓടിച്ചെന്ന് രണ്ടാം തമ്പ്രാന്റെ ആസനം നക്കണമെന്നും തള്ളക്കു തോന്നി. തന്തപ്പട്ടിക്കും ഓരോന്ന് തോന്നിയിരിക്കണം. പക്ഷേ, അവിടന്ന് ഘനഗംഭീരനായി ഒന്നു മൂളി. അർഥം ആവശ്യാനുസരണം വ്യാഖ്യാനിക്കാവുന്ന പ്രസിദ്ധമായ ആ മൂളൽ ഇന്നും ശുനകവർഗമാകെ അഭിമാനത്തോടെ ഓർത്ത് പുളകം കൊള്ളാറുണ്ട്.

പിന്നെയുള്ള ഓർമ തന്തപ്പട്ടിയുടെ പുതിയ വേളിയെപ്പറ്റിയാണ്. ആരും ഒന്നും അറിഞ്ഞില്ല. തന്ത ആരോടും പറഞ്ഞുമില്ല. ഒരു ദിവസം പ്രദോഷസന്ധ്യക്ക് തന്ത ഒരു ചെറു സുന്ദരിയെക്കൂട്ടിക്കൊളുത്തി എത്തി. തള്ള ആ കാഴ്ചകണ്ടു. ഒരപ്രിയവും കാണിച്ചില്ല. ഒന്നു മുരണ്ടതു കൂടിയില്ല. അൽപ്പനേരം ആ സുരതം നോക്കികിടന്ന ശേഷം തള്ള എഴുന്നേറ്റ് സ്വന്തം നായയേയും പുതുപ്പട്ടിയേയും തൊട്ടുരുമ്മിനിന്ന് ചെവിയിലെന്തൊ മന്ത്രിച്ച് മറ്റൊരു ഭാഗത്തേക്കുപോയി. നേരുപറയട്ടെ, പിതാശ്രീയുടെ ഈ പെരുമാറ്റത്തിൽ ഞങ്ങൾക്കും ഒരപ്രീതിയും തോന്നിയില്ല. എന്നാൽ രണ്ടാം തമ്പുരാൻ അൽപ്പനേരം നോക്കി നിന്നശേഷം കാര്യസ്ഥനെ വിളിച്ചു.

രാമാ. അത് കഴിഞ്ഞാൽ ആ പുത്ത്യേ പട്ടീം കൂട്ടിലാക്ക്. അറുപതു ദിവസം കഴിഞ്ഞാ ചുരുങ്ങീയത് കുറേണ്ണത്തിനെ പെറും. അതിന്റെ മോന്ത കണ്ടില്ലേ. കീരീടെ മോന്തപോലെ. അതിലുണ്ടാവണ സന്തതി കേമാവും. ഉളി ഉളി പായുംപോലെ പായും കേട്ടില്ലേ.....

ഞങ്ങൾ പട്ടികൾക്കുതന്നെ അറീല്യ പട്ടിവർഗത്തിൽ എത്ര ജാതീണ്ട്ന്ന്. അതും മനുഷ്യരെപ്പോലെതന്നെയാവും. അത്രയധികം ജാതി ഉപജാതികൾ. നിറം നോക്കി; മൂക്കിന്റെ ആകൃതി നോക്കി, മുടിയുടെ ചുരുൾ നോക്കി, മൂത്രത്തിന്റെ ചൂരുനോക്കി—ഇങ്ങനെയൊക്കെയാണത്രെ അടിസ്ഥാനവിഭജനം. മഞ്ഞമോന്തൻ, പതിമൂക്കൻ, കീരിമോന്തൻ, കരികാപ്പിരി, കുള്ളൻനരി, കുറ്റൻകാള. ഈവിധം ചില ചില വിഭാഗങ്ങൾ. പിന്നെ അവാന്തരവിഭാഗം. ഇതിനൊക്കെ ശാസ്ത്രംണ്ട്. ഒടുക്കം രണ്ടാം തമ്പ്രാൻ തന്നെ പറയും, "ന്നാലോ വർണസങ്കരം കൂടാതില്ല ശുനകനൊന്നുമേ."

നരനിലും നായയിലും ശുദ്ധമായജാതി, അഥവാ വംശം ഇല്ലതായി എന്നു പറയുന്നു. മഞ്ഞമോന്തൻ കീരിമോന്തയുമായിണചേർന്നതിലുണ്ടായ സന്തതി. ആ വിധം നൂറുനൂറായിരം സങ്കരവർഗങ്ങളുണ്ടായി. പൊതുവിൽ ശുനകർ എന്നു വിളിച്ചു വരികയും ചെയ്തു. രാജ്യപ്പേരു കൂട്ടിയും ചിലരെ വിളിക്കാറുണ്ട്. രാജപാളയം, തിബത്തൻ, ഹിമാലയൻ,

രാജസ്ഥാനി എന്നിങ്ങനെ. ഞങ്ങൾക്ക് എന്തുവിളിച്ചാലും ഒരു വിരോധവും ഇല്ല്യ. പക്ഷേ, ദേശവ്യത്യാസവും വർണവ്യത്യാസവുമനുസരിച്ച് സ്വഭാവം മാറുമെന്നും രൂപവർണങ്ങളിൽ മാറ്റമുണ്ടാകുമെന്നും അതുനിമിത്തം വിലയിൽ ഏറ്റക്കുറവ് സംഭവിക്കുമെന്നും ഞങ്ങളുടെ ഉടമകൾക്കറിയാം. നാടന് ഒരു വിലയും ഇല്ല്യ എന്ന് എല്ലാവർക്കുമറിയാവുന്നതാണല്ലോ. നാടൻ നായക്കുമാത്രമല്ല നാടനായ ഒന്നിനും വിലയില്ല. നാടൻഭാഷ, നാടൻവേഷം, നാടൻവിദ്യ, നാടൻ....നാട്ടുകാർക്കും വിലയില്ല എന്നതാണ് ശ്വാന സത്യം. ശുനകന് സത്യം എന്നുപറയേണ്ട ആവശ്യമില്ല. ശുനകന്മാർ നുണ പറഞ്ഞതായി ചരിത്രമില്ല. ശുനകനെന്നല്ല ഒരു നാൽക്കാലിയും ഇന്നേവരെ നുണ പറഞ്ഞിട്ടില്ല. ഒരു വൃക്ഷലതാദിയും പൊളി പറഞ്ഞു പറ്റിച്ചതായി ഒരുശ്രുതിയും സ്മൃതിയും രേഖപ്പെടുത്തിയിട്ടില്ല. അതൊക്കെ മനുഷ്യനു മാത്രമുള്ള സിദ്ധിയാണ്.

നാല്

ഈ ഭൂമുഖത്ത് ശുനകവർഗം ആദ്യം ഉണ്ടായത് എവിടെയാണെന്ന് വലിയ പിടിയില്ല. ശുനകവർഗം എന്നല്ല, ജീവജന്തുവർഗം എവിടെ പൊടിച്ചുണർന്നു. ഒരു ആദിമാതാപിതാക്കളിൽനിന്നാണോ സമസ്ത സൃഷ്ടിയും ഉണ്ടായത്. അതോ ഒരു നൂറ് സ്ഥലത്ത് നൂറ് തള്ളതന്തപ്പടിമാരിൽ നിന്നാണോ ഉത്ഭവം. ഞങ്ങളുടെ രക്ഷിതാക്കളായ മനുഷ്യർ എന്തുപറഞ്ഞാലും ഞങ്ങൾ വിശ്വസിക്കുന്നത് വേറെയാകുന്നു. ഈ ഭൂമുഖത്ത് പത്തു ദിക്കിലായി ശ്വാനവർഗം സൃഷ്ടിക്കപ്പെട്ടു. പത്തും സ്വർലോകമാതാവായ സരമയുടെ മക്കളായിരുന്നു. ഒരുൽക്കാപാതത്തിനൊപ്പം ഭൂമിയിൽ വന്നവതരിച്ച ആ പത്തു സന്തതി പരമ്പരകളായി ഞങ്ങൾ വളർന്നു വന്നു. പത്തില്ലക്കാരായി. ഭൂമിയിൽ ഞങ്ങൾ പത്തും പത്തുതാവഴിയായി വന്നതുതന്നെയാണ്. അല്ലാതെ ഒരൊറ്റ അമ്മയ്ക്കച്ഛനിൽനിന്നുണ്ടായി വളർന്നു പന്തലിച്ചു വന്നതല്ല. മനുഷ്യനും ഒരേയൊരുതായ്ത്തടിയിൽനിന്നുത്ഭവിച്ചവരാവില്ല. പലയിടത്തും സൃഷ്ടി നടന്നിരിക്കാം. ഒരേസമയത്ത് അത്യം സ്വർലോകവാസികളായ ദേവന്മാർ അവരുടെ തൽസ്വരൂപത്തിൽ പണിതിറക്കിയതാവും. അതോടെ അവരുടെ പണി തീർന്നു. സൃഷ്ടിയിൽ സ്രഷ്ടാവിന് ഒരുനിയന്ത്രണവും ഇല്ലാതായി. വേറെ ഒരുവിധം പറഞ്ഞാൽ അപ്പൂപ്പൻ താടി പൊട്ടിത്തെറിച്ച് കാറ്റത്ത് പാറിപ്പറന്ന് ഓരോരോ ഇടത്ത് വിത്തുവീണ് അവിടവിടെ പുതുസസ്യം വളരുമ്പോലെ നാകലോകത്തുനിന്നെന്നോ ഒരുൾക്കാപ്പാതമായി നക്ഷത്രത്തകർച്ചയിലെ ചെറുതരികളിൽ പറ്റിപ്പിടിച്ച ജീവകണം വന്നുപതിച്ച ഭൂയോനികളിൽ സൃഷ്ടി സംഭവിച്ചു. സഹസ്രയോനിയായ മേദിനീദേവി സഹസ്രബീജം സ്വീകരിച്ചു. സഹസ്രാധികം സന്താനസൃഷ്ടി നടത്തി. അതാണ് പട്ടി പുരാണം പറയുന്നത്. അതാണ് വചനം. മനുഷ്യർ ഉണ്ടാക്കുന്ന പുരാണം അപൂർണവും അർധസത്യവും അധികാലങ്കാരവിചി

ത്രവും ആകുന്നു. കാരണം മനുഷ്യഭാവന വികസിച്ചിട്ടില്ല. ഉള്ള കവി കൽപ്പനകൾ ഭാഷയിൽക്കൂടി പുറത്തുവരുമ്പോൾ ലുബ്ധാർഥങ്ങളും അനുഭവ ക്ലിഷ്ടവുമായിത്തീരുന്നു. അർഥനഷ്ടം തന്നെ സംഭവിക്കുന്നു. ഭാഷയുടെ പരിമിതികളെ കടന്നുകയറിയ ഞങ്ങൾക്കാകട്ടെ, സ്വാനുഭവങ്ങൾ അന്യനെ അറിയിക്കുവാൻ പദവാക്യഘടന ആവശ്യമില്ല. ഈ ഭൂമിയിലും മേലും കീഴുമുള്ള ലോകങ്ങളിലും സമാനഹൃദയമുള്ള ശ്വാക്കളിലേക്ക് ഞങ്ങളുടെ ചിന്ത നേരിട്ട് നിമിഷാർഥംകൊണ്ട് എത്തിച്ചേരുന്നു. മനോവേഗതയിൽ എന്നർഥം. മനുഷ്യന് അതു സാധ്യമല്ല. പക്ഷേ, മനുഷ്യന് മുൻകാലുകൾ കയ്യുകളായി രൂപം പ്രാപിച്ചതിനാൽ ചില മെച്ചങ്ങളുണ്ടായി. ഇരുകാലിൽ നിവർന്നുനിന്നപ്പോൾ മുൻകാല് സ്വതന്ത്രമായി. അതിനാൽ അവയ്ക്കായി ചില പണികൾ കണ്ടെത്തി. മണ്ണു മാന്തിയും മരംമുറിച്ചും കരബലം വർധിച്ചു. പത്തുവിരലും പത്തു പണിയും പഠിച്ചു. അതൊരു മെച്ചം. ആയിരം കാലുള്ള സഹസ്രപാദി ഈവിധം പഠിച്ചില്ല എന്നത് മറ്റൊരു കാര്യം. ഏതായാലും കരകൗശലംകൊണ്ട് സമയത്തെയും ദൂരത്തെയും മറികടക്കുവാൻ മർത്യൻ പഠിച്ചു. ഞങ്ങൾക്കില്ലാത്ത കഴിവാണത്. പക്ഷേ, അതേസമയം അവരുടെ മാനസികശക്തിക്കെതിരെ അവഗണിച്ചു. മാധ്യമസഹായമില്ലാതെ അന്യോന്യം സംഭാഷണം സാധിക്കാതായി.

കലികാലത്ത് അങ്ങനെ സംഭവിക്കും. എനിയും കലി മൂക്കുമ്പോൾ ഇന്ന് സർവാധിയായിരിക്കുന്ന മനുഷ്യർ വെറും അടിമയാകും. യന്ത്രങ്ങൾ അവനെ ഭരിക്കും. ജനനമരങ്ങൾകൂടി യന്ത്രം തീരുമാനിക്കും. നിയന്ത്രിക്കും.

പണ്ഡിതനായി പട്ടിവിഭൂഷണം ശുനകവിജ്ഞാനരത്നം അങ്ങനെ പറഞ്ഞിട്ടുണ്ട്. പറഞ്ഞതല്ല; രേഖപ്പെടുത്തിയിട്ടുമുണ്ട്. ശുനകവിജ്ഞാനകോശം എട്ടാം വോള്യം ആയ 1998–ാം പേജിൽ നിങ്ങൾക്ക് അതു വായിക്കുകയുമാകാം. വായിക്കാനാണെങ്കിൽ പക്ഷേ, അക്ഷരവിദ്യ ഉടൻ പുറന്തള്ളപ്പെടും. എഴുത്തും വായനയും ആവശ്യമില്ലാതാവും. ഒരു ബട്ടൻ, ഒരു ചുവപ്പടയാളം, ഒരു പച്ച, ഒരു വിരൽ. ഒന്നുതൊട്ടാൽ ലോകവിജ്ഞാനം ചുരുൾ നിവർത്തും. കാണാം കേക്കാം.

ഭവിഷ്യത്ത് പുരാണം എന്ന ഒന്നുണ്ട്. ഭാവിയോളജി എന്ന പുത്തൻ സാധനം തന്നെ. അതിൽ ഈ വിധം പറഞ്ഞിട്ടുണ്ട്.

ഒന്നുംരണ്ടും ശുനകമഹായുദ്ധങ്ങളോടെ ലോകത്താകമാനം വിജ്ഞാനപ്രസ്ഥാനം നടക്കുകയുണ്ടായി. മുമ്പൊരിക്കലും ഉണ്ടാകാത്ത വിധം ജ്ഞാനവിജ്ഞാനരംഗങ്ങളിലുണ്ടായ ഈ മഹാപ്രസ്ഥാനം മാനവരാശിയുടെ മുന്നേറ്റം ത്വരിതമാക്കുകയും ചെയ്തു എന്ന് പിന്നീട് സ്ഥിരീകരിക്കുകയും ചെയ്തുവത്രെ.

മുന്നേറ്റം മുന്നേറ്റം എന്നുപറഞ്ഞാൽ മാനവരാശിയുടെ മുന്നേറ്റം എന്ന് ആദ്യമെ പറഞ്ഞുവെച്ചിട്ടുണ്ടല്ലോ. മർത്യകുലത്തിൽ ജനിച്ചിട്ടും പട്ടിയേക്കാൾ അധികം പതിതരാക്കപ്പെട്ടവരുണ്ട്. പതിതനായി ജനിച്ചവ

രുണ്ട്. അവരുടെ മുന്നേറ്റത്തിന് എന്തു സ്ഫോടനമാണുണ്ടായത്? ഭൂമിയും ജലവും വിൽക്കുവാൻ പഠിച്ചു. ഇപ്പോൾ പ്രാണവായുകൂടി വിൽക്കുന്നു. ഈ ഭൂമി, ഈ പാർപ്പിടം ഒരാൾക്കു വിൽക്കുവാൻ എങ്ങനെ സാധിക്കും. ഇവിടെയുള്ള പട്ടി, പന്നി, പൂച്ച, പെരുച്ചാഴി തുടങ്ങി മഹാഭൂരിപക്ഷത്തിന്റെ തറവാട് സ്വത്ത് ഒരുപിടി ഇരുകാലികൾ ക്രയവിക്രയം ചെയ്യുന്നതെങ്ങനെ.

എങ്ങനെയായാലും വിറ്റു!

ഭൂമിയിലും അന്തരീക്ഷത്തിലും മനുഷ്യൻ ഒരു സാങ്കൽപ്പിക രേഖ വരച്ചു. ഇതാ, ഇതിനപ്പുറം ചവിട്ടരുത്! ഇതുകണ്ടുവോ ഈ വരയ്ക്കു ള്ളിൽ ഞങ്ങളുടെ സർവാധിപത്യമാകുന്നു. ഇത് ഞങ്ങളുടേയാണ്. ഞങ്ങളും നിങ്ങളുമാണ് പ്രശ്നം.

അതിരിക്കട്ടെ. എന്റെ ഓർമയിൽ ഒന്നിൽക്കൂടുതൽ അതിർത്തി തർക്കങ്ങൾ എല്ലായിടത്തും ഉണ്ടായിട്ടുണ്ട്. ഞങ്ങളും കാരണമായിട്ടുണ്ട്. അഥവാ ഞങ്ങളെ കാരണമാക്കിയിട്ടുണ്ട്. അതിർത്തിക്കപ്പുറത്തുനിന്ന് ഒരു കോഴി പറക്കിത്തിന്നുതിന്ന് ഞങ്ങളുടെ പറമ്പിലെത്തി. പിതാശ്രീ കുറേ നേരം കണ്ടില്ലെന്നു നടിച്ചു. അവിടന്ന് സാത്വീകനാണല്ലോ. ഒടുവിൽ ആ പെടയുടെ ഊറ്റം സഹിക്കാൻ വയ്യാതെയായപ്പോൾ അതിന്റെ കഴുത്തിൽ ചുംബിച്ചു. മനോഹരാംഗിയുടെ മൃദുല കണ്ഠനാളം മുറിഞ്ഞു. ചുടുചോര ഒരൊറ്റത്തുള്ളി നിലത്തുവീഴാതെ തന്തപ്പടി ഊറ്റിക്കുടിച്ചു. പപ്പും തൂവലും പറിച്ചു വൃത്തിയാക്കി. അടുവയറ്റിൽ നഖമമർത്തി. കുണ്ടിക്കൊടല് ചണ്ടി പ്പണ്ടാരങ്ങളും കൊക്കും കാലും ബാക്കിയായി. ആ കുക്കുടപ്പിട ആ വിധം മോക്ഷം പ്രാപിച്ചു.

അതിനെത്തുടർന്നായിരുന്നു ആദ്യത്തെ യുദ്ധം. ഞങ്ങളുടെ വന്ദ്യ പിതാവ് അതേ ചെയ്തുള്ളൂ. പിന്നെയൊക്കെ കോഴിമുതലാളിയും ഞങ്ങ ളുടെ ശ്വാനതമ്പുരാനും തമ്മിലുള്ള പോരായിരുന്നു. വേലി പൊളിച്ചു. പടിപ്പുര തകർത്തു. ഏറുപടക്കം പൊട്ടിച്ചു. ഇരുപക്ഷത്തും ജീവാപായം സംഭവിച്ചു.

വെട്ടേറ്റുകിടക്കുന്ന മനുഷ്യരെ കാണാൻ ഒരു ഭംഗീല്യ. മാത്രമല്ല അവര് ആ ശരീരം കത്തിച്ചു കളേം ചെയ്യും. സ്വയം തിന്നില്ല. വേണ്ട മറ്റാർക്കും വിശപ്പു മാറ്റാമെന്നു കരുതൂല്യ. സ്വാർഥികൾ.

കഷ്ടം കഷ്ടം! തിന്നാനുംകൂടിയല്ലാതെ വെറുതെ കൊല്ലുന്ന വർഗം. ശവം തീനികൾക്കുമുപകരിക്കാതെ ചത്തോരെ മറവു ചെയ്യുന്ന പ്രാകൃത. ഇബറ്റെയ്ക്കൊക്കെ എന്നാ എനി ബുദ്ധീണ്ടാവാ. ആവോ.... കൊന്നുര സിക്കുന്ന ഒരു വർഗം ഈശ്വരസൃഷ്ടിയിൽ വേറെയില്ല.

ഈവിധം ചില അഭിപ്രായങ്ങൾ അന്നു കേട്ടതായി ഓർമയുണ്ട്. എന്നിട്ടും, ജന്മവാസനയാകാം. ഞങ്ങളൊക്കെ മനുഷ്യന്റെ അടിമയായി ജീവിക്കുന്നു. അതാണ് വിധി. വിധിയെന്നു പറയരുത്. അത് പ്രകൃതി നിയമമാകുന്നു. അതിനെ മാറ്റി മറയ്ക്കാനാവില്ല. നിത്യം മാറുന്ന സമൂ ഹത്തിൽ ഒരിക്കലും മാറാത്ത നിയമമാണ് എന്നതിന് തെളിവാണത്. പഞ്ചതന്ത്രക്കഥകൾ പഠിക്കാതെ തന്നെ അതറിയാറാവും. നിത്യം പഞ്ച

സാരപ്പായസം തന്നു വളർത്തിയാലും മീൻതല കണ്ടാൽ ഞങ്ങൾ ചാടിപ്പിടിക്കും. അതു മാറ്റുവാൻ ആർക്കുമാവില്ല. വാസനയാണത്. സഹസ്രാധികം ജന്മപരമ്പരകളിലൂടെ ആയിരാധികം യജമാനന്മാരെ പൂജിച്ചുപചരിച്ച ഞങ്ങൾ ബ്രഹ്മാവിന്റെ പാദത്തിൽനിന്നുത്ഭവിച്ചവരാവും എന്ന് ഇടയ്ക്കൊക്കെ തോന്നിയിട്ടുണ്ട്. പാദാരവിന്ദങ്ങളോടുള്ള ഭക്തി മുഖാരവിന്ദത്തോടില്ല എന്നതാണ് സത്യം. ഞങ്ങൾ പക്ഷേ, ഒരാളുടെയും മുഖം നോക്കാറില്ല. മുഖം കണ്ടാൽ ആളെ അറിയാനും വിഷമം. എന്നാൽ കാലു കണ്ടാൽ കാലടിപ്പാട് കണ്ടാൽ ഞങ്ങൾ തിരിച്ചറിയും. അതാണ് വാസനാബലം. നിത്യനിരന്തര സ്വാധ്യായത്തിന്റെ ബലം .

ഞങ്ങളുടെ ഇടയിലും കുറേപ്പേർ സ്വാതന്ത്ര്യം എന്നു കുരച്ചു നടന്നു. വഴിപോക്കരെ ഒളിഞ്ഞിരുന്നു ഭയപ്പെടുത്തി. ചെറുപ്പത്തിന്റെ ഊക്ക്. ഒറ്റയ്ക്കും തെറ്റയ്ക്കും കണ്ടെത്തി വൃദ്ധരെയും രോഗികളെയും കടിച്ചു. ചിലർ ചത്തു എന്നും കേട്ടു. പക്ഷേ, അവരുടെ നായാടികൾ ഞങ്ങളെ വളഞ്ഞു. ചങ്ങലയ്ക്കിട്ടു. രണ്ടുനേരം കൈവെള്ളയിലും കാലിലും ചട്ടുകം പഴുപ്പിച്ചുവച്ചു. മൂത്രദ്വാരത്തിൽ മുള്ളുകയറ്റി. ആസനത്തിൽ കനലിട്ടു പുകച്ചു. സുഖം. അവരൊക്കെ പിന്നെ ഏമാൻ സൂക്തവും മേലാള സഹസ്രനാമവും ജപിച്ചു. ചിലർ വയസുകാലത്ത് ചെറുമക്കളെ അടുത്തു വിളിച്ച് വീരഗാഥകൾ പാടിക്കേൾപ്പിച്ചു.

എന്തിനാണ് സ്വാതന്ത്ര്യം വേണ്ടത്. ഒരു പട്ടിക്ക് പൂച്ചയാവാൻ സാധിക്കുമോ. വേണ്ട, രാജപാളയം പട്ടിക്ക് ജർമൻ ഷപ്പേഡാവാൻ സാധിക്യോ.

അതും അതിലപ്പുറവും സാധിക്കണം. അതിനാണ് നമ്മൾ ഒളിപ്പോര് നടത്തുന്നത്.

എന്റെ വന്ദ്യ താതൻ ഈ വിപ്ലവത്തിൽ പങ്കെടുത്തിരുന്നുവത്രെ. കളത്രപുത്ര സമ്പത്തുകൊണ്ട് കുബേരനായിരുന്ന ആ മഹാത്മാവ് കുറഞ്ഞൊരു സുഖിയനായിരുന്നു. വംശരക്തത്തിന്റെ വിളി. ദ്വിജസംസ്കാരത്തിന്റെ വേലിയേറ്റം. ഊണും ഉറക്കവും നിർബന്ധം. ബാന്ധവം അത്യാവശ്യം. കയ്യും മെയ്യും അനങ്ങാൻ മടി. സാധിക്കുമെങ്കിൽ യോഗനിദ്രയിൽ മനോരാജ്യം കാണുവാനാണ് താൽപ്പര്യം. പക്ഷേ, ആള് നൂറ് ശതമാനം ശുദ്ധൻ. സത്യവ്രതൻ. പരോപകാരി. കണ്ടാലും യോഗ്യൻ. പാവങ്ങളോട് കാരുണ്യൻ. തെണ്ടിപ്പട്ടികളോടുള്ള സ്നേഹാധിക്യം നിമിത്തം അവരെ ഉദ്ധരിക്കുവാനായി മാത്രം തീവ്രവാദം ശീലിച്ചു. സ്വതേ തത്വശാസ്ത്രത്തോടാഭിമുഖ്യം. അതിനാൽ വിപ്ലവ തത്വശാസ്ത്രം തലങ്ങും വിലങ്ങും വ്യാഖ്യാനിച്ചു. അഭിനവതാർക്കികാചാര്യനായി. പക്ഷേ, പ്രയോഗത്തിൽ ഇത്തിരി പിന്നിലായി. വേണ്ടെന്ന് വെച്ചില്ല അതാണ് സ്വഭാവം.

ലോകചരിത്രത്തിൽ ആദ്യമുണ്ടായ പട്ടിവിപ്ലവമാണത്. യുഗങ്ങളായി അടിമകളാക്കപ്പെട്ട പട്ടികൾ ചങ്ങലപൊട്ടിച്ചു, കുറച്ചുനേരം സ്വതന്ത്രരായി വീണ്ടും.

പക്ഷേ, അതിൻഫലമായി ഭരണവർഗം അടിമവർഗത്തിന്റെ ശബ്ദത്തിന് കാതുകൊടുത്തുതുടങ്ങി. ശുനകർക്കും അവകാശങ്ങൾ നൽകി

യാദരിക്കുവാൻ ശ്രദ്ധിച്ചു. പലരും ശുനകവർഗത്തിനെ പത്തില്ലക്കാരെ പണ്ടേക്കു പണ്ടേ കുറഞ്ഞൊന്നു ഗണിച്ചിരുന്നു. ഈ പത്തിന്റെ താഴെയുള്ള മറ്റെല്ലാപട്ടികളും അധഃകൃതരായിത്തന്നെ കഴിഞ്ഞുകൂടുകയായിരുന്നു എന്നത് സത്യമാകുന്നു. അധഃകൃതനല്ല. ഹരിശുനകൻ.

അപ്പഴാണ് കുഴപ്പം സംഭവിച്ചത്. ആരാണ് യഥാർഥ ഏമാൻ എന്ന താണ് സംശയം. ഞങ്ങളുടെ ഏമാൻ എന്നു ഞങ്ങൾ കരുതിയിരുന്ന പൊന്നു തമ്പുരാന് മീതെയും തമ്പുരാക്കന്മാരുണ്ട്. ഈ പൊന്നു തമ്പു രാൻ ആ പൊന്നു തമ്പുരാനെ കണ്ടാൽ തലകുമ്പിട്ട് വണങ്ങണം. പാദാ രവിന്ദങ്ങളിൽ നമസ്കരിക്കണം. ആചാരമുറയ്ക്ക് ഇരുപത്തൊന്നു തവണ കുരയ്ക്കണം. പിന്നെ, ആ പൊന്നു തമ്പുരാനും ഒരു തമ്പുരാൻ. ഒടുവിൽ സർവശക്തനായ ആ തമ്പുരാനോ? തമ്പുരാട്ടിയെ കണ്ടാൽ കാൽക്കൽ വീണ് നമസ്കരിക്കും. ആസനം നക്കും. ആ തമ്പുരാട്ടിയും സ്വന്തം അന്തഃപുരത്തിൽ വളർത്തുന്ന ശീമയാൽ ശീമയായ സാരമേയ ത്തിനെ നക്കിമിനുക്കി.

പഞ്ചതന്ത്രം വായിക്കണം എന്ന് മുതുമുത്തപ്പൻ പറഞ്ഞതാണ്. മൂഷി കസ്ത്രീയാണ് സർവശക്ത. പരമപവിത്രമായ ഉന്നതോത്തരസ്ഥാനം പട്ടി യുടേതാകുന്നു എന്നു മനസിലാകുമ്പോൾ പിന്നെ എന്ത് അപകർഷത യാണ്? ആരാണടിമ. ആരാണടിമ? മേലാളർ ആരാണ്? കീഴാളരൊ! ശുദ്ധ ഭോഷ്ക്!!

അതാണ് മായ; കാണുന്നതൊന്നും കാഴ്ചയല്ല. പരമാർഥവുമല്ല. ഏകവും നിത്യവും നിരതിശയകരവുമായ സത്യം പൊതിഞ്ഞുവെച്ച കന കമണിച്ചെപ്പുകൾ മാത്രം. ഈ കാഞ്ചനമുടികൾ തുറന്നുനോക്കുമ്പോൾ ശൂന്യം. ശുനകശൂന്യം. ശുദ്ധശൂന്യതയെയാണ് ഇത്രനാളും പൂജിച്ചത് എന്നറിയാറാവും. ഇല്ലായ്മയ്ക്ക് വ്യാഖ്യാനം നൽകി. നിർഗുണവും സഗു ണവുമാക്കി നിരാകാരവും സകാരവുമായി സങ്കൽപ്പിച്ചു. ശുദ്ധമായ ഇല്ലാ യ്മയെ ഇല്ലായ്മകൂടി ഇല്ലായിരുന്നു എന്നു ചമൽക്കരിച്ചു. ജീവിതം ഇന്നി ന്റേതാകുന്നു. വർത്തമാനകാലം. പഞ്ചഭൂതസംഘാതം. ഭൂതമൈത്രി നഷ്ട പ്പെടുമ്പോൾ ആകൂട്ടായ്മയുടെ ഫലവും ഇല്ലാതാകുന്നു. അതാണ് സത്യ മായ സത്യം. ഇന്ന്. ഇപ്പോൾ. ഈ നിമിഷം. അതനുഭവിക്കുക. അതാണ് നായ്ക്കളുടെ വിധി. ശുനകവേദം.

അതിനാൽ ഓർമകളില്ലാതാകുന്നു. ഓർമിക്കേണ്ടതായി ഒന്നുമില്ല. മറക്കരുതാത്തതായി മറവി മാത്രം. പട്ടികൾക്ക് ഭൂതകാലമില്ല. ഭാവിയു മില്ല. കഴിഞ്ഞതു കഴിഞ്ഞു. വരാനുള്ളത് വന്നിട്ടുമില്ല. പിന്നെ ആകെയു ള്ളത് താൽക്കാലികാനുഭവം മാത്രമാകുന്നു. അതനുഭവിക്കുക. അതില ധികം ഒന്നുമില്ല. ഉണ്ടെന്നു നടിക്കുന്നത് നാട്യം മാത്രം. ഈ സത്യം അറിയാവുന്നവരായ ഞങ്ങൾ പട്ടികൾ, ഭൂതകാലത്തെക്കുറിച്ച് ദുഃഖിക്കാ റില്ല. ഇങ്ങനെ അല്ല ചെയ്യേണ്ടിയിരുന്നത്, അങ്ങനെയാവാമായിരുന്നു, വയ്യ എന്നു പറയാമായിരുന്നു, അവളെ വേക്കാമെന്നു പറയേണ്ടിയിരു ന്നില്ല, ഒരുനിമിഷത്തെ ചാഞ്ചാട്ടം വേണ്ടായിരുന്നു. അന്ന് വേറെ പെണ്ണിനെ

കെട്ടാമായിരുന്നു, എങ്കിൽ ഇന്നെത്ര സന്തോഷമായേനെ, അവയെ കാൽക്കൽ ഇടത്തുഭാഗത്ത് കിടത്താമായിരുന്നു, എന്നാലെത്ര നന്നായേനെ. ദാ ഇങ്ങനെയൊര് നൂറുകൂട്ടം ആവാമായിരുന്നു, അരുതായിരുന്നു, ആലോചിക്കാമായിരുന്നു, വേണ്ടായിരുന്നുകളൊന്നും ഞങ്ങൾക്കില്ല. കഴിഞ്ഞതുകഴിഞ്ഞു അതെന്നെ. പിന്നെ അതൊന്നും ഓർമേണ്ടാവില്ല. ഓർമേണ്ടാവില്ല എന്നു പറഞ്ഞാൽ ഓർമിക്കേണ്ടതായ ആവശ്യമില്ല എന്നതാകുന്നു. എന്തിന് ഓർമിക്കണം. എന്താണ് ആവശ്യം. കഴിഞ്ഞ കാലം കഴിഞ്ഞു. എനിയതു തിരിച്ചു വരില്ല. കാലത്തിന്റെ നിത്യ ഭണ്ഡാരത്തിൽ ആ നിമിഷം നിക്ഷേപിച്ചു. അവിടെ കാലം ഘനീഭവിച്ചു കട്ടയായി കിടക്കുന്നു. അഗാധമായ കാലനിക്ഷേപം. അതിൽനിന്നൊരു പൊടിപോലും പൊട്ടിച്ചെടുക്കാനാവില്ല. അനന്തമായ കാലത്തിന്റെ മഹാശൂന്യതയിലേക്ക് തള്ളിയിട്ട മുഹൂർത്തം. അത് നിത്യതയുമായി ഒന്നായി. എനി തിരിച്ചറിയാനുമാവാതെ, നിശ്ചലമായി.

അപ്പോൾ പട്ടികൾ കഴിഞ്ഞതോർത്ത് ദുഃഖിക്കാറില്ല എന്നതാണ് സത്യം. മനുഷ്യൻ കഴിഞ്ഞതോർത്ത് ദുഃഖിക്കുന്നു. വരാനുള്ളതിനെയോർത്ത് ഭയപ്പെടുന്നു. ഞങ്ങൾക്കു ഭയമില്ല. നാളെ സൂര്യനുദിക്കും. ഞങ്ങൾ കുരയ്ക്കും. എന്നാലും സൂര്യനുദിക്കും. എന്നുവെച്ച് ഞങ്ങളുടെ കൊര വേണ്ടെന്നു വെയ്ക്കുകയില്ല. സൂര്യോദയംപോലെ പമ്പരവിഡ്ഢിത്തം വേറെയൊന്നില്ല. ആവർത്തനവിരസം. എത്രകാലമായി ഇതു തുടങ്ങിയിട്ട്. ഭൂമിയുടെ ഉൽപ്പത്തിമുതൽ ഒരു മാറ്റവുമില്ലാതെ. എനിയൊരു ദിവസം തെറ്റിക്കരുതേ? പ്രദക്ഷിണം അപ്രദക്ഷിണമാക്കരുതേ? ഒരുപക്ഷേ, സവിതാവിനുമുണ്ടാകും ഒരേമാൻ. കഴുത്തിൽ പട്ടകെട്ടി പൊന്നിൽ ചങ്ങലകൊണ്ട് കിഴക്കേ പടിക്കൽ കെട്ടിയിട്ടിട്ടുണ്ടാകും. കിഴക്കു പടിഞ്ഞാറ് സഞ്ചരിക്കാം. അത്രമാത്രം അതിന്റെ സഞ്ചാരസ്വാതന്ത്ര്യം നിയന്ത്രിക്കപ്പെട്ടതാവും പാവം സൂര്യൻ!!

സൂര്യചന്ദ്രന്മാരുടെയും താരാനക്ഷത്രങ്ങളുടെയും സഞ്ചാരസ്വാതന്ത്ര്യംകൂടി നിയന്ത്രിക്കപ്പെട്ടിരിക്കുന്നു എങ്കിൽ പാവം പട്ടിയുടെ അടിമത്തത്തെപ്പറ്റി ഇത്ര പറയണോ. ദാസ്യപ്പണിയെ ഇത്രയും പുച്ഛിക്കണോ. ലോകം മുഴുവനും അടിമകളാണ്. കാലത്തിന്റെ അടിമകൾ. മനുഷ്യരുടെ അടിമകൾ. മനുഷ്യർ തമ്മിൽ തമ്മിൽ അടിമ. ദാസാനുദാസൻ. മഹാശക്തരെന്നു ഭാവിക്കുന്നവർ ഏതെങ്കിലും ആദർശത്തിനടിമ. ശാസ്ത്രത്തിനടിമ. അഥവാ ചില വാക്യങ്ങൾക്കടിമ. ദ്വിജരായി നടിക്കുന്ന ബുദ്ധിജീവികളെപ്പോലെ ചില മന്ത്രം ജപിച്ചാലേ ഉറക്കം വരൂ, മന്ത്രമില്ലെങ്കിൽ ഭക്ഷണം ഇറങ്ങില്ല എന്ന സ്ഥിതി. ഉണ്ണാൻ മന്ത്രം. അക്ഷരങ്ങൾക്കടിമ. അടിമയ്ക്കടിമ. വർണങ്ങൾക്കടിമ. നിറങ്ങൾക്കടിമ.

പക്ഷേ, സ്വന്തം അടിമത്തം എല്ലാവരും ഭൂഷണമായി കരുതുന്നു. അതാണ് വിസ്മയം. ഏതോ നാലോ നാൽപ്പതോ പുറങ്ങളുള്ള ഒരു പുസ്തകത്തിനടിമയായി ഈ ലോകത്തിൽ ഒരുകോടി ജനങ്ങളുണ്ട്. അച്ചടിയക്ഷരങ്ങൾക്കുവേണ്ടി കൊല്ലുന്നു. ചാവുന്നു. മഹായുദ്ധങ്ങൾ നടത്തുന്നു.

എന്നിട്ടും സ്വതന്ത്രരാണെന്നു പറയുന്നു.

ഇതൊക്കെ ഈ പാവം ചൊക്ലിയുടെ ഓർമയിലുണ്ടായിരുന്നുവോ. ഇല്യ. ഉണ്ടായിരുന്നില്ല. ഇപ്പോൾ ഉദിച്ചുപൊങ്ങിയതാണ്. ചിന്തകൾ അവിടെത്തന്നെ ഉത്ഭവിച്ചതാണ്. പ്രപഞ്ചസൃഷ്ടിപോലെ സ്വദേഹത്തുനിന്നു തഭവിക്കുന്നു. സ്വന്തം ഇച്ഛ! ഇവിടെ ഇച്ഛകൂടിയില്ലാതെ സൃഷ്ടി സംഭവിക്കുന്നു. ആദ്യം ആശയങ്ങളുണ്ടാവുന്നു. അവ്യക്തമായി ആശയങ്ങൾ അക്ഷരങ്ങളും പദവാക്യങ്ങളുമായി ഉരുത്തിരിയുന്നു. കവിതയായി അവതരിക്കുന്നു. ആ കാവ്യസൃഷ്ടി സ്വതന്ത്രമാണ് എന്നു കരുതാം. മറ്റൊക്കെ പരതന്ത്രമാവും. പരതന്ത്രം അത്ര ചീത്തയല്ല. ഭയാനകവുമല്ല എന്നു ധരിക്കണം. സ്വശരീരത്തിന്റെ പാരതന്ത്ര്യം ആദ്യം ധരിക്കണം. സ്വന്തം ദേഹത്തിന്റെ, മനസിന്റെ, ആത്മാവിന്റെ, എല്ലാം എല്ലാറ്റിന്റെയും നിസ്സഹായത. അൽപ്പവിഭവം. വിഭൂതി ലേശംമാത്രം. ശക്തിഹീനം. പിന്നേയും ശക്തനാണെന്നഹങ്കരിച്ച് ദേഹദേഹി പാരതന്ത്ര്യം മറന്ന് മേനിക്കണ്ടപ്പത്തം നടിച്ച് അന്യ ജീവജന്തുക്കളെ കുറ്റം പറയുന്നു.

കഷ്ടം! മാവും പ്ലാവും! കണ്ടില്ലേ. നിന്നിടത്തുനിന്നനങ്ങാൻ വയ്യ. അവറ്റേടെ ഒരു....ഒരു.....ഒരു....അസ്വാതന്ത്ര്യ.....ഹൗ!

ഞാൻ ചിരിച്ചു ചിരിച്ചു കുഴഞ്ഞു. വയറ് കൊളുത്തിപ്പിടിച്ചു. ഇതു പറേണ ഏമാന് ഒരുനിമിഷം മുമ്പുപിമ്പു ചലിക്കാനാവില്ല. ഒരടി മുമ്പു വെയ്ക്കാം. ഒരുനിമിഷം മുമ്പുവെയ്ക്കാനാവില്ല. ഒരു മുഹൂർത്തം പിന്നിലേക്കും ചലിക്കാനാവില്ല. എന്നിട്ടാണ് മാവിനെയും പ്ലാവിനെയും പരിഹസിച്ചു ചിരിച്ചത്. അവയ്ക്ക് ഭൂതഭാവികളിൽ സഞ്ചരിക്കാം എന്ന് പാവം ഇരുകാലിക്കറിയില്ല. മരംചലിക്കുന്നില്ലല്ലോ എന്നുപറഞ്ഞാൽ ഒരു വൃക്ഷവും ഒരു വാഹനത്തിലും ഏറിപ്പോകുന്നില്ലല്ലോ എന്നർഥം. അതാണ് സാരം. വാഹനത്തിൽ കേറുന്നില്ല, നിന്നിടത്തുനിന്നനങ്ങുന്നതുമില്ല എന്ന് മറ്റൊരുവാദം. വാദിക്കുകയല്ല അതാണ് അവരുടെ ദൃഷ്ടിയിൽ പ്രത്യക്ഷം. പ്രത്യക്ഷത്തെക്കാൾ വലിയ തെളിവില്ല. പക്ഷേ, അവ ചലിക്കുന്നുണ്ട്. സ്ഥൂല ശരീരം നിന്ന നിലയിൽ നിൽക്കുന്നതായി തോന്നുന്നു. പക്ഷേ, സൂക്ഷ്മശരീരം ചലിക്കുന്നു. അവ നിലയുറപ്പിച്ച ഈ ഭൂഗോളരഥം സഞ്ചരിക്കുന്നു. അതും എല്ലാവർക്കുമറിയാം, ചലനമില്ലാത്തതൊന്നുമില്ല. അചലമെന്നും തോന്നുന്ന പാഷാണ ശിലകൾകൂടി സഞ്ചരിക്കുന്നു. ഭൂത-ഭാവികളിൽ സഞ്ചരിക്കുന്നു. ഇച്ഛമാത്രയിൽ ബാല്യത്തിലേക്കും വാർധക്യത്തിലേക്കും മരണാനന്തര ജീവിതത്തിലേക്കും പ്രവേശിക്കുവാനാവും. ചിലപ്പോൾ ചില ദിക്കിലേക്ക്, ചില ലോകങ്ങളിലേക്ക് ഈ ശരീരത്തിന് പ്രവേശനാനുമതിയില്ല. അനുമതിയില്ലാഞ്ഞിട്ടല്ല. ശരീരപരാധീനതകൾ. പരിധികൾ അതിനനുവദിക്കുന്നില്ല എന്നുസാരം.

എന്റെ കൗമാരം അത്രയേറെ മധുരമായിരുന്നില്ല. ഇത്തിരി ആഭിജാത്യത്തിൽ കവിഞ്ഞ് ഒന്നും കൈമുതലായുണ്ടായിരുന്നില്ല. അഷ്ടഗ്രഹത്തിലാഢ്യത്തം വറത്തുകുത്തായിരുന്നു എന്നു പറഞ്ഞ ആഢ്യപുത്രിയെപ്പോലെ ആഭിജാത്യം കൊണ്ടു വയറുനിറഞ്ഞിരുന്നില്ല എന്ന സത്യം

അറിഞ്ഞിരുന്നതുകൊണ്ടാവാം, കൗമാരത്തിൽത്തന്നെ എന്നെപ്പിടിച്ച് മറ്റൊരു അർധപ്രഭുകുടുംബത്തിൽ പുരയ്ക്കകത്തും കാവലിനും കുളപ്പുര ശ്രീലകം നോക്കുവാനുമായി അയച്ചു. ഭക്ഷണം കിട്ടും. ഇടയ്ക്കൊന്ന് കുരയ്ക്കണം. പട്ടിയായാൽ കുരയ്ക്കണം എന്നാണു നിയമം. പക്ഷേ അധികം കുരച്ചാൽ എന്റെ വലിയ ഏമാൻ ശുണ്ഠിയെടുക്കും. മൗനമാണവിടേക്കു താൽപ്പര്യം. നാലാളു കാൺകെ നടപ്പുരയിൽ കിടക്കണം. ഒന്നുമുരളണം അത്രതന്നെ.

അതിനു നല്ല ബുദ്ധ്യാ! കുശാഗ്രം! കൂർമം! അങ്ങനെ കണ്ടതിനും കേട്ടതിനും ബഹളം വെക്കില്ല. ആവശ്യത്തിന്. അതും നന്നെ പിശുക്കി. ഇബ്ടത്തോരടെ ശ്രദ്ധ ആകർഷിക്കാൻ മാത്രം. അതാണതിന്റെ കടമ. അതുകഴിഞ്ഞാൽ പിന്നെ ഇബ്ടേള്ളരെടെ കർത്തവ്യാണല്ലോ. അതോടെ പട്ടീടെ ചൊമതല കഴിഞ്ഞു. പിന്നെ പട്ടി മൊതലാളീടെ ചൊമതല. അതാണ് അതിന്റെ.....

എനിക്കു ബഹുസന്തോഷമാവും. ഏമാന്റെ വാക്കുമാത്രമല്ല പ്രവൃത്തീം നല്ലതാ. ഒന്നുതൊട്ടുതലോടാനും അവിടുന്ന് സമയം കണ്ടെത്തിയിരുന്നു. പക്ഷേ, അവിടത്തെ മക്കളായി രണ്ടു സുന്ദരിക്കുട്ടികളുണ്ടായിരുന്നു. തനിവെള്ള. സ്ഫടികം. തൊട്ടാൽ പൊട്ടണ കുപ്പിത്തണ്ട്. അതൊക്കെ കാഴ്ചയിൽ മാത്രം. ഉള്ള് തനികറുപ്പ്. കാരിരുമ്പ്. അന്യന്റെ ദുഃഖം കണ്ടാൽ സന്തോഷിക്കുന്ന ചെറുപ്പം. എനിക്കു തരുന്ന ഉരുള തൊടാൻ സമ്മതിക്കാതെ അവർ വടിയും പിടിച്ചിരിക്കും. എടുത്തോ, തിന്നോ എന്നു കൽപ്പിച്ചാലേ തൊടാവൂ. ഒന്നു തൊട്ടു നാറ്റിച്ച് വീണ്ടും ഓമനക്കിടാങ്ങളെ നോക്കും. അപ്പൊ അവരു പറയും എനി തിന്നോ. ഞാനാർത്തിയോടെ തിന്നാൻ തുടങ്ങുമ്പോഴാവും ആജ്ഞ! നിർത്ത്. ഉടനെ നിർത്തണം. ഇല്ല്യെ മർദനം. ഇതൊന്നും ദുഷ്ടതകൊണ്ടല്ല, അനുസരണപഠിപ്പിക്കാനായിരുന്നു എന്ന് ഇപ്പോൾ എനിക്കറിയാം. ഈ ബാല്യകൗമാരപാഠങ്ങളാണ് എന്നെ പ്രിയങ്കരനാക്കിയത്. എന്റെ കൊരയും കടിയും ഘ്രാണശക്തിയും ഒന്നുമല്ല. ഓട്ടത്തിന്റെ മികവും ചാട്ടത്തിന്റെ കണിശതയും അല്ല. അനുസരണം. ഏമാന്റെ ശ്വാസോച്ഛ്വാസത്തിന്റെ അർഥംകൂടി എനിക്കറിയാം. ചൂളംവിളിച്ചാൽ എന്തിനാണെന്ന് എനിക്കു മനസിലാവും. ഭക്ഷണത്തിനിടയിൽ, മൂത്രശോധനയ്ക്കിടയിൽ, ചാട്ടത്തിൽ, ഓട്ടത്തിൽ എല്ലാം യന്ത്രംകണക്കെ ഞാൻ കൽപ്പനയനുസരിക്കും. അതാണ് മിടുക്ക്. അതാവട്ടെ, അന്നത്തെ ആ കുപ്പിത്തണ്ട് പോലുള്ള പെൺകിടാങ്ങളുടെ ഈർക്കിലി പ്രയോഗത്തിന്റെ മെച്ചവുമാണ്.

അല്ലേ സാരമേയേം! എന്തുകൊണ്ട് അനുസരണം ഇത്ര ശ്രേഷ്ഠമായ ഗുണമായി മാറി.

ഞാൻ, കൊടിച്ചികളിൽ ദ്വിജനായ ഞാൻ പറയാം. എന്നതുകൊണ്ടെന്നാൽ പട്ടിജീവിതത്തിന്റെ ലക്ഷ്യവും മാർഗവും അനുസരണമാകുന്നു. എന്തുകൊണ്ടെന്നാൽ ഇവിടെ മാർഗവും ലക്ഷ്യവും ഒന്നാകുന്നു. എന്തുകൊണ്ടെന്നാൽ ഞാൻ പട്ടി അനുസരണയുള്ള മൃഗമാകുന്നു.

അല്ലേ സാരമേയം. എന്നിട്ടും എല്ലാ മൃഗങ്ങളും ഇത്രമാത്രം ശ്രേഷ്ഠതമമായ ഈ ഒരൊറ്റ ഗുണത്തെ വളർത്താത്തത് എന്തുകൊണ്ടാണ്.

ഞാൻ പറയാം, എന്തുകൊണ്ടെന്നാൽ വയറ് അനുസരിക്കാത്തതുകൊണ്ട്. എന്തുകൊണ്ടെന്നാൽ അന്യജീവികൾക്ക് അന്നംതേടിപ്പിടിക്കുന്നതിൽ മാത്രം ശ്രദ്ധയുള്ളതുകൊണ്ട്. എന്തുകൊണ്ടെന്നാൽ അന്നവിചാരത്തിൽ കവിഞ്ഞവിചാരം അവറ്റയ്ക്കില്ലാത്തതുകൊണ്ട്.

അല്ലയോ പട്ടീ. ശ്വാവേ! അപ്പോൾ വയറ് ഇത്രചീത്തയാണോ.

ഞാൻ പറയാം. എന്തുകൊണ്ടെന്നാൽ വയറ് ഒരനാവശ്യ അവയവമാകുന്നു. എന്തുകൊണ്ടെന്നാൽ പരിണാമചക്രത്തിലെ ഒരു കൈപ്പിഴയായിരുന്നു. എന്തുകൊണ്ടെന്നാൽ വയറില്ലാത്ത വൃക്ഷലതകളേക്കാൾ വയറുള്ള ജീവജന്തുക്കൾ നികൃഷ്ടരും നിർദാക്ഷിണ്യരുമാകുന്നു. ഇതു ഞാൻ പറയാം. വയറ് ഇനി പരിണാമങ്ങളിലൂടെ ചുരുങ്ങി ചുരുങ്ങി പോയ കാലത്തിന്റെ ഒരടയാളം മാത്രമായി അവശേഷിക്കുമ്പോൾ, ഹേ ചോദ്യകർത്താവായ സംശയാലു അനുസരണം ജ്ഞാനവും വിജ്ഞാനവും ശാന്തിയും സമാധാനവുമാണെന്ന് വ്യക്തമാവും.

അതുകൊണ്ട് ഈ ഭൂമുഖത്തുള്ളവരെ മുഴുവനും അനുസരണം പഠിപ്പിക്കണം. അതിനായി ഓമൽകുമാരിമാരെ നിയോഗിക്കണം. അനുസരിക്കുകയാണ് കർത്തവ്യം. പ്രകൃതിയെ അനുസരിക്കണം. അതാണ് വിഷമം. അതേസമയം ഏറ്റവും സുരക്ഷിതവും സുഖസമൃദ്ധവുമായ ജീവിതം പകരം ലഭിക്കുന്നതും അനുസരണയുള്ളവർക്കുമാത്രമാകുന്നു. ദൈവരാജ്യംകൂടി.

ഇപ്രകാരം കുട്ടിക്കാലത്തുതന്നെ യജമാനസ്നേഹം, സ്വജനാഭിമാനം എന്നിവയിലൊക്കെ ഞാൻ വളരെ വളരെ മുമ്പനായിത്തീർന്നു. അക്കാലത്തുതന്നെയാണ് മറ്റുള്ള നായ്ക്കളിൽനിന്ന് വളരെ ഉയർന്നവനാണ് ഞാൻ എന്ന തോന്നൽ തുടങ്ങിയത്. മറ്റു പട്ടികളൊക്കെ വെറും കീടങ്ങൾ, ചൊക്ലിപ്പട്ടികൾ, ഞാൻ മാത്രം പട്ടികുലതിലകം, ശുനകഭാഷാരത്നം, സാരമേയ സാർവഭൗമനൻ എന്നൊക്കെ ന്യായമായും ഞാൻ വിചാരിച്ചു. വിശ്വസിച്ചു. പർവതശരീരിയായ എന്റെ മുമ്പിൽ മറ്റു ശുനകകീടങ്ങൾക്ക് എന്തുണ്ട് വില. എന്താണ് അവറ്റയ്ക്കുള്ളത്. രൂപം, ജയം, യശ്ശസ്, ശബ്ദം, ബുദ്ധി, കവിത്വം? എന്തുണ്ട്! ഈ വിചാരംകൊണ്ട് എന്റെ ശരീരം വിജൃംഭിച്ചു. എന്റെ ചങ്ക് വീർത്തുപൊട്ടും എന്നുതോന്നി. സദാ ഒരു പുച്ഛച്ചിരി എന്റെ ശരീരം മുഴുവനും വ്യാപിക്കുവാനും തുടങ്ങി. അതാണ് മർമം. ശ്വാക്കൾ ചിരിക്കുന്നത് ചുണ്ടുകോട്ടിയും ചിറി നീട്ടിയുമല്ല. വാലിന്റെ അറ്റംമുതൽ മൂക്കിന്റെ തുമ്പുവരെ ഞങ്ങൾ ചിരിക്കുന്നു. ഓരോ രോമകൂപവും ചിരിക്കുന്നു. ആനേരത്ത് ഞങ്ങളുടെ ദേഹത്തുനിന്ന് ഒരു പുച്ഛഗന്ധവും പുറപ്പെടുന്നതായിരിക്കും. കരച്ചിലും ആവിധം ശരീരം മുഴുവനും വ്യക്തമായി കാണാം. പുച്ഛാഗ്രവും നാസികാദ്യവും വിയർക്കുന്നതുപോലെ. കർണഞരമ്പുകൾ തുടിക്കുകയും ശ്വാസം ശീഘ്രമാവുകയും ചെയ്യും. ശ്വാസം ഇടമുറിയും. ഒരു പ്രത്യേക ദുഃഖ

ഗന്ധം ഉടലെടുക്കും. ഇതൊക്കെ ശ്വാനന്മാരുടെ പൊതുലക്ഷണങ്ങളാണ്. ചിരിയും കരച്ചിലും ആഹന്തശുനകർക്ക് ദേഹാസ്പദം....

ബാല്യത്തിൽത്തന്നെ മറ്റൊരു സ്വഭാവവും ആരംഭിച്ചു. രാപ്പകൽ സ്വപ്നം കാണുക എന്നതായിരുന്നു ആ സ്വഭാവം. കണ്ണുതുറന്നാലും അടച്ചാലും മഹത്തായ സ്വപ്നംകാണും. അവ വിചിത്രമെങ്കിലും ശാസ്ത്രീയമായിരിക്കും. ഒരു വെളുത്ത ഏകാദശി നാളിലാണ് ആദ്യം ആ അനുഭവമുണ്ടായത്. ഏകാദശിരാവിൽ ചന്ദ്രബിംബം നോക്കിക്കിടക്കുമ്പോൾ വെളിപാടുണ്ടായി. ചന്ദ്രകിരണങ്ങൾക്ക് ഭൂമിയിലെത്താമെങ്കിൽ അതേകിരണങ്ങളിൽക്കൂടി യാത്രചെയ്ത് നമുക്കു ചന്ദ്രനിലുമെത്താമല്ലോ. വളരെനാൾ അതും അതുപോലെ അതുമിതും ചിലതും തോന്നി. വേറെ ചിലത് എന്നുപറഞ്ഞാൽ ചന്ദ്രനിലുള്ള ഒരു ശ്വാവിന് ഭൂമിയെ ചന്ദ്രനെന്നപോലെ പ്രകാശഗോളമായി കാണാമല്ലോ. അപ്പോൾ ഭൂമിയിൽനിന്നു പതിക്കുന്ന രശ്മികൾ ചന്ദ്രോപരിതലത്തിൽ പ്രവേശിക്കുന്ന മാർഗത്തിലൂടെ ആ രശ്മിയിൽ പിടിച്ചുകൊണ്ട് ഒരുപട്ടി ഭൂമിയിലും എത്താവുന്നതാകുന്നു. കീഴ്മേൽ മറയുന്നു. അർഥശൂന്യമാകുന്നു. വാനവരൊക്കെ ഈ വിധമാകും ഗോളാന്തരയാത്രചെയ്യുന്നത്. പ്രകാശരശ്മിയാകും അവരുടെ വാഹനം. അഥവാ രഥചക്രം ഉരുളുന്ന പാത. അതു പ്രാവർത്തികമാക്കുവാനുള്ള സാങ്കേതികജ്ഞാനം സാരമേയങ്ങൾക്കുണ്ട് എന്നു ഞാൻ വിശ്വസിച്ചു. അനവധികാലം ഈവിധം ഗോളാന്തരയാത്രയെക്കുറിച്ച് ആലോചിച്ചശേഷമാണ് ഭൗതികശരീരം കൂടെ കൊണ്ടുപോകാതിരുന്നാൽ ഏതുപട്ടിക്കും ഏതുഗോളത്തിനും ഏതുസമയത്തും എത്താമെന്നറിഞ്ഞത്. അതാണ് എളുപ്പം. ആ വിധം സ്വന്തം സ്ഥൂലശരീരത്തെ ഒരു ആലിൻചുവട്ടിൽ വിട്ടിട്ട് മൂന്ന് ദിവസം അന്യലോകങ്ങളിൽ സഞ്ചരിച്ച് തിരിച്ചുവന്ന ഒരു പട്ടി യോഗീശ്വരനെ ഞാൻ കാണുകയും ചെയ്തു. പക്ഷേ, എനിക്ക് അത്ഭുതം തോന്നിയില്ല. മനോവേഗതയിൽ ഗോളാന്തരസഞ്ചാരം ചെയ്യാമെന്ന് എനിക്കറിയാമായിരുന്നു. ഈ അറിവാണ് എന്നെ മറ്റുള്ളവറ്റയിൽനിന്ന് ബഹുനീളം ഉന്നതനാക്കിയത്. ഈ വിചാരം മൂത്ത് മൂത്ത് ഞാൻ അന്യരോട് ഇടപഴകാതായി.

അതേസമയം ജാത്യാഭിമാനവും കൂടിക്കൂടി വന്നു. ഞാൻ പട്ടിയാണെങ്കിലും പത്തില്ലത്തിൽപ്പെട്ട പട്ടിയാണെന്നും എന്റെ രക്തം നൂറുശതമാനവും ശുദ്ധമാണെന്നും ഞാനഹങ്കരിച്ചു. സത്യം എത്രക്രൂരമായിരുന്നു എന്ന് പിന്നീട് മനസിലായി. എങ്കിലും അഹങ്കാരം ശമിച്ചില്ല. പെൺപട്ടിയിൽ കുറുക്കനും ചെന്നായ്ക്കും ഗർഭധാനം സാധിക്കും. അങ്ങനെ പലപ്പോഴും സംഭവിച്ചിട്ടുമുണ്ട്. എരുമയെ കാളയെക്കൊണ്ട് ചവിട്ടിക്കുന്നത് ഈ ഞാൻ തന്നെ കണ്ടിട്ടുമുണ്ട്. അപ്പോൾ പെണ്ണിൽ അണ്ഡസ്ഫോടത്തിന് അതേവർഗത്തിൽപ്പെട്ട ആണിന്റെ ബീജം തന്നെ വേണമെന്നില്ല എന്നു ഞാൻ മനസിലാക്കി. മാൻപേടയിൽ മുനിപുംഗവന് പുത്രോൽപ്പാദനമാകാം. ഒരുവികാരം മാത്രംമതി ഗർഭധാരണത്തിന്. ആണിന്റെ ആവശ്യമേ ഇല്ല.

വളരെ പണ്ടാണ്, എന്റെ വകയിലൊരു അമ്മാമൻ ഒരുപശുക്കിടാവിൽ കാമാതുരനായി. പശുക്കുട്ടിയുടെ ശരീരംമുഴുവൻ നക്കിയും മൂത്രം കുടിച്ചും ആ അമ്മാമൻ ഏതാണ്ട് യൗവനം മുഴുവനും കഴിച്ചുകൂട്ടി. പിന്നെ ആ പൈക്കിടാവ് വളരെ വലുതായപ്പോൾ പാവം അമ്മാമനെ അതു പിൻകാലുകൊണ്ട് ചവിട്ടിത്തെറിപ്പിച്ചു. എന്നിട്ടും അമ്മാമൻ ഏകാഗ്രചിത്തനായി അതിന്റെ പിന്നിൽ രണ്ട് ദണ്ണ് വിട്ടു നടന്നു. പക്ഷേ, ആ കാമധേനു ഈ ശുനകസ്വരൂപനെ കണ്ടതായി നടിച്ചില്ല. അനവധികാലം മൂന്നുകാലിൽ തപസ്സുചെയ്തു. പിന്നെ മുൻകാലുകൾ രണ്ടുംപൊക്കി ഇരുകാലിൽനിന്നു. എന്നിട്ടും ആ പൈക്കിടാവ് കനിയാത്തതുകൊണ്ട് ഒറ്റക്കാലിൽ തപം തുടർന്നു. ആയിരം സംവത്സരം അങ്ങനെ നിന്നിട്ടും കാമധേനുക്കിടാത്തി കനിഞ്ഞില്ല. ഒടുവിൽ അന്നം ഉപേക്ഷിച്ച് വായു കൂടി ബന്ധിച്ച് ഒരു പൊട്ടക്കലത്തിൽ തലകടത്തി ആ ശുനകശ്രേഷ്ഠൻ പ്രാണോപവേശം ചെയ്തു. ജീവൻപോകുന്ന നേരത്ത് അടുത്ത ജന്മമെങ്കിലും ആ പശുക്കിടാവിനെ വേളികഴിക്കണമെന്നും അതിനായി വരമരുളണമെന്നും പ്രാർഥിച്ചതിന്റെ ഫലമായി ഹിമാലയസാനുക്കളിൽ മഹാരുദ്രന്റെ കാളയായി ജനിച്ചു എന്നും കാമധേനുവിന്റെ പാണിഗ്രഹിച്ചു എന്നും പറഞ്ഞു കേട്ടിട്ടുണ്ട്.

കേട്ടതല്ല. കണ്ടതാണ്. കാശിയിൽ തീപ്പെട്ട ഞങ്ങളുടെ ഒരു മുത്തപ്പൻ പട്ടി ബദരിയിൽവെച്ച് ഈ മഹാവൃഷഭത്തെ കണ്ടു എന്നും മുജ്ജന്മസ്മരണയുണ്ടായി മുത്തപ്പനെ തിരിച്ചറിഞ്ഞു എന്നും ഞങ്ങളുടെ മുത്തശ്ശിക്കറിയാം. ആ മുത്തപ്പൻ ഈ പട്ടിമുത്തശ്ശിയോട് നേരിട്ടു പറഞ്ഞതാണ്. ഞങ്ങൾ, പട്ടികൾ, പൊളിപറയാത്തതുകൊണ്ട് കഥസത്യമാകും. പ്രേമം അങ്ങനെയാണല്ലോ. യഥാർഥ പ്രണയസാഫല്യം ഈ ജന്മത്തിലല്ലെങ്കിൽ അടുത്ത അവതാരത്തിലെങ്കിലും ഉണ്ടായേ തീരൂ. പ്രകൃതിയുടെ സംവിധാനം അങ്ങനെയാണ്.

പട്ടികളൊക്കെ പോയജന്മം മനുഷ്യരായിരുന്നു. കന്നിയിൽ യന്ത്രം ഘടിപ്പിച്ച് നടക്കുന്ന പട്ടിയെ കണ്ടു മോഹിച്ച് കല്ലെറിഞ്ഞവരും, രാജസേവകരായി ഭണ്ഡാരം കട്ടുമുടിച്ചവരും, സ്ഥാനമാനങ്ങൾക്കായി നിത്യം പാദസേവചെയ്തുനടന്നവരും കർമഫലമനുഭവിക്കുവാനായിട്ടും ആഗ്രഹനിവർത്തിക്കായി പിൻപിറപ്പിൽ ശ്വാവായി ജനിക്കുന്നു എന്ന് ശ്രുതിയുണ്ട്. ഈ അടുത്തകാലത്തുതന്നെ പട്ടിസദ്യനടത്തിയ മഹാസിദ്ധന്മാർ മനുഷ്യരുടെ ഇടയിൽ ഉണ്ടായിരുന്നു. പട്ടികളായ ഞങ്ങൾക്ക് പൂർവജന്മസ്മരണ ഉണ്ടാകാറുണ്ട്. എനിക്കും പൂർവജന്മത്തെക്കുറിച്ചറിയാം. പക്ഷേ, ഇപ്പോൾ അത് വെളിപ്പെടുത്താറായിട്ടില്ല. വെളിപ്പെടുത്താൻ അനുവാദം ലഭിക്കുമ്പോൾ അങ്ങനെചെയ്യാം. ചെറിയ സൂചനകൾ ഇപ്പോൾനൽകാം.

ഏതാണ്ട് ഇതേകാലത്താണ് ഞാൻ വെള്ളത്തിലും മിനുസപ്പെട്ട തിണ്ണയിലും എന്റെ പ്രതിബിംബം നോക്കിയിരിക്കാൻ തുടങ്ങിയത്. പിന്നീടിതേവരെ, ഇതെഴുതുന്ന ഈ ചരിത്രസന്ധ്യവരെ തരംകിട്ടായാലൊക്കെ

ഞാൻ വെള്ളത്തിൽ നോക്കിയിരിക്കും. സ്വന്തം മുഖം നോക്കി നോക്കി സന്തുഷ്ടനാകും. ചെറിയ ചെറിയ പോരായ്മകൾ നേരെയാക്കും. കൺപീലിയുടെ വലിപ്പം കുറവാണെന്നു തോന്നിയാൽ രാവുംപകലും കൺപീലി വലിച്ചുനീട്ടും. ഒടുക്കം കൺപോളകൾ നീരുവന്നു വീർക്കുമ്പോൾ നിർത്തും. ചെറിയ ചെറിയ പുതുക്കിപ്പണിത്തരങ്ങളെക്കൊണ്ട് വേണ്ടുംവണ്ണം മോടിപിടിപ്പിക്കാവുന്നതായിരുന്നു എന്റെ മോന്തായം. പുതുക്കിപ്പണി എന്നുപറഞ്ഞാൽ വലിയ കാര്യമില്ല. പുരികത്തിന്റെ വളവ് പല്ലിന്റെ വിടവ്, മീശയുടെ നിറവ് എന്നിങ്ങനെ ചുരുക്കം അറ്റകുറ്റപ്പണികൾ മാത്രം മതിയായിരുന്നു. അല്ലെങ്കിൽ കാമദേവനുതുല്യം ശോഭിച്ചേനെ. അതൊന്നും ഇല്ലാതെതന്നെ ഞാൻ സുന്ദരനാണെന്ന ബോധം എന്നെ പിടികൂടി. അതു തെറ്റല്ല. ആർക്കും, ഏതുപട്ടിക്കും താൻ സുന്ദരനാണെന്നു വിചാരിക്കാം. അഭിമാനിക്കാം. പക്ഷേ, മറ്റുള്ളവരൊക്കെ വിരൂപരാണെന്ന് ഞാൻ വിശ്വസിച്ചു. അതിനാൽ മറ്റു ഏതുപട്ടിയെക്കണ്ടാലും ഞാൻ ഗൗരവം നടിച്ചിരുന്നു. അവറ്റ പോയാൽ വീണ്ടും വെള്ളത്തിൽ നോക്കിയിരുന്ന് അഹോരാത്രം ഛായദർശനം തന്നെ.

കഴിഞ്ഞ ജന്മം വല്ല കളിക്കാരനോ ക്ഷൗരക്കാരനോ ആയിരുന്നിരിക്കും!

എന്റെ വലിയമ്മ പറഞ്ഞത് അക്ഷരംപ്രതി ശരിയായിരുന്നു. ഇതു കേട്ട മാത്രയിൽ എനിക്ക് പൂർവ ജന്മസ്മരണയുണ്ടായി. പോയജന്മം തലപ്പള്ളി താലൂക്ക് കിരാലൂര് വില്ലേജ് ദേശത്ത് മാടമ്പുമനയ്ക്കലെ ക്ഷൗരക്കാനായിരുന്നു ഞാൻ. അന്ന് ബൽജിയം ഗ്ലാസ് എന്നുപ്രസിദ്ധയായ കട്ടിഗ്ലാസുകൊണ്ട് മനയ്ക്കൽ ഒരു ചുമരലമാരയുണ്ടാക്കി. അതിന്റെ വാതിൽ ഇപ്പറഞ്ഞ കണ്ണാടിയായിരുന്നു. ബാക്കി വന്ന ഒരു കഷണം അതും മുക്കാൽ കോൽ നീളവും കാലേരയ്ക്കാൽ വീതിയുള്ള കഷണം ഭൂമുഖത്തെ ചതുരം തൂണിൽ പതിച്ചുവെച്ചു. അതിന്റെ മുമ്പിലിരുന്നാണ് തമ്പുരാക്കന്മാരുടെ കത്തിപ്രയോഗം. അതിനിടയ്ക്ക് കണ്ണാടിയിൽ പ്രതിബിംബിച്ചുകാണുന്ന സ്വന്തം മുഖഛായനോക്കി അതിൽ ലയിച്ചിരുന്ന എന്റെ കയ്യിലെ കത്തി അൽപ്പം പാളി. ശക്തൻതമ്പുരാൻ എന്ന് പ്രസിദ്ധനായ രണ്ടാം തമ്പുരാന്റെ മൂക്ക് മുറിഞ്ഞു. ചോരപ്രവഹിച്ചു.

"ഡാ കൊശവാ എവിടെ നോക്കിയിട്ടാ നീ മുഖം വടിക്കണേ!"

അതുചോദിക്കും മുമ്പേ കണ്ണടപ്പൻ ഒന്നു കിട്ടി. ഈ ജന്മത്തിലും എന്റെ ഇടത്തേകണ്ണ് ഇത്തിരി കലങ്ങിയും ഇടുങ്ങിയും കാണുന്നത് അതുകൊണ്ടാണ്. അന്നത്തെ അടി. അടികൊണ്ടതും അടിയൻ പറപറന്നു. ഓട്ടത്തിൽ കത്തിയും കല്ലും തോട്ടിലെറിഞ്ഞു. ആ ഓട്ടം ചെന്നുനിന്നത് മധുരയിലാണ്. മധുരയിൽ രാജരാജ മുതലിയാർ സ്വന്തം സംഗീതനാടകക്കമ്പനി തുടങ്ങിയകാലം അവരുടെ കൂട്ടത്തിൽ ചെന്നുപെട്ടു. കഥകളിയിലെ കോപ്പുകാരെപ്പോലെ കോപ്പു ചൊമക്കലും അലക്കലും ആയിരുന്നു ആദ്യത്തെ പണി. പിന്നെപ്പിന്നെ മുഖം മിനുക്കാനും കോപ്പണിയിക്കാനും സഹായിച്ചു. എന്റെ മുഖപ്പണിയിൽ സംപ്രീതനായ മുതലിയാർ പിന്നെപ്പിന്നെ ചെറിയ വേഷംതന്ന് എന്നെ അനുഗ്രഹിച്ചു. എന്തി

നേറെ പറയുന്നു. നാൽപ്പതാംവയസിൽ ഞാനൊരൊന്നാന്തരം രാജാപ്പാർട്ടുകാരനായി. നല്ല ശരീരം നല്ലശാരീരം. ഞാനേതോ രാജകുടുംബത്തിൽ നിന്ന് ആരെയോ കൊന്ന് ഓടിപ്പോന്നതാണ് എന്നൊരുകഥയും തമിഴ്നാട്ടിൽ പരന്നു. മുതലിയാരുണ്ടാക്കിയ കഥയാണ്. കാരണം, മുതലിയാരുടെ മകളെ ഞാൻ തിരുമണം ചെയ്യണം. അപ്പോൾ ഈ വരത്തൻ മലയാളത്താന്റെ വംശമഹിമ വെളിപ്പെടുത്തേണ്ടത് മുതലിയാർക്ക് ആവശ്യമായിവന്നു. അതിനായി ഈ കഥയും പ്രചരിപ്പിച്ചു. പിന്നീടെന്നോ മുതലിയാരും മക്കളും ഞാനുംകൂടി സ്വന്തം നാട്ടിൽ പോയപ്പോൾ അകലെ നിന്ന് മനപ്പറമ്പ് കാണിച്ചുകൊടുക്കുകയും അതാണ് എന്റെ തറവാട് എന്നുപറയുകയും മുതലിയാർ അതുവിശ്വസിച്ചതായി നടിക്കുകയും ചെയ്തു.

ആ നാടകക്കമ്പനിയിൽനിന്നാണ് കണ്ണാടി നോക്കുന്നശീലം പുഷ്ടിപ്പെട്ടത്. നാട്യക്കാരനല്ലേ, കണ്ണാടി നോക്കേണ്ടിവരും. മുഖാഭിനയം മുഖ്യമാണല്ലോ. അത് ശീലിക്കാൻ. പിന്നെ മുഖസൗന്ദര്യം വർധിപ്പിക്കുവാൻ. കഥാപാത്രത്തിനിണങ്ങുന്നവിധം ചുട്ടികുത്താൻ. അങ്ങനെ.

മുതലിയാരുടെ ഒന്നും രണ്ടും പെൺമണികളെ ഞാൻ തന്നെ തിരുമണം കഴിച്ചു. എങ്കിലുംമൂന്നാമത്തെ പെണ്ണ് മറ്റൊരു മലയാളത്തനെ സ്നേഹിച്ചു. അത് സഹിക്കവയ്യാതെ ഒരു ദിവസം ഞാനവനെ വകവരുത്തി. മുതലിയാരോട് പറയുകയും ചെയ്തു. കണ്ടില്ലേ, ക്ഷാത്രരക്തമാണ് എന്റേത്. അത് തിളച്ചാൽ മുതലിയാർക്ക് അതിൽ വിരോധമുണ്ടായില്ല. കാരണം മുതലിയാരപ്പോഴേക്കും അവന്റെ പെങ്ങളെ സ്വന്തമാക്കിവെച്ചിരുന്നു. അതുസഹിക്കാത്ത ആ ചൂടൻചെക്കൻ ഒരിക്കൽ മുതലിയാരോട് ഇടഞ്ഞതാണ്. അന്നേ അവന്റെ ആയുസിന്റെ നീളം കുറഞ്ഞു. പക്ഷേ, അത് ഈസാധുവിന്റെ കൈകൊണ്ടായി എന്നുമാത്രം. ഇപ്പോഴെങ്കിലും സത്യംപറയട്ടെ, ആ ചെക്കനോട് എനിക്കൊരു വിരോധവും ഉണ്ടായിരുന്നില്ല. പക്ഷേ, എനിക്ക് കാശും പണവും വലുതായിരുന്നു. എന്റെ മുതലിയാരുടെ മുതല് മുഴുവനും തരാക്കണം എന്നുണ്ടായിരുന്നു. അതു നടന്നില്ല. ഒടുക്കം ആ തന്തപ്പിടി ഒരു മലയാളച്ചിയെ വെച്ചുവല്ലോ അവളും പോരാത്തോളല്ല. എങ്കിലും മുതൽ പൊണ്ടാട്ടിക്കും അതിലെ മൂന്ന് വേശമണികൾക്കും കൊടുത്തധനം—സ്ഥാവരജംഗമങ്ങൾ മുഴുവനും—സ്വന്തമാക്കണമെന്നും വിചാരിച്ചു. അതിലെ മൂന്നിൽ രണ്ടിനെയും കെട്ടി. മൂന്നാമത്തേതിനെ കെട്ടാൻ നേരംനോക്കിനിക്കുമ്പോഴാണ് നടേ പറഞ്ഞ ആ ചെക്കൻ വലിഞ്ഞുകേറിവന്നത്. അവനോട് ഞാൻ പറഞ്ഞു ഇതിനെക്കണ്ട് കോണകം അഴിക്കണ്ടാന്ന്....പിന്നെ കഥ ചരിത്രമാകുന്നു. എന്റെ മാത്രമല്ല മധുരയുടെകൂടി ചരിത്രമാകുന്നു.

ഇതൊക്കെ പോയജന്മത്തെ കഥയാണ്. ഈജന്മം ശ്വാനവംശത്തിൽ ജനിച്ചു എങ്കിലും ഇപ്പോഴും കണ്ണാടി നോക്കുവാനുള്ള ഉൾപ്രേരണയുടെ മൂലം വിശദമാക്കി എന്നേയുള്ളു. ഈ ജന്മത്തിലും ഒരിക്കൽ മധുരയിൽ പോകുവാനുള്ള ഭാഗ്യം ഇബനുണ്ടായി. എന്റെ ഏമാന്റെ കാറിൽ ഞാനും

കയറിക്കൂടിയതാണ്. ഏമാനും കുടുംബവും പുറപ്പെട്ടപ്പോൾ സഹജമായ ആറാം ഇന്ദ്രിയ ജ്ഞാനത്താൽ അവർ മധുരയ്ക്കാണ് പോകുന്നത് എന്ന് ഞാനറിഞ്ഞു. ഏമാനും കുട്ടികളും കയറുംമുമ്പ് ഞാൻ വണ്ടിയിൽ സ്ഥലം പിടിച്ചു. ഏമാൻ പിടിച്ചു വലിച്ചിട്ട് തല്ലിയിട്ടും കൂട്ടാക്കാതെ വീണ്ടും വണ്ടിയിൽ കയറി. അപ്പോൾ ഏമാൻ തന്നെ പറഞ്ഞു:

ഇത്ര അനുസരണയുള്ള ഈ ഇബൻ പിന്നേം പിന്നേം പറഞ്ഞതു കേക്കാതെ വണ്ടിയിൽ കയറുന്നതിന് ഒരു കാരണംണ്ടാവും. നായ്ക്കൾക്ക് നമ്മൾ കാണുന്നതിനേക്കാൾ അധികം കാണാനും കേക്കാനും കഴിയും. അവറ്റയ്ക്ക് ഭാവി അറിയാം. എന്തെങ്കിലും അത് കണ്ടെത്തിയിട്ടുണ്ടാവും. എനി അതിനെ ഓദ്രരിക്കണ്ട. അതും വന്നോട്ടെ.

അങ്ങനെയാണ് ഞാൻ മധുരയിൽ പോയതും ആ പോക്കിൽ എന്റെ പൂർവജന്മത്തിലെ വീട് കണ്ടതും. ഇപ്പോൾ വീടിന്റെ മൂവംബാൾ നാട്യ കലാലയം എന്ന ഒരു ബോർഡുകാണാം. മൂവംബാൾ എന്നുപറഞ്ഞാൽ മൂന്ന് അംബാൾ എന്നർഥമാണെന്നാണ് പിന്നീട് ഞാൻ മനസിലാക്കി. എന്റെ മൂന്ന് ഭാര്യമാർ. കമലാംബാൾ, ചെമ്പകാംബാൾ, രത്നാംബാൾ. അതിരിക്കട്ടെ. ഇപ്പോൾ അവിടെ മോഹിനിയാട്ടം കുച്ചിപ്പുടി, ഭരതനാട്യം എന്നിവ പഠിപ്പിക്കുന്നു. അയമ്പത്തി മൂന്ന് കുട്ടികളാണ് വിദ്യ അഭ്യസിക്കുവാനുള്ളത്. എന്റെ യജമാന പുത്രിമാരുടെ ആവശ്യപ്രകാരം വണ്ടി നാട്യാലയത്തിനു മുമ്പിൽ നിന്നപ്പോൾ ഞാനാദ്യം ചാടിയിറങ്ങി ചിരപരിചിതനെപ്പോലെ പറമ്പിന്റെ തെക്കേ മൂലയിലേക്കോടി. അവിടെ പൂർവജന്മത്തിലെ എന്നെ സംസ്കരിച്ചിടത്ത് ഞാനേറെ നേരം നിന്നു. ഇപ്പോഴവിടെ സിമന്റുകൊണ്ടൊരു തറയാണ്. രണ്ടുനേരം വിളക്കുവെക്കുന്നു. ഒരു ഓർമയ്ക്ക്. അതിനുള്ളിൽ എന്റെ പൂർവജന്മത്തിലെ ശരീരാവശിഷ്ടമൊഴിച്ചൊന്നുമില്ല. ഞാനിപ്പോൾ ശ്വാവായി ഇവിടെത്തന്നെ നിൽക്കുന്നു. പാവം. കുട്ടികൾക്കറിയില്ല–പിന്നീട് ഞാൻ വീട് പ്രദക്ഷിണം വെച്ച് പിന്നിൽക്കൂടി അകത്തുകയറി എന്റെ പഴയ വീടാകെ ചുറ്റിക്കണ്ടു. ഞാനുപയോഗിച്ചിരുന്ന മൂന്നു മുറികളും ഇപ്പോഴും അങ്ങനെത്തന്നെയിരിക്കുന്നു. മൂന്നിലും മൂന്നു വിവാഹ ഫോട്ടോകൾ കാണാം. മുതലിയാരുടെ മൂത്ത മകൾ കമലാംബാളും ഞാനും കൂടിയത്, രണ്ടാമത്തെ പുത്രി ചെമ്പകാംബാളും ഞാനും, ഒടുവിൽ മൂന്നാമത്തെ രത്നാംബാളും ഞാനും ഒരുമിച്ച് ഒരു ആട്ടുകട്ടിലിൽ ഇരിക്കുന്നത്. ഈ രത്നാംബാളുടെ മകളാണ് ഇപ്പോൾ നാട്യാലയം നടത്തുന്നത്.

അപ്പാവ് മരിച്ചതിൽ പിന്നെ അമ്മമാരും അധികം ഇരുന്നില്ല. അവർ മൂന്ന് അമ്മമാരേയും ഒരു കൊല്ലത്തിനുള്ളിൽ മധുരമീനാക്ഷി മടക്കിവിളിച്ചു.

അതുകേട്ട് ഞാൻ ദുഃഖംകൊണ്ട് ചുരുങ്ങി. എന്റെ ഈ രൂപമാറ്റം മക്കൾ ശ്രദ്ധിച്ച് എന്നു തോന്നുന്നു.

അതിനെ കണ്ടില്ലേ. അപ്പാവ് ഇരിക്കണപോലെ. ആ നിലക്കണ്ണാടിക്കു മുമ്പിലിരുന്നു കരയുന്നു.

പൂർവജന്മത്തിൽ കഠിന ദുഖം വന്ന് കരഞ്ഞാലും ഒരു നിമിഷം കഴിഞ്ഞ് ഞാൻ കണ്ണാടി നോക്കും. അതുപോലെ സ്വന്തം സുരതക്രിയ കണ്ണാടിയിൽ കാണുവാനും എനിക്ക് എന്തെന്നില്ലാത്ത താൽപ്പര്യമായിരുന്നു. മൂന്നു ഭാര്യമാരേയും ഒപ്പം കിടത്തി.

ആദ്യമൊക്കെ ഏടത്തി അനിയത്തിമാർക്ക് നാണമായിരുന്നു. പിന്നെ എതിർത്തു. ശണ്ഠകൂടി. ഒടുവിൽ അവർ ഈ രാസക്രീഡയിൽ സുഖം കണ്ടെത്തി. ക്രമേണ നഗ്നത എന്താണെന്നുകൂടി മറന്നു. വീട്ടിനുള്ളിൽ വസ്ത്രം അനാവശ്യമാണെന്നും തോന്നിത്തുടങ്ങി.

ഈ ജന്മം ഭാഗ്യവശാൽ ശ്വാവായി ജനിച്ചതുകൊണ്ട് വസ്ത്രത്തിന്റെ കാപട്യം എനിക്ക് വേണ്ടിവന്നില്ല. എന്നാലോ ഈയിടെയായി ചില ശ്രീമതിമാർ സ്വന്തം നായക്ക് വസ്ത്രം നൽകാറുണ്ട്. രത്നം പതിച്ച കോണകം. കണ്ണാടി പതിച്ച കഴുത്തിൽ പട്ട. കനകക്കസവു തുന്നിയ ഉത്തരീയം. ഇതൊക്കെ ഇപ്പോൾ അണിയിക്കാറുണ്ട്. മായക്കാഴ്ചയുടെ കാലത്താണത്. വൻനഗരങ്ങളിൽ ശ്വാനപ്രദർശനം കൊടികയറിയാൽ ഒരാഴ്ച നീണ്ടു നിൽക്കുന്ന താന്ത്രികവിധികളും കലാപരിപാടികളും ഉണ്ടാവും. ഇതിൽ വെച്ചാണ് തന്നാണ്ട് ശുനകറാണിയെയും ശുനകചക്രവർത്തിയെയും തിരഞ്ഞെടുക്കുന്നത്. ബാഹ്യസൗന്ദര്യം, ഉടലിന്റെ അനുപാതം, ജനനേന്ദ്രിയത്തിന്റെ ഭംഗി, വലുപ്പം, ശക്തി, കൊരയുടെ ആരോഹണാവരോഹണം, ശബ്ദനിയന്ത്രണം, ബുദ്ധിശക്തി, അനുസരണം എന്നിവയൊക്കെ പണ്ഡിതരായ വിധികർത്താക്കൾ അളക്കും. ഏറെ നേരം ചർച്ച ചെയ്യും. പലപ്പോഴും വിധികർത്താക്കൾ വിദേശികളാവും. ഒടുവിൽ കനത്ത കരഘോഷങ്ങൾക്കിടയിൽ ശുനകറാണിപ്പട്ടം പതക്കമായി മുലകളുടെ ഇടയിലൂടെ ചാർത്തും. എല്ലാ പട്ടിവിദഗ്ധരും വന്ന് ഉമ്മവെയ്ക്കും. ബഹുരസം! അന്ന് ഓരോ വിധികർത്താവും നാലു കാലിന്മേൽ നടന്നു നടന്ന് നാക്കുനീട്ടി മണപ്പിച്ച് ഞങ്ങളുടെ യജമാനന്മാരെയും യജമാനപത്നിമാരെയും സമീപിച്ച് പാദാരവിന്ദത്തിൽ നെറ്റിമുട്ടെ നമസ്കരിക്കും. അവരുടെ കയ്യിൽനിന്ന് സുവർണ ബിസ്കറ്റുകൾ ചാടിപ്പിടിക്കും. ഹൗ! ഒരു പട്ടിക്കും പറ്റാത്ത പ്രകടനം.

ഇത്തരം ശ്വാനോത്സവങ്ങളിലാണ് ഞങ്ങളെയും വസ്ത്രം ധരിപ്പിക്കുവാൻ തുടങ്ങിയത്. നായയ്ക്ക് തുണിയുടുക്കുന്തോറും ഭംഗിയേറും എന്നുപറഞ്ഞകേൾക്കുന്നു. അതല്ല, നായ്ക്കളുടെ നഗ്നത മനുഷ്യനെ കാമാതുരനാക്കുന്നതാണ് കാരണം എന്നുംകേട്ടു. അമ്മ പെങ്ങന്മാരും അച്ഛനാങ്ങളമാരും ഒരുമിച്ചാണ് നായക്കാഴ്ച കാണാൻ വരുന്നത്. അതുകൊണ്ട് അവിടെ സഭ്യേതരമായതൊന്നും കാണിക്കരുത്. നമ്മുടെ സാംസ്കാരിക പാരമ്പര്യത്തിനു ചേരാത്തതൊന്നും പ്രദർശിപ്പിക്കരുത്. പക്ഷേ, മനുഷ്യരുടെ സൗന്ദര്യമത്സരത്തിന് നഗ്നത ഒരു പ്രശ്നമാവുന്നില്ല. മനുഷ്യരുടെ—മനുഷ്യത്തിയുടെ—നഗ്നത പുരുഷന്മാരെ കാമാതുരരാക്കുകയയില്ലത്രെ. രതിതാൽപ്പര്യവും വളർത്തുകയില്ല എന്നുപറയുന്നു. അവരുടെ കുന്നുകുഴികളും മേനിവളവുകളും നമ്മുടെ സാംസ്കാരിക പാര

ന്മര്യത്തന് ഇണങ്ങുന്നത് തന്നെയാണെന്നാണ് വിധി. വിധികർത്താക്കൾ നായ പ്രദർശനത്തിലും നാരീ പ്രദർശനത്തിലും വിദേശികൾ തന്നെ. സൗന്ദര്യം കണക്കിലൂടെ ആധുനികോത്തരമാക്കുവാനുള്ള വെള്ളയുടെ ഘടനാപരമായ കഴിവ്!

പിന്നീട് കൗമാരം വിട്ട് യൗവനാരംഭത്തിൽ ഈ ജന്മത്തിലും എനിക്ക് മൂന്നും മൂന്നിലധികം ഭാര്യമാരുണ്ടായി. എന്നാലതൊന്നും പൂർവജന്മത്തിലെ ആ മധുരാവാസത്തോളം പ്രണയമധുരമായിരുന്നില്ല എന്നേ പറയേണ്ടൂ. ഒന്നാമത് പട്ടികൾക്ക് ഗർഭധാരണമാണ് മുഖ്യം. രതിസുഖത്തിനു മാത്രമായുള്ള മൈഥുനം പതിവില്ല. സന്തത്യർഥം പെൺപട്ടി സമീപിക്കുമ്പോൾ പുളപ്പു കയറിയ ആൺപട്ടി ലിംഗയോനീബന്ധത്തിന് തയാറാവുന്നു. അതിൽനിന്നുളവാകുന്ന സുഖം അനുഭവിക്കുന്നില്ല എന്നുപറയാൻ വയ്യ. പക്ഷേ, ആ തരിപ്പല്ല മുഖ്യം. കാരണം ഇണചേരലിലൂടെ ഗർഭധാനം സാധിച്ചതായി തോന്നിയാൽ പെൺപട്ടി ആണിനെ പിന്നെ അടുപ്പിക്കില്ല. അടിവയറ് കനപ്പിച്ചാൽ പിന്നെ ആണിന് മറ്റ് ജോലിയില്ല. ഈ പ്രകൃതിയിൽ ഏറ്റവും നിസ്സാരനാണ് ആൺവർഗം. മദമിളകുംനേരത്ത് പെണ്ണിന് ചെനപിടിപ്പിക്കാം. ആവശ്യം കഴിഞ്ഞാൽ ആണിനെ കടിച്ചുതിന്നുന്ന ജീവികളുണ്ട്. അതാണ് കൂടുതൽ സ്വാഭാവികം. ഒരാവശ്യവുമില്ലാത്ത ആൺപിറപ്പ് പിന്നെ അന്നം തിന്നുതീർക്കുവാൻ മാത്രമായി എന്തിനാണ് ജീവിക്കുന്നത്. വെറും തീറ്റമാത്രം. നീചമാണത്. സന്തത്യുൽപ്പാദനമെന്ന പ്രകൃതിധർമം നിറവേറ്റിക്കഴിഞ്ഞ സ്ഥിതിക്ക് എനിതെക്കോട്ട് തലവെച്ചു കിടക്കാം. അതിലും പവിത്രമാണ് തന്റെ ബീജം വഹിച്ചുവളരുന്ന ഗർഭത്തിന് അന്നമായിത്തീരുക എന്നത്. ഉദാത്തം, പവിത്രം. മനുഷ്യനടക്കമുള്ള ജീവികൾ അതുചെയ്യുന്നില്ല. സത്യത്തിൽ മനുഷ്യനാണ് ഈ മാർഗം കാണിച്ചുതരേണ്ടത്. ജീവജന്തുസൃഷ്ടിയാൽ ഏറ്റവും മുന്തിയത് എന്ന് സ്വയം പറഞ്ഞഭിമാനിക്കുന്ന നരൻ സ്വസൃഷ്ടിയുടെ രഹസ്യലക്ഷ്യം എന്തെന്ന് വ്യക്തമാക്കേണ്ടതാകുന്നു. പുനരുൽപ്പാദനം എന്നതാണല്ലോ ഉത്തരം. അപ്പോൾ ആ സൃഷ്ടിക്ക് അന്നമായിത്തീരുന്നതിലും വലിയ അർഥം ജീവിതത്തിലെന്താണുള്ളത്. എന്നിട്ട്, മർത്യൻ സന്തത്യുൽപ്പാദനം എന്ന ലക്ഷ്യം വേണ്ടെന്നുവച്ച് രതിസുഖം മാത്രം ഉന്നമാക്കുന്നു. മാർഗവും ലക്ഷ്യവും ഒന്ന്. മൈഥുനം മാർഗമായിത്തീരുന്നു. വംശവർധന ലക്ഷ്യമായിരുന്നു. അപ്പോൾ മാർഗവും ലക്ഷ്യവും മൈഥുനവും മാത്രമായിരിക്കുന്നു.

നരന്റെ ലീലകൾ നായും അനുകരിക്കുന്നു. അതാണ് പ്രകൃതി. നരനോ നായയോ മുമ്പുണ്ടായത് എന്ന ഒരു ചോദ്യം ഉത്ഭവിക്കുകയാണെങ്കിൽ ആദ്യം പറയേണ്ടത് ആ ചോദ്യംതന്നെ തെറ്റാണെന്നാകുന്നു. ഈ ലോകത്തിലുള്ള സർവമാന സസ്യലതാദികളും കടൽ കരജീവികളും ഉണ്ടാക്കിയിട്ട് ഒടുക്കമാണ് മനുഷ്യനെ സൃഷ്ടിച്ചത് എന്നുപറയുന്നു.

ആരും ഉണ്ടാക്കിയതല്ലെങ്കിൽ സ്വയംഭൂവാണെങ്കിൽ ഒടുക്കത്തെ സ്വയംഭൂവാണെന്നുമാത്രം. പക്ഷേ, നായ്ക്കളുടെ വംശശാസ്ത്രമനുസരിച്ച് നരനുണ്ടായതിനുശേഷം നരനു സേവചെയ്യുവാനായി നായ ഉണ്ടായി എന്നു കാണുന്നു. കാട്ടുമനുഷ്യന് കാട്ടുനായ. നാട്ടുമനുഷ്യന് നാട്ടുനായ. നഗരത്തിൽ പട്ടണപ്പട്ടി. ഇങ്ങനെയാണ് ക്രമം. അറിയാവുന്ന ഇരുപത്തിയൊന്ന് നായോൽപ്പത്തികളിലൊന്നും വേറെ ഉൽപ്പത്തിയിൽ പറയുന്നില്ല.

നായ, പരമാർഥം പറയുകയാണെങ്കിൽ ഈ ഭൂമിയിലെ ജീവിയായിരുന്നില്ല എന്നറിയാമല്ലോ. നായ്ക്കളുടെ കാലം പഠനസൗര്യാർഥം പലതായി തിരിച്ചിട്ടുണ്ട്. സ.മു; സ.പി എന്നിവയാണ് ഏറ്റവും പ്രധാനം. അതാണ് വ്യാപകം. സരമക്കുമുമ്പും സരമക്കുപിന്നും എന്നർഥം. സരമ ആദ്യത്തെ പട്ടിയല്ല. അതിനുമുമ്പും ആദ്യത്തെ പട്ടികളുണ്ടാവും. യുഗങ്ങൾതോറും പട്ടിയും അവതരിക്കുമല്ലോ. ചക്രം തിരിയുന്ന മാതിരി യുഗങ്ങൾ വന്നുപോകുന്നു എന്നു ഗണിതം. എങ്കിലും സൗകര്യാർഥം കാലഗണനയ്ക്കൊരു തുടക്കം വേണ്ടിവരുന്നു. ഒന്ന് എന്ന് തുടങ്ങാനൊരു ഒന്ന്. വലിയ മരത്തിൽ തച്ചൻ ഒരുളിപ്പാടുണ്ടാക്കുന്നു. അവിടെനിന്ന് കണക്കു പിടിക്കുന്നപോലെ കാലത്തിന് ഒരു നായപ്പാട് നൽകുന്നു. അനന്തമായ കാലം പിടിയിലൊതുങ്ങാത്തതുകൊണ്ട് ചെണ്ടയിൽ ആദ്യത്തെ കോല് വെയ്ക്കുന്നു. അവിടെ നിന്നങ്ങോട്ട് താളം പിടിക്കുന്നു. എരട്ടി, നാലിരട്ടി, ഒന്ന്വിട്ട്....അപ്പോൾ ഒരു നായപ്പാട്. എന്നിട്ട് അതിനു മുമ്പിൽ അതിനു പിന്നിൽ എന്നുപറഞ്ഞു പഠിക്കുന്നു. പഠിക്കുവാൻ എളുപ്പത്തിനുവേണ്ടിയാണത്. നേരത്തെ സൂചിപ്പിച്ച പട്ടി അവതരിച്ചതിനുശേഷം കാലഗണന ആ കണക്കു പിടിച്ചായി. സരമമുത്തശ്ശിക്ക് ദാനം കിട്ടിയതായ ഈ ഭൂമി പിന്നീട് മനുഷ്യർ വെട്ടിപ്പിടിച്ചു എന്നാണ് ചരിത്രം. ആദ്യം ഇക്കണ്ട ഭൂമി മുഴുവനും നായ്ക്കളുടേതായിരുന്നു. മണ്ണും വെള്ളവും വായുവും അന്ന് എല്ലാവരുടേതുമായിരുന്നു. പിന്നെ ഈ ഭൂമിയിൽ വന്നുചേർന്ന മനഷ്യർ ശുദ്ധാത്മാക്കളായ നായ്ക്കളെ തുരത്തി ഓടിച്ചും അടിമകളാക്കിപ്പിടിച്ചും സർവസ്വവും സ്വന്തമാക്കുകയാണുണ്ടായത്. അങ്ങനെ കുറെക്കഴിഞ്ഞപ്പോൾ ഞങ്ങൾ ഉടമകളായിരുന്നു എന്ന കഥതന്നെ മറന്നു. ചരിത്രം മാറ്റിയെഴുതി. ഉടമകളെ അടിമകളാക്കുകയും ചെയ്തു. ഈ ചരിത്രം അറിയാവുന്ന ചില പണ്ഡിതന്മാർ ചോരയും നീരും വറ്റാത്ത ചില പട്ടികളെ ഒത്തുചേർത്ത് സ്വന്തം അവകാശത്തിനുവേണ്ടി പൊരുതിയെങ്കിലും പരാജയമായിരുന്നു ഫലം.

ഒരുപട്ടി, ഈ ആത്മകഥയെഴുതുന്ന പാവം ചൊക്ലി എന്തിനാണ് ഈ കഥയൊക്കെ പരത്തിപ്പറയുന്നത് എന്ന ചോദ്യം ഉണ്ടാവാം. ചോദ്യമുണ്ടെങ്കിൽ ഉത്തരമുണ്ടാവും. ഇല്ലെങ്കിൽ ചോദ്യകർത്താവിന്റെ ധാരണ തെറ്റാണെന്നും പറയുകയുമാവാം. ഇവിടെ രണ്ടും സംഭവിച്ചിരിക്കുന്നു. ഒന്നാമത്, ഇത് ഒരു പട്ടിയുടെ ആത്മകഥയാണെങ്കിലും ലോകത്തുള്ള സകലമാന പട്ടിയുടെയും ഭൂതകാലകഥയും ഭവിഷ്യത്ത് പുരാണവുമാകുന്നു. രണ്ടാമത്, പ്രായേണ മന്ദബുദ്ധികളും മന്ദോർജരുമായ മനുഷ്യർക്കുവേണ്ടിയാണ് ഈ കഥ പറയുന്നത്. കൃതികൾ, സുകൃതികൾ ശ്വനകഥാനുഗായികളാണല്ലോ.

അഞ്ച്

ആദ്യമായി എന്റെ കഴുത്തിൽ പട്ടകെട്ടിയ സുദിനം എനിക്കോർമ്മയുണ്ട്. ദ്വിജന്മാരുടെ ഉപനയനംപോലെ എന്നും ഓർമിക്കേണ്ടതായ ഒരു ദിവസമാണല്ലോ അത്. അതിനും വളരെ മുമ്പുതന്നെ എനിക്കായി ഒരു കൂട് പണിതു തന്നിരുന്നു. നല്ല ഒന്നാന്തരം ഇഷ്ടികച്ചുമരും വലയടിച്ചു ഭംഗികൂട്ടിയ ജനാലകളുമുള്ള ഒരുവീട്. ഒരു ദണ്ഡ് നീളം. മുക്കാൽ ദണ്ഡ് വീതി. ഓടിട്ട മേൽപ്പുര, തട്ടില്ല. കൂട് എന്നു പറയരുത്. അതൊരു വീടു തന്നെയായിരുന്നു. ഒരു കൽത്തൊട്ടിയിൽ എപ്പോഴും ശുദ്ധജലം. ദിവസം കഴുകി വെടുവെടുപ്പാക്കി വെള്ളം നിറയ്ക്കും. പലക-തേക്ക്- നിരത്തി വിരിച്ചതാ. അതും എന്നും വൃത്തിയാക്കും. ഭക്ഷണം കഴിക്കാൻ ഒരു പാത്രം വേറെ. അതും ചിത്രപ്പണികളുള്ള കിണ്ണം. എന്നെ പ്രസവിച്ച് അഞ്ചാഴ്ച കഴിഞ്ഞപ്പോൾ ഈ സ്വന്തം ഗൃഹത്തിലേക്ക് എന്നെ മാറ്റി. ആദ്യത്തെ മൂന്നുമാസം ബഹുസുഖം. ഒരു പണിയും ഇല്ല. കഴുത്തിൽ പട്ടയില്ല. പിന്നെ ആറാംമാസത്തിൽ ഉപനയനം. തോലുധരിച്ച് തോലനായി. അന്നുതൊട്ട് ഓരോന്നായി നിത്യനിദാനം പഠിപ്പിച്ചുവന്നു. കുളി സന്ധ്യാവന്ദനാദികൾ. ഊട്ടിയിൽ നായവിദ്യാലയത്തിൽ പഠിച്ച ശ്വാനസംഹിത പാസായ ഒരു പെരുമാളായിരുന്നു ഉപാധ്യായൻ. മൂത്രം ഒഴിക്കേണ്ടതെവിടെ. കാഠം ഇടേണ്ടതെവിടെ. എപ്പോൾ, ശൗചം. ഏഴേഴ് നാൽപ്പത്തിയൊമ്പത്. പന്തീര് പന്ത്രണ്ട് നൂറ്റിനാൽപ്പത്തിനാല്. അഥവാ ആസമയത്ത് മൂത്രവിസർജനത്തിന് തോന്നിയാൽ ഉച്ചരിക്കേണ്ട ഭാഷ, ശബ്ദം, യജമാനനെ വണങ്ങുന്ന രീതി, ആ അപരിചിതനോട് പെരുമാറേണ്ട ഗതി ഈവിധം പലതും പഠിപ്പിച്ചു. സത്യത്തിൽ എനിക്കൊന്നും പഠിഞ്ഞില്ല എന്നത് എന്റെ ജാതകദോഷം. ഇപ്പോഴും എനിക്ക് പലതും അറിഞ്ഞുകൂടാ. ജീവിതത്തിന്റെ ആദ്യപകുതി കഴിഞ്ഞിട്ടും ജീവിതം എന്താണെന്നറിയില്ല. ഇക്കണ്ടകാലം മുഴുവനും കുരച്ചിട്ടും കുരയുടെ തത്വശാസ്ത്രം എന്താണെന്നറിയില്ല. ഇതൊക്കെ പഠിക്കുവാൻ ശ്രമിച്ചിട്ടുമില്ല എന്നതാണ് സത്യം. നായയായി പിറന്നതിൽ ദുഃഖവുമില്ല. നായയ്ക്ക് നരനേക്കാൾ പാതിത്യമുള്ളതായും തോന്നിയിട്ടില്ല. നായയ്ക്ക് നായയുടെ ജീവിതം. പൂർവജന്മം എന്തായാലും ഇപ്പോഴെന്താണോ അതല്ലേ ജീവിക്കേണ്ടത്.

എന്റെ ഉപാധ്യായാൻ ദക്ഷിണമേടിക്കുന്നതിൽ യോഗ്യനായിരുന്നു. അദ്ദേഹം ആഴ്ചയിൽ ഒരുദിവസംമാത്രം കുന്നിറങ്ങിവരും. ഇരിക്കാൻ, കിടക്കാൻ, കയ്യ്തരാൻ, ചാടിപ്പിടിക്കാൻ, നിശ്ശബ്ദം നിക്കുവാൻ, മൂത്രമുള്ളാൻ, എല്ലാം ആ പെരുമാൾ പഠിപ്പിച്ചുപോകും. അടുത്താഴ്ച വരുമ്പോഴേക്കും ഞാൻ എല്ലാം മറക്കും. പ്രധാനകാര്യം ഈ ഉപാധ്യായന്മാർക്കറിയാത്തതാണ്. ഞങ്ങൾ പദങ്ങളുടെ അർഥം അറിയുന്നില്ല. ശബ്ദങ്ങളുടെ ഭാവമാണ് ധരിക്കുന്നത്. വര എന്ന് ഉറക്കെപ്പറഞ്ഞാൽ ഓടിപ്പോകും. പോ എന്ന് വാ എന്നുവിളിക്കുംപോലെ വിളിച്ചാൽ വരും. നിക്ക് എന്ന് പറഞ്ഞാൽ ഇരിക്കും. യജമാനന്റെ സ്വരം ആംഗ്യക്ഷോഭവ്യത്യാസം

ശരീരത്തിലുണ്ടാവുന്ന മണം എന്നിവയാണ് ഞങ്ങളറിയുന്നത്. കോപത്തിന് ഗന്ധമുണ്ട്. സ്നേഹത്തിനും ഭയത്തിനും കാമത്തിനും ഗന്ധമുണ്ട്. പക്ഷേ, മനുഷ്യർ ഈ ഗന്ധം ശ്രദ്ധിക്കാറില്ല. ഞങ്ങൾ ഏതു സൂക്ഷ്മഗന്ധവുമറിയുന്നു. ഞങ്ങളുടെ അതിർത്തി കടന്നുവരുന്ന അപരിചിതന്റെ മണംകൊണ്ട് ആ മനുഷ്യന്റെ ഉദ്ദേശ്യം ഞങ്ങളറിയും. സ്വഭാവമറിയും. സത്യവാനാണോ. നുണയനാണോ. യജമാനനെ പറ്റിക്കാൻ വന്നതാണോ. യജമാനപുത്രിയെ...അതനുസരിച്ച് ഞങ്ങൾ പെരുമാറും. കഷ്ടം, ഞങ്ങളുടെ ഗന്ധം ആ പാവം അറിയുന്നുമില്ല. പതിനായിരത്തെട്ടു സൂക്ഷ്മഗന്ധങ്ങൾ ഞങ്ങൾക്ക് വ്യക്തമായറിയാം. പിന്നെ അതിന്റെ അംഗോപാംഗ അംശഗന്ധങ്ങളും സമ്മിശ്രഗന്ധങ്ങളും അറിയാം.

എന്റെ വിദ്യാഭ്യാസം ഏതാണ്ട് പൂർത്തിയായപ്പോൾ ഞാൻ അഭിവാദ്യം ചെയ്ത് ബ്രഹ്മചര്യമവസാനിപ്പിച്ചു. അന്നുമുതൽ പകൽ മുഴുവൻ എന്നെ ഉമ്മറത്തൂണിൽ കെട്ടിയിടുമെങ്കിലും രാത്രി കൃകൃത്യം 8.30ന് സ്വതന്ത്രനാക്കും. അതു പറഞ്ഞില്ലല്ലോ. ബ്രഹ്മചര്യാശ്രമത്തിനുശേഷം എന്റെ വാസസ്ഥലവും മാറി. എനിക്കായി നൽകിയ വീട് എന്ന കൂട് പിന്നീട് പിന്നീട് വന്ന വിദ്യാർഥികൾക്കായി മാറ്റിവെച്ചു. അതറിയില്ലേ? എന്റെ യജമാനൻ പട്ടിക്കച്ചവടക്കാരനായിരുന്നു. എന്നെ വിക്കാതിരിക്കാനുള്ള ഒരേയൊരു കാരണം മന്ദബുദ്ധിയായിരുന്നു എന്നതാണ്. ഒന്നും പഠിക്കാത്ത എനിക്ക് ചന്തയിൽ ഒരു വിലയും ഇല്ലായിരുന്നു. അനുസരണവും കമ്മി. ഒന്നുപറയാം അനുസരണം ഇല്ലാഞ്ഞിട്ടല്ല, അറിയാഞ്ഞിട്ടാണ്. ഒരുതരത്തിലും നിഷേധിയല്ലാത്ത ഞാൻ കാണുന്നവരുടെ മുമ്പിൽ തെമ്മാടിയാവാൻ കാരണം ഉറച്ചമെയ്യും ഒരച്ച ശബ്ദവുമായിരുന്നു. ആരെയാണ് വണങ്ങേണ്ടത് എന്നറിയാത്തതിന്റെ കുഴപ്പവും.

സമാവർത്തനത്തോടുകൂടി ഞാൻ രാത്രി സ്വതന്ത്രനായി. സമാവർത്തനം കഴിഞ്ഞ ഒരു ദ്വിജൻ രാത്രി എവിടെ തെണ്ടുന്നു എന്ന് ആരും ചോദിക്കാറില്ല. മറ്റൊരു വീട്ടിൽ ചെന്ന് കോഴിയെ മോഷ്ടിക്കാഞ്ഞാൽ മതി. വെളുക്കുംമുമ്പ് സ്വസ്ഥാനത്ത് തിരിച്ചെത്തുകയും വേണം. അഥവാ കോഴിയെ കട്ടാൽ പപ്പും തൂവലും മിറ്റത്തിടരുത്. തെളിവുണ്ടാകരുത്. തെളിവു കണ്ടാ ചിലപ്പോൾ പതുങ്ങിയിരുന്ന് തല്ലി എന്നുവരും.

എന്റെ തറവാടിന്റെ അടുത്ത് ഉദ്ദേശം അഞ്ഞൂറ് ഗജത്തിനപ്പുറത്ത് ഒരു പുത്തൻ വീടുണ്ടായിരുന്നു. അവിടെ ചന്തം തികഞ്ഞ മൂന്നുപിടകളും അവറ്റേടെ തള്ളപ്പിടേം ഉണ്ടായിരുന്നു. അവിടെ ചന്തം തികഞ്ഞ മൂന്നുപിടകളും അവറ്റേടെ തള്ളപ്പിടേം ഉണ്ടായിരുന്നു. ഏതോ രാജാവിന്റെ പട്ടാളത്തിൽനിന്ന് പിരിഞ്ഞുവന്ന ആ വീട്ടുടമ ഈ പിടകളെ കാറ്റും വെയിലും കൊള്ളാതെ സൂക്ഷിക്കുകയായിരുന്നു. പക്ഷേ, എന്റെ സഹജവാസനയാൽ ഞാൻ കാര്യം മനസിലാക്കി. ഒരു അമാവാസിനാൾ ആദ്യത്തെ പെൺകിടാവിന്റെ കന്യാരക്തംകൊണ്ട് ഞാൻ ദാഹമടക്കി. പിന്നെ നാലുനാൾ ക്ഷമിച്ച് രണ്ടാമത്തെ കുമാരിയുടെ കന്യാചർമവും ഞാൻ ഭക്ഷിച്ചു. അപ്പോഴേക്കും കൊതിമൂത്ത ഞാൻ ഒട്ടും ക്ഷമിച്ചിരി

ക്കാതെ, നിലാവുള്ളതോർക്കാതെ മൂന്നാമത്തെ സുന്ദരിക്കുട്ടിയുടെ ജീവിതവും സഫലമാക്കുവാനായി അനുഗ്രഹിക്കുമ്പോൾ ആ തന്തക്കശ്മലൻ കണ്ടെത്തി. അതിനുമുമ്പ് ആ പെൺകിടാവിന് പതിതപാവനനായ ഞാൻ സായൂജ്യം നൽകിയിരുന്നു. ബ്രഹ്മപദം സിദ്ധിച്ച ആ അപ്സരസ് അന്തർധാനം ചെയ്യും മുമ്പായി എന്റെ നിറുംതല ലാക്കാക്കി ഊക്കിൽ വന്ന ഉലക്ക ഉന്നംതെറ്റി വാരിയെല്ലിൽ പതിച്ചു. ഇപ്പോഴും എന്റെ വലത്തെ വാരിയെല്ലിൽ വേദനയുണ്ട്. രാത്രിവേട്ടയ്ക്ക് ഇറങ്ങുമ്പോൾ ഒരു മുന്നറിയിപ്പായി വാരിയെല്ലിൽ ഒന്നു മിന്നും. ഒന്നു കൊളുത്തും. പിന്നെ സുഖം.

എന്റെ ആദ്യ സുരതത്തിന്റെ കഥ ഞാനൊന്നു സൂചിപ്പിച്ചിരുന്നു. അതുപക്ഷേ, പൂർണമാവാത്ത ഒരുദ്യമമായിരുന്നു. ഓർമിക്കുവാൻ ഒരു സുഖവുമില്ലാത്തത്. ഇപ്പോൾ ഞാൻ പറയുന്നത് എന്റെ ആദ്യപ്രണയത്തിന്റെ കഥയാണ്. പട്ടികളെപ്പോലെ പ്രണയം ആസ്വദിക്കുന്ന വേറെ ജീവികളില്ല. മനുഷ്യനത് മനസിലാവില്ല. പ്രേമം പ്രേമത്തിനു വേണ്ടിമാത്രം. ഒരാഗ്രഹവുമില്ല. സന്താനം സന്താനത്തിന്. പിന്നൊന്നും മോഹിക്കാറില്ല. സൽസന്താനം മാതാപിതാക്കളെ വയസുകാലത്ത് കാത്തു സംരക്ഷിക്കുമെന്നോ, വയ്യാത്തപ്പോൾ താങ്ങും തണലുമാകുമെന്നോ ഒരു പ്രതീക്ഷയുമില്ല. ഇന്നേവരെ ഒരു നായയും പടുവൃദ്ധനായി മലമൂത്രവിസർജനത്തിന് അന്യാശ്രയം വേണ്ടവനായി നരകിച്ചു കിടന്ന് ചത്തതായി ചരിത്രമില്ല. ഒരു നായക്കും ഭക്ഷണം ഉരുട്ടി ഉരുളയായി വായിൽവെച്ചു കൊടുത്തിട്ടില്ല. അതൊക്കെ മനുഷ്യരുടെ സമ്പ്രദായമാണ്. കട്ടിലിൽ മലർന്നു കിടക്കുക, മൂക്കിൽക്കൂടിയും വായിൽക്കൂടിയും കുറേ കുഴലുകൾ ഭക്ഷണം കയറ്റാൻ, മൂത്രദ്വാരത്തിലും മലദ്വാരത്തിലും കുഴലുകൾ, കയറ്റിയ ഭക്ഷണം വലിച്ചുകളയാൻ, ഭക്ഷണം കയറ്റാൻ, കളയാൻ, ശ്വാസം കൂടി ചിലപ്പോൾ ഊതിക്കയറ്റണം. എന്തിനാണാവോ ഇങ്ങനെ കിടക്കണേ? മനുഷ്യനെ അറിയൂ.

എന്റെ ഏമാന്റെ ചെറിയച്ഛൻ പത്തുകൊല്ലം ഒമ്പതുമാസം ഏഴുദിവസം ഇങ്ങനെ കിടന്നു. ആദ്യം പക്ഷപാതമായിട്ടാണ് തുടങ്ങിയത്. പിന്നെ അരയ്ക്കു താഴെ തളർന്നു. തുടർന്ന് ശരീരം മുഴുവനും തളർന്നു. ഭക്ഷണത്തിനു മോഹമുണ്ട്. ദഹിക്കുകയും ചെയ്യും. തനിയെ എടുത്തു കഴിക്കാനും വയ്യ. ഞങ്ങളെപ്പോലെ നക്കിത്തിന്നാനും പറ്റില്ല. തലതിരിക്കാനാവില്ല. ഭാര്യയും മക്കളും ഉരുള ഉരുട്ടി വായിൽത്തിരുകും. വെള്ളം കുടിപ്പിക്കും. പിടിച്ചിരുത്തി നാലുഭാഗത്തും താങ്ങുകൊടുത്താലും വീഴും. എരുമ ചാണകം ഇട്ടപോലെ. ഒരു കുന്തി മനുഷ്യൻ. ഇത്രയൊക്കെ ആയിട്ടും ബുദ്ധിക്ക് ഒരു കേടുമില്ല. എന്തുചെയ്യും. ശോധന തനിയെ പോവില്ല. മലർത്തി കിടത്തി വയറ്റിൽ ഞെക്കിയാൽ മലം പോകും. ദഹിച്ചിട്ടുണ്ടാവും. പക്ഷേ, വായുബലം പോയി, പേശീബലംപോയി. സഹിക്കവയ്യാതെ അദ്ദേഹം മദ്യം ശീലിച്ചു. അതും ആരെങ്കിലും വായിലൊഴിച്ചു കൊടുക്കണം. അന്യാശ്രയം ഇല്ലാതെ ഒന്നും വയ്യ. അങ്ങനെയിരിക്കുമ്പോഴാണ് തനിയെ ചെയ്യാവുന്ന ഒരു വിദ്യ കണ്ടുപിടിച്ചത്. അഥവാ അറി

ഞ്ഞത്. കിടന്ന കിടപ്പിൽ നാം ജപിക്കാം. ഭഗവൽനാമം. ജപാൽ സിദ്ധി യുണ്ടാകുമത്രെ. ഏതായാലും ഇദ്ദേഹത്തിന് സിദ്ധിയുണ്ടായി. ഭക്ഷണ മുപേക്ഷിച്ചു. അന്നപാനാദികൾ വേണ്ടെന്നുവെച്ചു. ഇരുപത്തിയേഴാം ദിവസം ദേഹി ദേഹം വിട്ടു.

നായ്ക്കൾക്കാണെങ്കിൽ ഈ വിധം ഒരു ദുർവിധി വരില്ല. വന്നതായി അറിവില്ല. ഒരു നായക്കും ചോറ് വാരിക്കൊടുക്കേണ്ട ഗതികേട് വന്നിട്ടില്ല. അതിനുമുമ്പ് നായാത്മാവ് നായശരീരം വിട്ട് നായലോകം ഗമിച്ചിട്ടുണ്ടാകാം.

പറഞ്ഞുവന്നത് പ്രണയലീലകളാണ്. എന്റെ സമാവർത്തനം കഴിഞ്ഞ് ഏറെയാവുംമുമ്പ് തുടയുടെ ഇടയിലെ തരിപ്പ് ഏറിയേറിവന്നു. അയൽപക്കത്ത് താമസിച്ചിരുന്ന ഒരു പെൺപട്ടിക്ക് എന്നിൽ കന്നിമാസമാകുംമുമ്പെ ഉണ്ടായ ഒരു ഇളക്കമാണ് പ്രേമമെന്നോ പ്രണയമെന്നോ ഓമനപ്പേരിട്ട് വിളിക്കാവുന്ന വികാരത്തിന് ഹേതുവായിത്തീർന്നത്. പക്ഷേ, അന്ന് എനിക്കവളോട് അത്ര ഇഷ്ടം തോന്നിയിരുന്നില്ല. ഇഷ്ടം തോന്നാൻ തക്കവണ്ണം വിശിഷ്ടയോ വിശ്വസുന്ദരിയോ ആയിരുന്നില്ല ആ പട്ടി. എന്റെ അറിവിൽത്തന്നെ അവളേക്കാൾ ഇളപ്പമായ ഒരു നായക്കുട്ടി—സത്യത്തിൽ കുട്ടിതന്നെ. അവളുടെമേൽ കെട്ടിമറിഞ്ഞിരുന്നു. ഞാനത് കണ്ടിട്ടുമുണ്ട്. "എന്നാലും അപ്പോഴും എനിക്ക് നിങ്ങളോടായിരുന്നു പ്രേമം. പിന്നെന്താച്ചാൽ ഒന്നു കെട്ടിപ്പിടിച്ചുകിടക്കാനുള്ള കൊതികൊണ്ട്" —അവളു പറഞ്ഞത് ഞാൻ വിശ്വസിച്ചു. എനിക്കും ഒന്നു കെട്ടിപ്പിടിച്ച് കിടക്കാൻ മോഹമുണ്ടായിരുന്നു. സൗന്ദര്യത്തിന്റെ കഥയാണെങ്കിൽ ആ ശുനകി സുന്ദരിയായിരുന്നില്ല. പക്ഷേ, നല്ല അവയവപ്പൊരുത്തമുണ്ടായിരുന്നു. കാമം നിറഞ്ഞുതുളുമ്പുന്നതായിരുന്നു ശബ്ദം. അവളുടെ കിതപ്പിന്റെ ശബ്ദംപോലും രതിമൂർച്ച വരുത്തുമായിരുന്നു. ഒരുപക്ഷേ, ഈ ഒച്ചയായിരിക്കും എന്നെ വലിച്ചിളക്കിയത്. ശരീരക്കൂറിനെ കുറിച്ച് ഞാൻ പറഞ്ഞു. ഹൗ! എന്തുപറയാൻ. കാണ്ന്യ വഴീള്ളൂ. ഏതു വിശ്വാമിത്രനും മനസിളകും.

എന്റെ മനസല്ല ഇളകിയത്. ശരീരമാണ് എന്നുപറയാം. മനസ്സ് രമിച്ചിരുന്നത് അപ്പോഴും വേറൊരുത്തിയിലായിരുന്നു. അതേവരെ കണ്ടിട്ടില്ലാത്ത ഒരുത്തി. സത്യത്തിൽ അങ്ങനെ ഒരുത്തിയുണ്ടോ എന്നും എനിക്കറിയില്ല. ഉണ്ടാവും. ഉണ്ടാവണം എനിക്ക് നിർബന്ധമാണ്. നിരന്തരമായ ധ്യാനംകൊണ്ട ആ സങ്കൽപ്പം മൂർത്തമായി എനിക്കനുഭവപ്പെടാനും തുടങ്ങി. അതൊക്കെ വളരെ കാലത്തിനുശേഷം സംഭവിച്ചതാകുന്നു. എനിക്കുണ്ടായ പ്രണയ നീരെളക്കപ്പനിയുടെ കാലത്ത് അവ്യക്തമായെങ്കിലും ത്രിലോകേശ്വരിയായ എന്റെ മാനസവധുവിനെ ഞാൻ ധ്യാനിച്ചിരുന്നു എന്നുവ്യക്തം. എന്നിൽ പ്രേമപ്പനി ഉണർത്തിയ അയൽക്കാരിയുമായി സുരതം ചെയ്യുമ്പോഴും മനസിൽ മറ്റൊരു പ്രേമമായിരുന്നു. ധ്യാനിച്ചത് വേറൊരു രൂപമായിരുന്നു. ശ്വാനയോനി വിശ്വയോനിയായി തോന്നിയിരുന്നു. തെറ്റാവാം. ഇതാണ് യഥാർഥ വ്യഭിചാരം എന്ന് ഇപ്പോഴറിയുന്നു.

സാധാരണ അർഥത്തിൽ, മനുഷ്യഭാഷയിൽ, വ്യഭിചാരം പട്ടികളുടെ ഇടയിലില്ല. മറ്റു ജന്തുക്കളുടെ ഇടയിലും വൃക്ഷലതാദികൾക്കും ഇല്ല. കാറ്റെത്തിക്കുന്ന പരാഗരേണു തെറ്റി വീണാലും ഒരു പുഷ്പവും അന്യ ബീജത്തെ സ്വീകരിച്ചതായ ശാസ്ത്രമില്ല. മാവിൻ പൂവിൽ തെങ്ങിൻ പരാഗരേണു ഒന്നുചേർന്നതായി ശ്രുതിയില്ല. മാധ്യമം കാറ്റാണ്. ചപലനാണ്. ഏതു കുലസ്ത്രീയുടെയും കാഞ്ചനപടവും പൊക്കിനോക്കുവാൻ വിരുതനാണ്. എന്നിട്ടും....

ആ അർഥത്തിൽ ഞാൻ വ്യഭിചാരനാണ്. വിടൻ എന്നുപറയാം. മനസിൽ മറ്റൊരു മായാവി ഉണ്ടായിട്ടും ഞാൻ മുമ്പുപറഞ്ഞ ശുനകത്തരുണിയുമായി അടുത്തു. ഇതും പട്ടി സ്വഭാവമല്ല. ക്രമേണ എന്റെ മനോമോഹിനിയുടെ രൂപം ഈ പെൺപട്ടിയിൽ ദർശിക്കുകയും ചെയ്തു. അതുംകഴിഞ്ഞ് ഇന്ന് വിശ്വം മുഴുവനും എന്റെ പട്ടിപ്രിയയുടെ രൂപമായിത്തീരുകയും ചെയ്തു. ആ അർഥത്തിൽ ഞാൻ വ്യഭിചരിച്ചിട്ടില്ല. സ്ഥിരമായി ഒരേയൊരു രൂപം. സ്ഥായീഭാവം. സഞ്ചാരിയില്ല. വ്യഭിചാരഭാവം ഇല്ല.

അതങ്ങനെ. അതിനുംമുമ്പ് വിദ്യാഭ്യാസകാലത്തെക്കുറിച്ച് ഒന്നും കൂടി പറയുവാനുണ്ട്. എന്റെ സബ്രഹ്മചാരിയായി ഒരാനയുണ്ടായിരുന്നു. ആ ആന എന്റെ ഒപ്പം പഠിച്ചിട്ടില്ല. ഉപനയിച്ചിരുന്നിട്ടുമില്ല. ആനയ്ക്കും നായയ്ക്കും ഒരുമിച്ചുപനയനം എന്നു കേട്ടിട്ടുമില്ല. ഞാൻ ഓമനിച്ചുണ്ണിയായി ദണ്ഡും മേഖലയും കൃഷ്ണാജിനവും ആയി കഴിയുമ്പോൾ കുട്ടികൃഷ്ണനെന്ന ഗണപതി എന്റെ ജന്മിയുടെ ഓമനക്കുട്ടനായി അവിടെയുണ്ടായിരുന്നു. ഈ കുട്ടികൃഷ്ണനും എന്റെ മൂത്ത ഏട്ടൻ തുഗ്ലക്കും നന്നെ കൂട്ടായിരുന്നു. രണ്ടുശരീരം. രണ്ടുജാതി. ഒന്ന് ആന. മറ്റേത് നായ. എന്നിട്ടും അവരത്രയ്ക്കടുത്തു. ആ കാലത്താണത് സംഭവിച്ചത്.

അന്നാണ് ഞങ്ങളുടെ മൂത്ത ഏട്ടൻ—ഏട്ടൻ പട്ടി എന്നു മറ്റുള്ളവർ വിളിക്കുന്ന—പട്ടി മൂസ് നാടുവിട്ടുപോയത്. പോയതോ, ആനക്കാരൻ മീശഗോയിന്നനെ പേടിച്ചും. മീശഗോയിന്നൻ വെള്ള കൃഷ്ണന്റെ അമ്മാമനായിരുന്നു. നല്ല ആനക്കാരൻ. ഒരൊറ്റ കൊഴപ്പം മാത്രം. രാപ്പകൽകുടി. കുടിയേറിയാൽ ഉപദ്രവം ഏറും. ഏമാന്മാർ ആരുമില്ലാത്ത ഒരുദിവസം മീശഗോയിന്നൻ കുടിച്ച് കുതുകുന്തം മറിഞ്ഞ് വന്ന് കുട്ടികൃഷ്ണനെ ഓദ്രിക്കാൻ തുടങ്ങി. വെറുതെ നാലുകാലും കൃകൃത്യമായി ഊന്നാൻ പറയും. നാലുകാലും ഊന്നിയാലും തല്ലും. ചിറ്റിട്ട കാരക്കോലുകൊണ്ട് തവളക്കുഴിക്കും അമരത്തിനും തലപൊക്കാൻ താടിച്ചോട്ടിൽ കത്തിവെക്കും. നാലുകാലും അണുവിട ഇളക്കാതെ ഏതു മൃഗത്തിന്ന് എത്ര നേരം നിക്കാനാവുംന്ന് ആനക്കാർക്കറിയില്ല. ചുട്ടുപഴുത്ത ടാറിട്ട റോട്ടിലാവും നിക്കണത്. നിറുംമണ്ടവരെ ചൂടുകേറും. അനങ്ങരുത്. നിന്നാലും അടി. നട അനക്കാതെ നിന്നാലും ഊന്നാൻ പറഞ്ഞ് അടി. ഇരിക്കാൻ പറഞ്ഞ് ഇരുന്നാലും അടി. എന്തുചെയ്താലും അടി. കുന്തപ്രയോഗം. എന്തിന്നാണെന്ന് അറിയില്ല. ഭാഗ്യം. ആനയായി ജനിച്ചില്ലല്ലോ.

അങ്ങനെ ഒരു നാൾ മീശ ഗോയിന്നൻ കുട്ടികൃഷ്ണന്റെ നടേം അമരോം ബന്ധിച്ച് ഭേദ്യം തുടങ്ങി. എന്റെ ഏട്ടൻ—പട്ടിമൂസ്—ഏറെ നേരം സഹിച്ചു. ശ്വാവാണെങ്കിലും സ്വന്തം സുഹൃത്തിനെ കെട്ടിയിട്ട് മർദിക്കുന്നത് എത്രനേരം നോക്കിനിൽക്കും. ഏട്ടനെ കെട്ടിയിട്ടില്ല താനും. കുറേക്കഴിഞ്ഞപ്പോൾ കുട്ടികൃഷ്ണൻ വേദന സഹിക്കവയ്യാഞ്ഞ് എരണ്ടോം മൂത്രോം ശരവർഷം ഒഴുക്കാൻ തുടങ്ങി. ഏട്ടന്റെ ക്ഷമ നശിച്ചു. കൊരച്ചു ചാടി മീശ ഗോയിന്നനെ വിലക്കി. പക്ഷേ, കുടിച്ച് കോണംതെറ്റിയ അയാളുണ്ടോ ഒരു നായയുടെ വിലക്കു കേക്ക്ണൂ. അയാൾ കാരക്കോലുകൊണ്ട് ഏട്ടനേം പൂശി. പിന്നെ താമസിച്ചില്ല. ഏട്ടൻ ഒറ്റചാട്ടം. കുമ്പിട്ട് നിന്ന് കുട്ടികൃഷ്ണന്റെ നടയ്ക്കുന്നം നോക്കുന്ന മീശ ഗോയിന്നന്റെ വൃഷണം ഏട്ടന്റെ വായിലായി. ഒരൊറ്റ നിലവിളിമാത്രം. ഏട്ടൻ കടിച്ചെടുത്ത വൃഷണവുമായി ഓടി. പിന്നെ ഇന്നേവരെ തിരിച്ചു വന്നിട്ടുമില്ല.

ലിംഗമാണ് പോയതെങ്കിൽ ആടിന്റെ ലിംഗം വെയ്ക്കാം. പക്ഷേ, വൃഷണം നഷ്ടപ്പെട്ടാൽ.

സാധിക്കും. പത്തായപ്പുരയുടെ ഇറയത്തിരുന്ന് തമ്പുരാക്കന്മാർ തർക്കിച്ചു. മീശ ഗോയിന്നന് പുതുപുത്തൻ രണ്ട് വൃഷണങ്ങൾ മേടിച്ചുകൊടുക്കുവാൻ തന്നെ അവർ തീരുമാനിച്ചു. എന്തായാലും അന്നുമുതൽ മീശഗോയിന്നന് നായ വർഗത്തോടു മുഴുവനും തീരാപ്പകയായി. പക വീട്ടാൻ പാത്തിരിപ്പായി. തരംകിട്ടിയാൽ കല്ലേറിയും. എല്ലായ്പ്പോഴും രണ്ടുകല്ല് ഒക്കത്തു കരുതിവക്കും. ഏട്ടന്റെ ആണത്തത്തിന് മറ്റു ശുനക സഹോദന്മാരൊക്കെ ശിക്ഷ അനുഭവിക്കേണ്ടി വന്നു. അതു സാരമില്ല. ഞങ്ങളുടെ വർഗത്തിനാകമാനം നിത്യം അഭിമാനിക്കാവുന്ന മഹാ തീവ്രവാദിയായി ഏട്ടൻ ഇന്നും അറിയപ്പെടുന്നു. പക്ഷേ, ആ ചരിത്രപ്രസിദ്ധമായ ഒളിച്ചോട്ടത്തിനുശേഷം ഏട്ടന് എന്തു സംഭവിച്ചെന്ന് അറിയില്ല. വിദേശങ്ങളിൽ ഒളിപ്പോരിൽ പരിശീലനം നൽകി ജീവിക്കുന്നു എന്നു പറഞ്ഞു കേൾക്കുന്നു.

ഈ മീശ ഗോയിന്നൻ എന്നെയും കുറേനേരം ചട്ടവട്ടങ്ങൾ പഠിപ്പിക്കുകയുണ്ടായി. ആനയെ നാലുകാലും ഒപ്പം ഊന്നാനും തലയുയർത്തിപ്പിടിക്കാനും കാലുപൊക്കാനും—പക്ഷേ, നായ്ക്കളുടെ കാല് ആനക്കാലുപോലെ പിന്നോക്കം മടങ്ങില്ല. പഠിപ്പക്കണപോലെ എന്നെയും പഠിപ്പിച്ചു. എന്നിട്ട് കൈപ്പടത്തിൽ കാരക്കോല് വെച്ചു തരും. അനങ്ങിയാൽ ചുട്ടപെട. പക്ഷേ, അത് കുറച്ചു ദിവസമേ വേണ്ടിവന്നുള്ളൂ. വലിയ ഏമാന്റെ മകൻ പട്ടാളത്തിൽ നിന്നു വന്ന നേരത്ത് അവിചാരിതമായി ഈ ശിക്ഷണം കണ്ടു.

ആനക്കുട്ടീം നായക്കുട്ടീം ഒരുപോലെയല്ല. ആനേ ചട്ടം അടിക്കണപോലെ നിന്നേം വേണം. കാരണം നിണക്ക് ആനേം പട്ട്യേം കണ്ടാലറിയില്ല. അതിനാൽ ഈമിറ്റത്ത് സൂര്യാഭിമുഖമായി നിക്ക്. സദാ സൂര്യനിൽത്തന്നെ ദൃഷ്ടി വേണം.

അതുംപറഞ്ഞ് ഗോയിന്നനെ മിറ്റത്ത് കിഴക്കോട്ടു തിരിച്ചു നിർത്തി. കാലിൽ കാരക്കോലും വെച്ചു.

കോലുതെറ്റിയാൽ...

തെറ്റിയാലെന്തെന്ന് ഗോയിന്നനറിയാം. അതുകൊണ്ട് തെറ്റിയില്ല.

ഞാൻ നിന്നേക്കാൾ വല്ല്യ വല്ല്യേ ചട്ടക്കാരുടെ അടുത്താ കവാത്ത് പഠിച്ചേ. ലോകം മുഴുവനും ഭരിക്കണവെള്ളേടെ മുമ്പിലാ നിത്യം എടുത്തു വലത്തു ചവിട്ട്യേ.

മഹൻ തമ്പുരാൻ. എന്റെ ഏമാന്റെ മകൻ. പട്ടാള മേധാവിയെ അങ്ങനേം വിളിച്ചു വന്നു. പിന്നെ അകത്തുപോയി കാൽസരായിയും കുപ്പായവും തൊപ്പിയും ബൂട്ടും ഇട്ടുവന്നു. കയ്യിലുള്ള ചെറിയ തോക്കുകൊണ്ട് ആകാശത്തിലേക്ക് വെടിവെച്ചു. ക്ഷണനേരം. ആകാശത്ത് പറന്നിരുന്ന ഒരു വെള്ള പ്രാവ് മീശയുടെ നിറും മണ്ടക്ക് വന്നു വീണു.

നീയ് ഭയന്നു അല്ലേ! സാരല്യ ഇതൊരു വിനോദം. എന്റെ ഉന്നം കൃകൃത്യമാകുന്നു.

ഇതുംപറഞ്ഞ് മഹൻ തമ്പുരാൻ കാരക്കോലെടുത്തു. മീശയ്ക്ക് ആശ്വാസമായി.

നീയ് പോയി എണ്ണ തേച്ച് കുളിച്ചുവാ. ശിക്ഷിച്ചാൽ രക്ഷിക്കണം. പിന്നൊന്ന് എനിമുതൽ നീ പട്ടിയെ പഠിപ്പിക്കരുത്. നെന്റെ ഭാര്യോട് ഉള്ള ദേഷ്യം പാവം ചൊക്ലിപ്പട്ടീടെ മേലല്ല തീർക്കാ. നിണക്ക് നാലുകാലും പൂട്ടിക്കെട്ടി ഇടിക്കാൻ ഉള്ളതല്ല ആന മനസിലായോ.

മീശഗോയിന്നന്റെ ഓദ്രം അങ്ങനെ തീർന്നു എന്നാണ് കരുതിയത്. പക്ഷേ, പട്ടാളം മഹൻ തമ്പുരാൻ അവധികഴിഞ്ഞു പോയപ്പോൾ മീശേടെ മീശ കൊമ്പുപിരിച്ചു കയറാൻ തുടങ്ങി. പട്ടികളെ കണ്ടാൽ തല്ലാനും കല്ലെറിയാനും തരംനോക്കി നടക്കാനും ഉത്സാഹമായി. ഞാൻ ചൊക്ലി പ്പട്ടി എച്ചിലുതിന്നും കട്ടുതിന്നും വളരാനും തുടങ്ങി. എന്റെ സന്തുബന്ധുക്കളായി ഒട്ടേറെ പട്ടികൾ ഉണ്ടായിരുന്നു. അവറ്റയൊക്കെ എന്നേക്കാൾ ഭേദപ്പെട്ട പൈതൃകം ഉള്ളവറ്റയായതുകൊണ്ട് കൂടുതൽ സൗകര്യവും ഉണ്ടായിരുന്നു. പ്രത്യേക പരിഗണന ഉണ്ടായിരുന്നു എന്ന്ധ്വനി. കാഴ്ച്ചയ്ക്കു ഭംഗി. കാര്യത്തിനു ശക്തി. നല്ല കൊര. കൊരയ്ക്ക് നാനാർത്ഥങ്ങൾ. പോരെ ഒരു നായയ്ക്ക് മോഹിക്കുന്നവയൊക്കെ അവറ്റയ്ക്കുണ്ടായിരുന്നു. അവരുടെ പിതാക്കൾ ഇഷ്ടപലഹാരങ്ങൾ കൊടുത്തു. ലാളിച്ചു. കൊരയുടെ വ്യംഗഭംഗിയെപ്പറ്റി പാടി. പുതുപുത്തൻ വ്യാഖ്യാനം കൊണ്ടുനിറച്ചു. എവിടെനിന്നെങ്കിലും തരാക്കിയ ഒരു കോഴി, ഒരു മീൻതല കൊടുത്തുത്സാഹിപ്പിച്ചു.

എന്നാൽ എനിക്കീ വകയൊന്നുമുണ്ടായിരുന്നില്ല. എങ്കിലും ഞാനൊരാണെന്ന് സർവ പട്ടികളും അംഗീകരിച്ചു. ഒന്നിനോക്കണം പോന്ന ഒരുത്തൻ. പക്ഷേ, ആൺപട്ടിക്ക് മക്കളുണ്ടാവുന്ന രഹസ്യം അറിയില്ല. ഞരമ്പിന്റെ ലഹരിയുണ്ട്. തളർച്ചയുടെ ദണ്ണലക്കംസുഖമാണ്. പക്ഷേ, ഗർഭണിയാവുന്ന സുഖം പെണ്ണിനാണ്. അത് ആത്മാവിന്റെ സുഖമാണ്.

ആൺപട്ടി ഈശ്വരന്റെ കണക്കിൽ നിസ്സാരൻ. ഒരുതുള്ളി ശുക്ലത്തിൽ ഒരുകോടി ബീജം. പെൺപട്ടിക്ക് ഒരു രജോചക്രത്തിൽ ഒരൊറ്റ അണ്ഡം മാത്രം. അതുപിളർന്ന്....

ഇപ്പോൾ ഈ യുഗത്തിൽ ഏതെങ്കിലും പട്ടികൾ ആത്മകഥ എഴുതുന്നുണ്ടോ എന്നറിയില്ല. എല്ലാ യുഗത്തിലും ഏതെങ്കിലും ഒരു പട്ടി ആത്മകഥ എഴുതിയിട്ടുണ്ട്. ഒരുനിമിഷം. ഒരൊറ്റ നിമിഷത്തിലെ മനോരാജ്യം. ആർക്കാവും അത് കടലാസിൽ പകർത്താൻ അല്ലെങ്കിൽ പറഞ്ഞു ഫലിപ്പിക്കുവാൻ. എന്നിട്ടും ഒരു ജീവിതം, സമ്പൂർണജീവിതം; എഴുതി ഫലിപ്പിച്ചു എന്നുപറയുന്ന മനുഷ്യരുണ്ട്. പട്ടികളല്ല. പട്ടികൾക്ക് ആ വിധം അഹന്തയില്ല. പക്ഷേ, മനുഷ്യജാതിയിൽ സമ്പൂർണ ആത്മകഥ എഴുതിയവരുണ്ട്. ഒരുദാഹരണം പറഞ്ഞാൽ സ്വന്തം നഗ്നത ആരും കാണരുത് എന്നു വിചാരിച്ച് നഗരമധ്യത്തിൽ ജനക്കൂട്ടങ്ങളുടെ നടുവിൽ അറുപതുകൊല്ലവും മൂന്നുമാസവും ഏഴുദിവസവും നിന്ന ഒരു പട്ടിപ്രിയനെ എനിക്കറിയാം. നോക്കൂ വൈരുധ്യം. സ്വന്തം നഗ്നത ഒളിപ്പിക്കുവാൻ ജനക്കൂട്ടത്തിൽ നിൽക്കുക. അദ്ദേഹം ഒരുത്തമ മനുഷ്യനായിരുന്നു. ആൾക്കൂട്ടത്തിൽ നിന്നുമാറുമ്പോൾ താൻ നഗ്നയാവുന്നു എന്നായിരുന്നു ഭയം. അതുപോലെ, ഒരുജീവിതം മുഴുവനും നിർത്താതെ കൊരച്ച ഒരു ശുനകപണ്ഡിതനുണ്ടായിരുന്നു. ഒരുനിമിഷത്തിലെ മനോരാജ്യം പകർത്താനാവാത്തവരും സുദീർഘജീവിത കഥപറയുന്നു. ഇതാണാശ്ചര്യം. നിമിഷാംശംകൊണ്ട് കോടാനുകോടി താരനക്ഷത്ര വിയത്ഗംഗകളിൽ സഞ്ചരിക്കുന്ന മനസിനെപ്പറ്റി എഴുതാനാർക്കാവും. അസംഭവ്യം. എന്നിട്ടും അറുപതു കൊല്ലം മൂന്നുമാസം ഏഴുദിവസവും ജനമധ്യത്തിൽ നിന്ന ഒരാൾ ആത്മകഥയെഴുതി. നിരതിശയ കർമം എന്ന് പലരും വാഴ്ത്തി. മനുഷ്യമഹായുദ്ധങ്ങൾക്കു കാരണമായവരും സ്വന്തം ജീവിതകഥയെഴുതിയത് ലോകംകണ്ടു. അവരെപ്പറ്റി അന്യരും ജീവചരിതം കുറിച്ചു. ഇന്നും കുറിച്ചുകൊണ്ടിരിക്കുന്നു. പക്ഷേ, പട്ടിക്കഥ അങ്ങനെയല്ല. എല്ലായുഗത്തിലും എല്ലാ പട്ടികളും സ്വചരിത്രം എഴുതുന്നില്ല. യുഗാചാര്യനായ ഒരുപട്ടി മാത്രം ഒരു കഥപറയുന്നു. സ്വന്തം കഥ. അത് സമസ്ത പട്ടികളുടെയും കഥയായി മാറുന്നു. അതാണ് ഇപ്പോൾ ഈ സാരമേയം ചെയ്യുന്നത്. ഈ യുഗത്തിൽ ശ്വാനകഥ പ്രപഞ്ചനം ചെയ്യുവാൻ വിധികൽപ്പിച്ച് നിയോഗിച്ചത് ഈയുള്ളവനെയാകുന്നു.

വിധാതാവു കൽപ്പിച്ചു.

കാലപ്രചോദിതനായ വിധി ഇങ്ങനെ വിധിച്ചു.

അല്ലയോ സാരമേയമെ, അതിനാൽ എനി നീ തന്നെ നിന്റെ കഥയെഴുതുക. നീ ആചാര്യനാണെന്ന് സ്വയം മേനി നടിക്കണ്ട. നീയൊരു സാമഗ്രി മാത്രം. നിന്നിലൂടെ കാലം സംസാരിക്കുന്നു എന്നുധരിക്കുക. പട്ടികളിൽ പാപിയായിരിക്കുന്ന ശ്വാവേ, ഈ ലോകത്തിൽ ജീവിച്ചിരിക്കുന്നവയിൽ സർവദുർഗുണങ്ങളും തികഞ്ഞ ഹേ ചൊക്ലിപ്പട്ടി, നീ എഴുതുക. പേടി വെടിഞ്ഞെഴുതുക. പേടി, അതായത് ഭയമാണ് പാപം.

അപ്പോൾ. അപ്പോൾ പാപം വെടിഞ്ഞെഴുതുക. അതാണ് ഭയം. അഭയമാണ് ബ്രഹ്മം! നീ എഴുതുക.

അങ്ങനെയാണ് ഈ പട്ടി കഥ എഴുതുവാനാരംഭിച്ചത്. സ്വന്തം കഥയാകയാൽ ശുനകവർഗത്തിന്റെ മുഴുവനും കഥയായി പരിണമിക്കുമല്ലോ. ഓരോ യുഗത്തിനും ഓരോ ആചാര്യന്മാർ. വ്യാസൻ, കൃഷ്ണൻ, ശങ്കരൻ...ആവിധം ഓരോ കവികൾ. മനുഷ്യവർഗത്തിനൊരാദി കവി. വാല്മീകി. പിന്നെ ഋഷീശ്വരനായ പുരാണകവി വ്യാസഭഗവാൻ, കവികുലഗുരു കാളിദാസൻ, ശങ്കരഭഗവദ്പാദർ. പശുക്കളിൽ കാമധേനു, സുരഭി, വൃക്ഷങ്ങളിൽ കൽപ്പതരു. ഇവരൊക്കെ കവികളാകുന്നു. അതുപോലെ ഈ യുഗത്തിൽ ശുനകകാവ്യമെഴുതാൻ വിധിക്കപ്പെട്ട സാരമേയമാകുന്നു ഈ പാവം ചൊക്ലിപ്പട്ടി.

അതുകൊണ്ട് ഞാൻ, ചൊക്ലിപ്പട്ടി കഥ തുടരട്ടെ.

മഹാഋഷീശ്വരന്മാരായ കവികൾ പറഞ്ഞു. ദേവന്മാരും മനുഷ്യരും പശുക്കളും പ്രാണനെ അനുസരിച്ചാണല്ലോ ജീവിക്കുന്നത്. പ്രാണനാണല്ലോ എല്ലാ ജീവികളുടെയും ആയുസ്സ്.

ഇതാണ് പട്ടികളുടെയും പ്രമാണം. ശരീരം അണുമയമാണെങ്കിലും ശരീരവ്യാപിയായ ആത്മാവ് ഈ പ്രാണനാകുന്നു. അതുകൊണ്ട് ഈ പ്രാണനെ ബ്രഹ്മമായിട്ടുപാസിക്കുന്നവൻ പൂർണായുസും ജീവിക്കുന്നു.

ഞങ്ങൾ പ്രാണനെ ഉപാസിക്കുന്നവരാണ്. അത് ഏതെങ്കിലും ഇഷ്ടപ്രാപ്തിക്കു വേണ്ടിയല്ല. പ്രകൃതിയാകുന്നു. സ്വർഗം, മോക്ഷം തുടങ്ങിയാതൊന്നിലും ഞങ്ങൾക്ക് ആഗ്രഹമില്ല. അതിനാൽ യജ്ഞങ്ങളും അനുഷ്ഠിക്കാറില്ല. പൂർവജന്മങ്ങളുടെ ഓർമയും വരുംജന്മത്തെക്കുറിച്ചുള്ള അറിവും ഉള്ളവരാകയാൽ പരിഭ്രമമില്ല. പ്രകൃതി പരിണാമത്തിൽ എന്തെന്തുസംഭവിക്കുന്നു എന്ന് വ്യക്തമായിട്ടറിയാം. മനുഷ്യൻ വിധി എന്നു പറയുന്ന പരിണാമം കർമഫലമല്ല. കാലസ്വഭാവമാണ്. പ്രപഞ്ചത്തെ മാറ്റിത്തീർക്കാം എന്ന് ഊറ്റംകൊള്ളുന്ന മർത്യനെ പ്രപഞ്ചം ആദ്യം തന്നെ മാറ്റിത്തീർക്കും. ഈവിധം ഒരു സൃഷ്ടി വിശ്വഘടനയിൽ ഒരിക്കലും ഉണ്ടായിട്ടല്ല എന്നുതോന്നുംവിധം ഒരൊറ്റ തെളിവുമവശേഷിക്കാതെ ഈ ഭൂമിയെന്ന അണുഗോളത്തെ വെറും ധൂളിയാക്കും. ഞങ്ങൾക്കറിയാം. ഞങ്ങൾ നൽകുന്ന മുന്നറിയിപ്പുകൾ മനുഷ്യർ മനസിലാക്കാറില്ല.

ദുരയ്ക്കും ഒരതിരുവേണം.

വളരെക്കാലം ദുരയുടെ ഉപാസകനായിരുന്ന വെള്ള എന്ന വെള്ളുവൻ ആവിധം പറഞ്ഞു. സ്വന്തം യജമാനന്റെ അന്നം കട്ടുതിന്നും നാടു മുഴുവനും തെണ്ടിത്തിന്നും മഹോദരം പിടിച്ചാണ് ആ പാവം ചത്തത്. ചാവുന്നതിന് അൽപ്പംമുമ്പു പറഞ്ഞു:

കുട്ടാ, കുഞ്ഞുകുട്ടാ നീ മനസിരുത്തി കേൾക്ക്. വളരെക്കാലം വയററിയാതെ തിന്നുംകുടിച്ചും നടന്നും അനുഭവം പറയുകയാണ്. പെരുംതീനിയായി മഹാരോഗിയായി അൽപ്പായുസായി അനവധിയെണ്ണം ചത്തു മണ്ണടിയുന്നു. വയറിന്റെ ദുര. ദുര മനുഷ്യസഹജമാണ്. സ്വഭാവമാണ്.

ആർത്തിയും അതെ. നമ്മൾ, ശ്വാക്കൾ വയറുനിറഞ്ഞാൽ പിന്നെ ഒരൊറ്റ ഉരുള കഴിക്കാത്തവരാകുന്നു. അഭക്ഷ്യ ഭക്ഷണം നിമിത്തമുണ്ടാകുന്ന അജീർണാദികൾ സ്വയം ഛർദിച്ചു കളയുന്നു. ഇപ്പോൾ ഞങ്ങളുടെ ഉട മകളായ ഉടയോൻ ഉണ്ടാക്കിത്തരുന്നതാണ് തിന്നുന്നത്. അതാണ് അഭക്ഷ്യ ഭക്ഷണമാകുന്നത്. മുറ്റത്തുകാണുന്ന പുല്ല് ഏത് ഏതിന് ഔഷ ധമാകുന്നു എന്ന് ഞങ്ങൾക്ക് സഹജബുദ്ധിയാൽ മനസിലാകുന്നു. ഏതു തരം ഉദരപീഡയ്ക്ക് ഏതുതരം തൃണമൂലമാണ് ഔഷധം എന്നുമനസി ലാകുന്നു. ബ്രഹ്മാവ് സ്മരിച്ചതാണ് ആയുസിന്റെ വെറും. ബ്രഹ്മാവിന്റെ ഓമനയായ സരമയുടെ വംശമാകയാൽ ഈ ആയുഷം വേദം ഞങ്ങളും സ്മരിക്കുന്നു.

എങ്കിലും ക്ഷേളഭുക്തിയുണ്ട്. കൈവിഷം എന്നുംപറയാം. കരുതി ക്കൂട്ടിത്തരാം. അന്നു പാനീയങ്ങളിൽ അറിയാതെ കലരാം. അല്ലെങ്കിൽ വിരുദ്ധാഹാരത്തിന്റെ ഫലമായി ഒന്നും രണ്ടുംചേർന്ന് മൂന്നു വിഷമാകുന്നു. അത് ഉദരരോഗങ്ങളുണ്ടാക്കുന്നു. പക്ഷാഘാതങ്ങൾക്ക് കാരണമാകുന്നു. ബുദ്ധിയെ ജീർണിപ്പിക്കുന്നു. അതിബുദ്ധിയും കവിയുമായ മഹൻ രണ്ടാം തമ്പുരാൻ പിശാചുബാധിച്ചാലെന്നവണ്ണം പെരുമാറുന്നത് ഞാൻ കണ്ടി ട്ടുണ്ട്. ഭൂതാവേശമില്ലാത്തപ്പോൾ മനുഷ്യർമാത്രം കുടിക്കുന്ന ചില വിഷ ദ്രാവകം കഴിച്ചും ഭ്രാന്തൻപൂക്കൾ പുകച്ചും സ്വബുദ്ധി നശിച്ചവനായി അധമനായി പെരുമാറുന്നത് ഞാൻ കണ്ടിട്ടുണ്ട്. ഇരുപത്തിയേഴ് വർഷം ആ കവിമനസ്സ് ഇരുണ്ട് കിടന്നു. എഴുത്താണി പിടിക്കുന്ന കയ്യ് കഴച്ച് കോച്ചി വലിച്ചു. ഒരു ജന്മം പാഴായി. അതും ഞാൻ കണ്ടു. കർമഫലം. കാലപ്രചോദിതമായ കർമഫലം. കാലം ക്ഷീണിപ്പിച്ചിരുന്ന കവിയിൽ അത് പ്രവർത്തിച്ചു. ഇരുപത്തിയേഴ് കാലം സ്വന്തം തറവാട്ടുമുറ്റത്തുള്ള മാവിൻതറയിൽ ഇരുന്ന് ആ കവി കവിതചൊല്ലി. ഒരൊറ്റ അക്ഷരമെ ങ്കിലും ഒരാൾക്കും മനസിലായില്ല. പക്ഷേ, അഭക്ഷ്യഭക്ഷണത്തിനുമുമ്പ് ആറുമാസം അദ്ദേഹം കെട്ടിയുണ്ടാക്കിയ പാട്ടുകൾ ഇന്നും ലോകം മുഴു വനും പാടിവരുന്നു.

അതുകൊണ്ട് കുട്ടാ, കുഞ്ഞുകുട്ടാ.

എനിക്കറിയാം. അവിടത്തെ മൂത്തമ്മാവന്റെ അമ്മാവന്റെ മകൻ ഒരു ദിവസം സ്വന്തംപേരുകൂടി മറന്നു. അന്നേവരെ പഠിച്ച സമസ്തവും മറന്നു. വലിയ കടന്നിരിക്കൽ കഴിഞ്ഞ ആ ഓത്തൻ അഭിവാദ്യത്തിന് സ്വന്തം പേര് ഓർമിക്കാനാവാതെ കരഞ്ഞു. അതുപക്ഷേ മഹാരോഗം.

വെള്ള പറഞ്ഞുതന്നു. ഇതൊക്കെ മനുഷ്യരുടെ മാത്രം കഥയാ ണെന്നു ധരിക്കരുത്. കൊരയ്ക്കാൻ മറന്ന മൂന്നുശുനകന്മാർ ഇവിടെയു ണ്ടായിരുന്നു. അറിയാത്തവരെയും അതിക്രമിച്ചു കടക്കുന്നവരെയും കണ്ട് കുതിച്ചോടിവന്ന് ഒന്നും ശബ്ദിക്കാനാവാതെ നമസ്കരിച്ച് വാലാ ട്ടിനിൽക്കുന്ന ശുനകന്മാർ.

അതിന് തിന്നാൻ കൊടുക്കുന്നത് മുഴുവനും നഷ്ടമാകുന്നു. ഒന്നു കിൽ അതിനെ തല്ലിക്കൊല്ലുക. അല്ലെങ്കിൽ ദൂരെ മഹാനഗരത്തിൽ ഉപേ

ക്ഷിക്കുക. ഏതെങ്കിലും വാഹനം പാഞ്ഞുവന്ന് അതിന്റെ ആയുസൊടുക്കും. തീർച്ച. ഇപ്പോൾ വണ്ടി ഓടിക്കുന്നവർക്ക് ബോധം കമ്മി. മന്ദബുദ്ധിയായ ഈ പട്ടിക്ക് അപകടങ്ങളിൽനിന്ന് സ്വയം രക്ഷപ്പെടാനുള്ള കഴിവുമില്ല. നമുക്കാണെങ്കിൽ നായയെ തല്ലിക്കൊന്ന പാപോം ഇല്ല. ഇപ്പോൾ സർവം ശുഭം.

അരിക്കച്ചവടക്കാരനായ മൊതലാളി പറയുന്നതുകേട്ട് ഞാൻ ഭയന്നു. കാരണം മനുഷ്യൻ ലാഭമാത്ര ജീവികളാകുന്നു. എന്തിനും ലാഭംവേണം. പ്രേമിച്ചാൽ, സ്നേഹിച്ചാൽ, ഭോഗിച്ചാൽ, പെറ്റാൽ എല്ലാം ലാഭം വേണം. ജീവിതത്തിന്റെ അർഥം ലാഭമാകുന്നു. അർഥലാഭം, യശോലാഭം അങ്ങനെ. അപ്പോൾ യൗവനം മങ്ങാൻ തുടങ്ങുന്ന ഈ പാവം പട്ടിയെ പിടിച്ച് പുഴയിൽ തള്ളാം. തീവണ്ടിപ്പാളത്തിൽ കൊണ്ടിടാം. ആരെങ്കിലും ആവിധം ഉപദേശിച്ചാൽ എന്റെ മൊതലാളിക്കും അതു ശരിയാണെന്നു തോന്നാം. അദ്ദേഹവും പട്ടിക്കച്ചവടക്കാരനാണല്ലോ. അപ്പോൾ....

അങ്ങനെ ചില മനസുണ്ട്. നാലാള് പറഞ്ഞാൽ നാലാമത് പറഞ്ഞത് കേക്കുന്നവരുണ്ട്. നാലാളുടെയും അഭിപ്രായം കേക്കാത്തവരുണ്ട്. തന്നിഷ്ടം മാത്രം പ്രവർത്തിക്കുന്നവരുണ്ട്. പക്ഷേ എന്റെ യജമാനൻ ഉപദേശത്തം വളരെയധികം മാനിച്ചു. സുഹൃത്തുക്കളുടെ ഉപദേശം, പുസ്തകങ്ങളിൽ കാണുന്ന ഉപേദേശം, എന്നിവ അദ്ദേഹം സദാ മാനിച്ചു. ചില പുസ്തകങ്ങളുണ്ട്. ദിനപത്രങ്ങളുണ്ട്. ആഴ്ചതോറും ഒരുഭാഗം ഉപദേശത്തിനുമാത്രം മാറ്റിവെക്കും. അത് വായിച്ച് പഠിച്ച് മനഃസമാധാനം നേടാനാഗ്രഹിക്കുന്നവരിൽ ഒരാളാണ് എന്റെ യജമാനൻ. അദ്ദേഹം പറഞ്ഞു:

പട്ടികൾ! പട്ടികളുടെ മനഃശാസ്ത്രമാണ് ഞാൻ ഏറെക്കാലമായി പഠനവിഷയമാക്കുന്നത്. ഒരു പട്ടി, അഥവാ ഒന്നിൽക്കൂടുതൽ ശുനകന്മാർ ഒരു സമയത്ത് അഥവാ ഒരുപോലുള്ള സാഹചര്യത്തിൽ ഏതുവിധം പെരുമാറും അഥവാ പെരുമാറാതിരിക്കും അഥവാ അത്തരം സാഹചര്യം നാം പുനഃസൃഷ്ടിക്കുകയോ സൃഷ്ടി സാഹചര്യം നൽകുകയോ ചെയ്യുമ്പോൾ ശുനകൻ, അഥവാ ശുനകവർഗം ഏതുവിധം പെരുമാറും എന്നു നോക്കിപ്പഠിക്കുമ്പോൾ മുൻകാലുകളിലെ നഖങ്ങളുടെ എണ്ണവും ആകൃതിയും ഏതുവിധം സ്വാധീനം ചെലുത്തുന്നു എന്നും ആ സ്വാധീനം പട്ടിപ്പരിണാമത്തിൽ എപ്പോൾ സംഭവിച്ചു എന്നും ഘടനാപരമായി വായിച്ചെടുക്കുമ്പോൾ പ്രകൃതിനിർദ്ധാരണത്തിന്.....

അപ്പോഴേക്കും ഞാൻ എണീറ്റ് വാലുകൊണ്ട് കോണകമുടുത്ത് മുറ്റത്തിന്റെ വലത്തെ അറ്റത്തേക്കുനീങ്ങി. വാക്കുകൾ, വാക്കുകൾ പിന്നെയും വാക്കുകൾ. അതാണവിടത്തെ ഇഷ്ടം. അതാണ് ജീവിതം. ഒന്നു പറയേണ്ടിടത്ത് പത്തു പറയുക. പറഞ്ഞു പറഞ്ഞു നിറയ്ക്കുക. വീണ്ടും വീണ്ടും പറയുക. എന്നിട്ട് ഒന്നും പറഞ്ഞിട്ടില്ലെന്നു തോന്നിപ്പിക്കുക. എനിയും വളരെ പറയാനുണ്ട് എന്ന് വ്യഞ്ജിപ്പിക്കുക, ധ്വനിയാണ് വാക്യത്തെ കാവ്യമാക്കുന്നത് എന്ന് സ്ഥാപിക്കുക.

ഈശ്വരാ! ശുനക ദൈവമേ! ഈ പാവം ജീവിത കഥാശുനകനും വാക്കുകളിൽ കുടുങ്ങിയെന്നോ. എന്നാണിതിൽനിന്ന് മോചനം. ഒരുജീവിക്ക് ചെന്നുപെടാവുന്നതിൽ ഏറ്റവും വലിയ ചതി വാക്കുകളുടേതാണ്. മഹാലഹരിയാണത്. ഒരുജീവിതം മുഴുവനും പറഞ്ഞതുതന്നെ പറഞ്ഞ് വീണ്ടും വീണ്ടും പറഞ്ഞ് അതുതന്നെ വ്യാഖ്യാനിച്ചു മരിക്കുക. കുരച്ചുകുരച്ച് എന്തിനെന്നില്ലാതെ വീണ്ടും വീണ്ടും കുരച്ച് നിർത്താതെ കുരച്ചു ചത്തുപോകുന്ന പട്ടികൾ. കഷ്ടമെന്നല്ലാതെ എന്തുപറയാൻ. എന്നാൽ ഈ പാവം ചൊക്ലിയും ആ വൻ ചതിക്കുഴിയിൽ ചെന്നുപതിച്ചു. ഇപ്പോൾ വാക്കാണ് മുഖ്യം. വാക്കുകൾ, വാക്കുകൾ, വാക്കുകൾ.

പട്ടികൾക്ക് പദസമ്പത്ത് കുറവാണ് എന്നു മനുഷ്യർ വിശ്വസിക്കുന്നു. വാസ്തവത്തിൽ മനുഷ്യരേക്കാൾ വളരെയധികം പദസ്വാധീനം ഞങ്ങൾക്കുണ്ട്. എന്നാൽ നിഘണ്ടു എഴുതി അച്ചടിപ്പിക്കാത്തതുകൊണ്ട് മനുഷ്യരത് മനസിലാക്കുന്നില്ല: മനുഷ്യജാതിക്ക് ഭാഷപഠിക്കണം. ഞങ്ങൾക്ക് ജന്മസിദ്ധമാണ്. അതാണ് മുഖ്യമായ വ്യത്യാസം. ഉരുവിട്ടുണ്ടാക്കുന്ന ഭാഷയും ജന്മസിദ്ധമായ ഭാഷയും തമ്മിലുള്ള മനുഷ്യ ശുനകാന്തരം. ഒന്ന് ജന്മസിദ്ധം. മറ്റേത് കർമസിദ്ധം. കർമസിദ്ധമായത് എന്നും മാറും. തലമുറ തലമുറകൾ വീണ്ടും വീണ്ടും ഹരിശ്രീയിൽനിന്നു തുടങ്ങണം. ഞങ്ങൾക്കതുവേണ്ട.

ഒരു ശങ്ക ന്യായമായും ഉണ്ടാവാം. എഴുതുക—ആത്മകഥ എഴുതുക— എന്ന വാക്കാണ് ശങ്കയ്ക്കാധാരം. പട്ടി എങ്ങനെ എഴുതും. അതിന് കൈവിരലുകളില്ല. കടലാസും പേനയും പിടിക്കാനാവില്ല. ഭാഷ അറിയില്ല. എന്നൊക്കയാണല്ലോ പറഞ്ഞുവരുന്നതും പുറത്തറിയുന്നതും. ഇത് പദവൈകല്യം, പദപ്രയോഗ വൈകല്യം മാത്രമാകുന്നു. കുരുടനും കണ്ടിട്ട് കുറേ നാളായി എന്നു പറയാറുണ്ടല്ലോ. അതുപോലെ എഴുതുക എന്നു പറഞ്ഞു. എന്നുപറഞ്ഞാൽ കഥ വിചാരിക്കുക എന്നേ അർഥമാക്കേണ്ടൂ. ചിത്രം എഴുതുക, കളമെഴുതുക എന്നൊക്കെ പറയുമ്പോഴും അതിനർഥം ആ ഭാവ-രൂപങ്ങൾ മനസിലെഴുതുക എന്നാണ്. മനസിലാണെഴുതുന്നത്. അതുപിന്നെ കടലാസിലോ ചുമരിലോ നിലത്തോ വർണത്തിലോ അക്ഷരത്തിലോ പകർത്താം എന്നുമാത്രം. അത് പകർപ്പെഴുത്താണ്. അസ്സൽ എഴുത്ത് മനസിൽ മാത്രം നടക്കുന്നു. ആ എഴുത്താണ് ഇവിടെ സംഭവിക്കുന്നത്. ഞാൻ പട്ടി, സാരമേയം സ്വന്തം കഥ എഴുതുന്നു.

ആറ്

ധർമാർഥ കാമമോക്ഷങ്ങളാകുന്ന പുരുഷാർഥങ്ങളെപ്പറ്റി ചിന്തിക്കുവാൻ തുടങ്ങിയപ്പോഴേക്കും എനിക്കു വയസായി. എന്നാലും നിരന്തരമായ മനനംകൊണ്ട് ഒന്നു വ്യക്തമായി, ജീവിതത്തിന് ഒരുദ്ദേശ്യവുമില്ല. ഒരുലക്ഷ്യവുമില്ല. ഇതിങ്ങനെയാണ്. ഇന്നും ഇങ്ങനെയായിരിക്കും. ജീവിതലക്ഷ്യം ജീവിതം മാത്രമാകുന്നു. ആ ജീവിതം ജീവിക്കുവാൻ വേണ്ട

നിയമം പ്രകൃതി കനിഞ്ഞരുളിയിട്ടുണ്ട്. പിന്നെ മനുഷ്യൻ ചില നിയമങ്ങളുണ്ടാക്കി അച്ചടിച്ച് ചില്ലിട്ട് സൂക്ഷിക്കുന്നു. ആ നിയമം തെറ്റിച്ചവരെ ശിക്ഷിക്കുന്നു. ശിക്ഷിക്കുവാൻ ആരധികാരം കൊടുത്തു എന്നു ചോദിക്കരുത്. പ്രകൃതി ആവിധം ഒരധികാരം ആർക്കും, ഒരുജീവിക്കും നൽകിയതായി അറിയില്ല. സിംഹത്തിന് മാൻപേടയെക്കൊല്ലാൻ അധികാരം നൽകിയതല്ല. സിംഹത്തിന്റെ ഇരയാണ് മാൻപേട. അതുകൊണ്ട് വിശക്കുമ്പോൾ—വിശക്കുമ്പോൾമാത്രം—സ്വന്തം ഭക്ഷണമായ മാൻപേടയെ തിന്നുന്നു. അവിടെ അധികാരത്തിന്റെ പ്രശ്നമില്ല. കൊലപാതകവുമില്ല. അവകാശവുമില്ല. ഇരയാകുന്ന മാൻപേടക്ക് തന്നെ കൊന്നുതിന്നുന്ന സിംഹത്തിന്റെ ഭക്ഷണമായി ജനിച്ചതാണ് താൻ എന്ന് വിചാരവുമില്ല. മാൻപേട സ്വതന്ത്രമായ മറ്റൊരു ജീവിവർഗം. സിംഹം വേറൊന്ന്. കറുകപ്പുല്ലിന് മാൻപേടയുടെ ഭക്ഷണമാകലാണ് ജീവിതലക്ഷ്യമെന്നു പറയാമോ. ആ കറുകപ്പുല്ല് ഭക്ഷിക്കുന്ന പൃഥ്വിയിലെ രസങ്ങളോ? അവയുടെ പുരുഷാർഥങ്ങളോ? ഒന്നുമില്ല. ഒന്ന് ഒന്നിനെ തിന്നും. ആ ഒന്നിനെ അതിലും വലിയ ഒന്നുതിന്നും. അതിനെ...ഒടുക്കം മൃത്യുകൂടി മറ്റേതോ വലിയ ഒന്നിന് അന്നമാവും.

ഇവിടെ കയ്യൂക്കിന്റെയും അധികാരത്തിന്റെയും അവകാശത്തിന്റെയും ചിന്തയില്ല. അതാണ് വിശ്വപ്രകൃതി. പക്ഷേ, മനുഷ്യനുണ്ടാക്കുന്ന നിയമങ്ങളോ അധികാരത്തിന്റെ പ്രകടനം മാത്രം. അതുകൊണ്ടു തന്നെ ഞങ്ങൾക്ക് ചെറിയ വലിയ അവകാശബോധമൊന്നുമില്ല. സൃഷ്ടി മുതൽ ഇന്നോളം മനുഷ്യന്റെ പാദസേവ ചെയ്തുവരുന്ന ജീവിയാണ് എന്ന അപകർഷതയുമില്ല. അതൊക്കെ വെറും തോന്നൽ. അപരിചിതരെ കാണുമ്പോൾ കുരയ്ക്കുന്നത് സ്വന്തം ഇര ആരാനും തട്ടിപ്പറിക്കുമോ എന്നുമാത്രം ഭയന്നാണ്. നായ നരന് കാവൽ നിൽക്കുകയല്ല. സ്വന്തം ഇരയ്ക്ക് കാവൽ നിൽക്കുകയാണ്. അന്നമാണ് പ്രശ്നം.

ജീവിതത്തിന്റെ നിരർഥകത മനസിലാക്കിയതുകൊണ്ടാണ് ഇബന്റെ കാമുകിയുടെ സമസ്ത ചാപല്യങ്ങളും ക്ഷമിക്കുവാൻ സാധിച്ചത്. ശുദ്ധശൂന്യവും വങ്കൻ വിഡ്ഢിത്തവുമാണ് ജീവിതം എന്നു മനസിലാക്കിയപ്പോൾ ഓരോനിമിഷവും അത്യാനന്ദമായിത്തുടങ്ങി. ഒരുതരം ഈശ്വരസാക്ഷാൽക്കാരം സിദ്ധിച്ച അവസ്ഥ. ശുനക ഗീതിയിൽ ഇതിനെപ്പറ്റി പറയുന്നുണ്ട് എന്ന് രാജപാളയം മുരുകപ്പചെട്ടി മകൻ അളകപ്പച്ചെട്ടിയുടെ വേട്ടനായയായിരുന്ന രാജരാജശുനകൻ എന്നെ പറഞ്ഞു മനസിലാക്കുകയുണ്ടായി.

ഡോ, നാടൻ നായേ! നീയിതു മനസിലാക്ക്. ജ്ഞാനമാണ് സർവദുഃഖങ്ങൾക്കും അറുതി. ദുഃഖനിവാരണം. ജ്ഞാനിയായ ശുനകൻ ദുഃഖിക്കുന്നില്ല. അശോച്യനാണവൻ. ജീവിതത്തിന് ലക്ഷ്യമുണ്ടെന്നും പുരുഷാർഥങ്ങളാണ് നേടേണ്ടതെന്നും മറ്റും മറ്റും പാടുന്ന വിഡ്ഢിത്തം കേട്ടു മയങ്ങരുത്. ഒന്നുമില്ല. ഈ നിമിഷംമാത്രം. ഈ പ്രപഞ്ചത്തിൽ ഈശ്വരന് ഇടമില്ല. ഈ ജ്ഞാനമുണ്ടാകുമ്പോൾ സമസ്തദുഃഖങ്ങളും അക

ലുന്നു. പാപചിന്തയകലുന്നു. സുഖദുഃഖങ്ങളും പാപപുണ്യങ്ങളും വെറും ഭാവനമാത്രം. കൽപ്പനാ വൈചിത്ര്യം. അഥവാ ശബ്ദജാലം മാത്രം. കുര യുടെ മാറ്റം അറിഞ്ഞവന് പിന്നെ ദുഃഖമില്ല. മനസിലായോ.

ഈ പ്രാവശ്യം പാട്ടീ എന്നുവിളിച്ചില്ല. പട്ടിയാണെങ്കിലും മുഖത്തു നോക്കി പട്ടി എന്നുവിളിക്കുമ്പോൾ ഒരു...ഒരു...രു...ദ്. ശ്വാവും ശുനകനും നന്ന്. സാരമേയം ഉത്തമം. പട്ടി മഹാമോശം. നായയാണെങ്കിലോ ഒരാ ണത്തമെങ്കിലും ആ ശബ്ദത്തിനുണ്ട്.

രാജപാളയം രാജരാജ ശുനകൻ ഞങ്ങളുടെ നാട്ടിൽ വന്നുചേർന്ന തിനുശേഷം രണ്ടുബാന്ധവം നടത്തി. അതിൽ ഒരുത്തി ദിവസംതോറും കാണുന്ന നായ്ക്കളെ മുഴുവനും കൂട്ടിക്കൊളുത്തി രാപ്പകലില്ലാതെ തെണ്ടിനടക്കുന്നവളായിരുന്നു. കൃത്യം അറുപത് ദിവസം കഴിയുമ്പോൾ പെറുക എന്നതായിരുന്നു അവളുടെ ലക്ഷ്യം. ഒരു പേറിൽ ചുരുങ്ങിയത് എട്ടുകുട്ടി. എട്ടിൽ കുറഞ്ഞുപോയാൽ അവൾക്ക് സഹിക്കാനാവാത്ത ദുഃഖ മാകും. സ്വന്തം കഴിവുകേടിൽ മനംനൊന്തുകരയും. താനിങ്ങനെയായല്ലോ എന്ന് ഓർത്ത് ഓർത്ത് വീണ്ടും വീണ്ടും തേങ്ങും. രാജരാജശുനകന് അതിനെ ക്ഷ പിടിച്ചു. ഒരു പേറ് കഴിഞ്ഞെണീക്കുന്നത് അടുത്ത പേറിന് വയറ്റിലുണ്ടാവാൻ! കേമത്തീ!

പെണ്ണായാൽ ഇങ്ങനെ വേണം. രാജരാജ ശുനകൻ നാലു നായ കേൾക്കെ ഇങ്ങനെ പറഞ്ഞ് അവളുടെ ഈറ്റില്ലത്തിനടുത്ത് കിടന്നു. പെറ്റെണീക്കട്ടെ.

പെറ്റെണീറ്റ ആ ശുനകി പിന്നെ മറ്റൊരു ശുനകനെ സ്വീകരിച്ചില്ല. എപ്പോഴും രാജപാളയം രാജരാജ ശുനകന്റെ കാൽക്കൽ ചുരുണ്ടുകൂടി. മേലാസകലം നക്കിത്തോർത്തി തന്റെ ഭക്ഷണംകൂടി ശുനകന് നൽകി. സദാ പരിചരണം മാത്രം.

ഞാൻ എന്റെ ആണിനെ അന്വേഷിച്ചു നടക്കുകയായിരുന്നു. ഇപ്പോൾ കണ്ടെത്തി. ഇനി വേറൊന്നിനെ നോക്കാൻകൂടി എനിക്കുവയ്യ. വേണ്ടേനും....

അടുത്തുകൂടിയ ആൺപട്ടികളോട് അവൾ ആദ്യം നല്ല വാക്കു പറഞ്ഞു. പിന്നെയും പിന്നാലെ കൂടിയവറ്റെ കുരച്ചുംകടിച്ചും ഓടിച്ചു.

പോയകാലം കഴിഞ്ഞു. അത് ആണിനെ അന്വേഷിക്കുന്ന കാലമാ യിരുന്നു. ഞാൻ ആണിന്റെ പെണ്ണാണ്. ആണും പെണ്ണും കെട്ടവന്റെയല്ല.

രാജരാജശുനകൻ അതുകേട്ട് ഗംഭീരമായി തലയുയർത്തി ഒന്നു മുരണ്ടു. മണത്തുവന്ന ചൊക്ലികളൊക്കെ വാലുകൊണ്ട് ആണത്തം ഒളിപ്പിച്ച് പേടി ച്ചോടി.

മനസിലായോ ചൊക്ലീ!

സർവജ്ഞനായ രാജരാജൻ എന്റെ മുഖത്തുനോക്കി പറഞ്ഞു:

സുഖമെന്നു കരുതിയതൊന്നും സുഖമല്ല. ദുഃഖമെന്നു കരുതിയത് ദുഃഖവുമല്ല. സർവം മനസിന്റെ മറിമായം.

രാജരാജൻ ജ്ഞാനിയുടെ നിഷ്കളങ്കമായ ചിരിചിരിച്ചു. കയ്യാലപ്പുറത്ത് പുളിഞ്ചോട്ടിൽ ഉണ്ടാക്കിയ വെണ്ണീറ്റിൻ കുണ്ടിൽ നീണ്ടുനിവർന്നു ശയിച്ചു. അവിടത്തെ അവസാനത്തെ പട്ടമഹിഷി കാൽക്കീഴിൽ ഉരുമ്മിയും ഉമ്മവെച്ചും വട്ടമിട്ടു. ഇതൊക്കെ കണ്ടുകൊണ്ട്, അവിടന്ന് നാട്ടിൽവന്നപ്പോൾ ആദ്യം തുടങ്ങിയ സംബന്ധക്കാരി പുളിഞ്ചോട്ടിൽ വന്നുനിന്നു.

സാരമില്ല. നിന്നെയവൾ ആട്ടിപ്പായിക്കില്ല. അടുത്തു വരൂ.

പാവം ആ സുന്ദരി തന്റെ സപത്നിയെ നോക്കി. ആ ആണുങ്ങളുടെ പെണ്ണാവട്ടെ ഒന്നും അറിയാത്തപോലെ സ്വനാഥനെ തൊട്ടും നാറ്റിയും നിന്നു. പ്രേമം എന്തെന്നറിയാതെ, ഒരിടനേരവും ഒഴിയാതെ സദാ ആണുങ്ങളെ ആകർഷിച്ച് അനുഭവിച്ചിരുന്ന ആ തന്റേടിയായ ഭർതൃപത്നിയെ കണ്ട് എന്തുവേണ്ടൂ എന്നറിയാതെ സുന്ദരി നിന്നു. മൂന്നുദിവസം ആ നിന്ന നിലയിൽ നിന്നിട്ടും ആരുംതന്നെ ആട്ടിപ്പുറത്താക്കുന്നില്ല എന്നറിഞ്ഞപ്പോൾ അവൾ അവരുടെ കൂടെത്തന്നെ കഴിയാൻ തീരുമാനിച്ചു. ഗംഭീരാശയനായ രാജരാജൻ തന്റെ അമൃതേത്തിന്റെ ഒരു ഭാഗം അവൾക്കായും മാറ്റിവെച്ചു. അതുകണ്ട് ആ കൂറ്റത്തി തന്റേടിയും ഒരു പങ്ക് സുന്ദരിക്കു കൊടുത്തു.

ഞാൻ രാജപാളയത്തായിരുന്നപ്പോൾ ഇരുപത്തിയേഴു പെണ്ണുങ്ങൾ ഒപ്പം ഉണ്ടായിരുന്നു. ഒരു പെണ്ണും ഒരിക്കലും വഴക്കു കൂടിയിട്ടില്ല. എല്ലാവരും എന്നെ അവരുടെ സ്വന്തമെന്നു കരുതി. എല്ലാവരേയും ഞാനും എന്റെ സ്വന്തമെന്നു കരുതി.

ഇക്കാലങ്ങളിലെല്ലാം ഞാൻ എന്റെ പെണ്ണിനെ അന്വേഷിക്കുകയായിരുന്നു. സത്യത്തിൽ ആവിധം ഒരു ശുനകരൂപിണി ജന്മം കൊണ്ടിരുന്നില്ല. മനോവിഭ്രമം മാത്രമായിരുന്നു അത്. എന്നിട്ടും ഞാൻ ലോകം മുഴുവനും അന്വേഷിച്ചു. ആയിടയ്ക്കാണ് എന്റെ കല്യാണം നടന്നത്. കല്യാണത്തിന് മുമ്പ് പെണ്ണിനെ അറിഞ്ഞിരുന്നു എങ്കിലും കെട്ടിനുശേഷം ഞാനൽപ്പം മാറി എന്ന് എന്റെ സന്തുബന്ധുക്കൾ പറഞ്ഞിരുന്നു. പക്ഷേ, ഭാഗ്യദോഷം, എന്റ കൊടിച്ചി വളരെ നേർത്തെ അന്യലോകങ്ങളിലെത്തി.

അതൊരു ഭാഷയാണ്. പേച്ച്. സത്യത്തിൽ അവൾ ഇവിടെത്തന്നെയുണ്ട്. മറ്റൊരു രൂപത്തിൽ, മറ്റൊരുഭാവത്തിൽ.

പട്ടികളായ ഞങ്ങൾക്കതറിയാം. എന്നുവെച്ച് അന്യലോകങ്ങളില്ല എന്നുവിചാരിക്കരുത്. ഉണ്ട്. അവിടെയൊക്കെ ജീവിതം ഉണ്ട്. പക്ഷേ, ജീവസ്വഭാവം അൽപ്പം ഭിന്നമാണ്. അതിനാൽ ശരീരവും ഭിന്നമാകുന്നു. ജീവൻ എന്നുപറഞ്ഞാൽ ഈ ഭൂമിയിലെ മനുഷ്യൻ നിർവചിക്കുന്നതല്ല അവിടെ ജീവൻ. അവിടത്തെ അന്തരീക്ഷം, അവിടത്തെ ഭൂതസംഘാതസ്വരൂപം, അവിടത്തെ സ്ഥലകാലങ്ങൾ എല്ലാം ഭിന്നമാകയാൽ ജീവനും ഭിന്നമാകുന്നു. ഇവിടെ പ്രാണവായുവായി കരുതുന്നത് അവിടെ സുദുർലഭം. ഇവിടെ ദാഹശമനത്തിനുപയോഗിക്കുന്ന ജലം അവിടെയില്ല. പക്ഷേ, മറ്റൊരു ചേരുവയുണ്ട്. മറ്റൊരു അന്നവും അന്ന വിചാരവും ഉണ്ട്. ഘ്രാണ

ഭക്ഷണം. അന്നത്തിന്റെ മണം മതി അവിടെ വയറുനിറയുവാൻ. സൃഷ്ടിയാവട്ടെ, സങ്കൽപ്പമാത്രയിൽ സംഭവിക്കുന്നു. ഇവിടെ കാണുന്ന ശരീരവും അതിന്റെ പരിമിതികളും അവിടെയില്ല. അതുകൊണ്ട് ദേഹസുഖവും ദുഃഖവും ഇല്ല. ഇടയ്ക്കെങ്ങാൻ ശരീരമോഹമുണ്ടാകുമ്പോൾ ആ പ്രാണൻ പൃഥ്വിയിൽ വന്ന് ജനിക്കും. എന്താണോ മോഹിച്ചത്, അതായിട്ട്. പിന്നീട് ഒരുവട്ടം പ്രാണികുലത്തിന്റെ സമസ്തപരിണാമത്തിലൂടെയും കടന്നുപോയി സ്വസ്ഥരാകും. വീണ്ടും സ്ഥലകാലദേഹപരിധികളില്ലാത്ത അമൃതത്വം. പിന്നെ.....

ഇതൊക്കെ മനസിലായാൽ പിന്നെന്തുണ്ട് ഭയം. പിന്നെ അവസാനിക്കാത്ത ആനന്ദം മാത്രം. സൃഷ്ടിയുടെ മഹാലീല കാണാം. അനുഭവിക്കാം. അപ്പോഴും അതിൽനിന്നകന്ന് നിൽക്കാം.

വെറും തമാശക്കളി.

പക്ഷേ, ഞാൻ ഈ തമാശക്കളിക്കുള്ളിലും കളിച്ചു.

ആ കളിയാണ് ഈ കഥയായി പരിണമിച്ചത്.

കളിയല്ല. കാര്യമാണ് എന്നു ധരിച്ചു. കളിയും കാര്യമാവണം എന്നതു വേറെ കാര്യം. അല്ലെങ്കിൽ കളികൂടി വിരസമാകും. വിഡ്ഢിവേഷം കെട്ടുകയാണെങ്കിൽ നല്ല വിഡ്ഢിയാവണം. രാവണനാവുന്നെങ്കിൽ അതു ഗംഭീരമാവണം. സീതയെ അപഹരിക്കണം. രാമനാണെങ്കിൽ അതും. ശൂർപ്പണഖയുടെ മൂക്കും മുലയും അരിയണം. അതാണ് കളിയുടെ സുഖവും വിജയവും. അങ്ങനെയൊക്കെയാണെങ്കിലും ഇതുവെറും കളിയാണെന്നും ഈ വേഷം അരങ്ങിൽ മാത്രമാണെന്നും മറന്നുകൂടാ. അരങ്ങിൽനിന്ന് പോന്നാലും ആ വേഷമോർത്തു ദുഃഖിച്ചാൽ എന്തുചെയ്യും. ചിലപ്പോൾ പലവേഷം കെട്ടിയാടേണ്ടിവരും. ഏതായാലും അതു നന്നാക്കുക. പൂർണമാക്കുക. അതുകഴിഞ്ഞാൽ കഴിഞ്ഞു. അടുത്തതു ഗംഭീരമാക്കുക. അത്രതന്നെ. കഴിഞ്ഞ വേഷം ഇപ്പോഴത്തെ വേഷത്തെ ബാധിച്ചുകൂടാ. ഇന്നത്തെ വേഷം നാളത്തെ വേഷത്തെക്കുറിച്ചുള്ള ചിന്തയാൽ അലങ്കോലപ്പെട്ടുകൂടാ.

ഞാൻ ചെയ്തത് അതാണ്. ഇന്നുകൾ ഇന്നലെ ഓർത്തു ദുഃഖിച്ചു. നാളയോർത്തു മോഹിച്ചു. രണ്ടും ശ്വാക്കൾക്ക് വിധിച്ചതല്ല. ഒരുപക്ഷേ, പൂർവജന്മം ഓർമ വന്നതാവാം ദുഃഖകാരണം. അല്ലെങ്കിൽ നായിൽ നരൻ ഉണർന്നിരിക്കാം.

എന്റെ ലക്ഷണമൊത്ത ശുനകദേഹം പലരേയും മോഹിപ്പിച്ചിട്ടുണ്ട്. ഇപ്പോഴും ശുനകായുസിന്റെ പാതിയെത്തിയിട്ടും ഇന്നും പുതുപുത്തൻ പട്ടികൾ ഈ ശരീരം കണ്ടുമോഹിക്കുന്നു. കാമശാസ്ത്രം കമ്പോടു കമ്പും കീഴുമേലും പ്രയോഗത്തിൽ കാട്ടി കൂടെക്കിടക്കുന്നവളെ നിത്യദാസിയാക്കുന്നു. അടിപ്പട്ടികൾ അടിയറവു പറയുന്നു. ഇതൊക്കെ അറിയാവുന്നതുകൊണ്ട് ഞാനും ഇത്തിരി ഊറ്റംകൊണ്ടു.

അതാണ് നിനക്കു പറ്റിയ അബദ്ധം. ഐശ്വര്യസൗഭാഗ്യങ്ങളും നിത്യമാണെന്നുധരിച്ചു. പക്ഷേ, അവ ക്ഷണികങ്ങളാണ്. ഇപ്പോൾ നെയ്യ്കുട്ടി

വറുത്ത ഉപ്പേരി പതിച്ച ഉരുളതരുന്ന തൃക്കയ്യുതന്നെ അടുത്ത നിമിഷം കണ്ണടച്ച് ഒന്നുതന്നു എന്നുവരാം. രണ്ടും ജീവിതത്തിന്റെ വരദാനമായി കാണണം. അതിനുസാധിക്കാത്തതാണ് നിന്റെ വീഴ്ച.

രാജപാളയം ഭരിച്ചിരുന്ന, വിരുന്നുവന്ന രാജരാജ ശുനകൻ പറഞ്ഞതു സത്യമായിരുന്നു.

വിദേശവിദ്യാഭ്യാസം കഴിഞ്ഞ് തിരിച്ചെത്തിയ ശീമയിൽ ശീമയായ നായ ഓണേഴ്സ് ടൈഗർ എന്നപേരിൽ അറിയപ്പെട്ടു. ശുനകവംശത്തിൽ പ്രസിദ്ധമായ പത്തില്ലത്തിൽ എട്ടുവീട്ടിൽ പ്രമാണിയായിരുന്നു ടൈഗർ ഇല്ലക്കാർ. നന്നെ ചെറുപ്പത്തിൽത്തന്നെ ശീമയുടെ സമ്പ്രദായങ്ങൾ പഠിച്ചു ശീലിക്കുവാൻ ജൂനിയർ ടൈഗറെ ഊട്ടിയിൽ അയച്ചു. അവിടെ സർവ വിധ പരിശീലനവും കഴിഞ്ഞ് സിദ്ധി സമ്പാദിച്ച് നേരെ ശീമയിലേക്കു പോയി. അവിടെനിന്നും ഭരണമീമാംസയിൽ ബിരുദങ്ങൾ നേടി തിരിച്ചു വന്നു. വിശാലവും വിഭവസമൃദ്ധവുമായ ഒരുദേശത്തിന്റെ മുഴുവൻ ഭര ണഭാരമേറ്റു. നന്നെ ചെറുപ്പം. വിസ്തൃതവും സസ്യലതാഢ്യമായ ഭൂമി മുഴുവൻ കാൽക്കീഴിൽ. അങ്ങനെ ജൂനിയർ ടൈഗർ നാടുഭരിച്ചുകൊണ്ടി രിക്കുംകാലം. കുളിച്ച് കുറിയിട്ട് ഒരുങ്ങിപ്പുറപ്പെട്ട എന്നെ വഴിവക്കിൽ വെച്ചു കണ്ട ജൂനിയർ ടൈഗർ ഇത്തിരിനേരം നിന്നു. നീണ്ടുനിവർന്ന ശരീരം. ബലിഷ്ഠമായ മാംസപേശികൾ. പേടിപ്പിക്കുന്ന നോട്ടം. ഈവിധം ശ്വാന ലക്ഷണങ്ങളൊക്കെ ചേർന്ന എന്നെ കണ്ട് ഭരണാധികാരി നിന്ന നിൽപ്പിൽനിന്നു. പിന്നെ അടുത്തുവന്ന് സ്വയം പരിചയപ്പെട്ടു. ആ പരി ചയം ക്രമേണ അടുത്ത ചങ്ങാത്തമായി മാറി. യഥേഷ്ടം ജൂനിയർ ടൈഗ റിന്റെ അധികാരപരിധിയിൽ സഞ്ചരിക്കുവാൻ സ്വാതന്ത്ര്യം ലഭിച്ച ഈ യുള്ളവൻ, അതായത് ഈ സാധു കഥാകാരൻ അന്നൊരുദിവസം കുള ക്കടവിൽ വെച്ച് ടൈഗർസായ്പിന്റെ പട്ടിയെ കണ്ടു. ആ പാവം പെൺപട്ടി അപ്പോൾത്തന്നെ എന്നിൽ ഭ്രമിച്ചുവശായി. കാമം ഇരന്നു. ഞങ്ങളുടെ വംശധർമം അനുസരിച്ച് തീണ്ടാർന്ന് അഞ്ചീരും കുളിച്ച് ഭോഗസന്നദ്ധ യായെത്തുന്ന യുവതിയെ കാമപൂർത്തി വരാതെ തിരിച്ചയക്കുന്നത് തെറ്റാണ്. ചെറുപ്പം. ഭോഗസന്നദ്ധയായെത്തിയ തരുണി. എന്തിനേറെപ്പറയുന്നു. അതങ്ങനെ സംഭവിച്ചു. പിന്നീടതു പതിവായി. ജൂനിയർ ടൈഗർ ഇതറി ഞ്ഞെങ്കിലും എന്നോടൊന്നും സൂചിപ്പിച്ചില്ല. പക്ഷേ, അവളെന്റെ കൂടെ പ്പോന്നു. മോളി എന്നറിയപ്പെട്ടിരുന്ന ആ ഇളക്കക്കാരി പെൺകുട്ടി സ്വയം വീടിനു പുറത്തുപോന്നു. അവൾക്ക് ഒരിടം കണ്ടെത്തേണ്ടത് എന്റെ പണി യായി. അങ്ങനെ ഒരു കർക്കിടകം പത്തിന് അവൾക്കായി ഞാനൊരു പാർപ്പിടം കണ്ടെത്തി. മോളിക്കുട്ടി പുതിയ സ്ഥലത്ത് സന്തുഷ്ടയായിരു ന്നില്ല. സദാ പുറത്തേക്കു നോക്കി അങ്ങനെ ഇരിക്കും. പഴയ പ്രസരി പ്പൊക്കെ പോയി. കണ്ണു സദാ നിറഞ്ഞു തുളുമ്പി. അവളെ ഉന്മേഷവതി യാക്കാൻ ഞാൻ പാടി. നാടകം കളിച്ചു. അതുംപോരാഞ്ഞ് ശുനകന്മാ രിൽവെച്ച് ഏറ്റവും കോമാളിയായ ഒന്നിനെ കൊണ്ടുവന്ന് ഗോഷ്ഠികാട്ടി. ഒന്നും രസിച്ചില്ല. "ഞാൻ ജൂനിയർ ടൈഗറിന്റെ പട്ടമഹിഷിയാണ്. എന്റെ

രാജ്യത്തെ വല്യെ നേത്യാരമ്മ." അവൾ ഇടയ്ക്ക് അങ്ങനെ പിറുപിറുത്തു. തന്റെ കെട്ടിലമ്മ സ്വന്തം സുഹൃത്തായ ഒരു ശ്വാനനൊപ്പം രതിക്രീഡ ചെയ്തു എന്നത് ജൂനിയർ ടൈഗറെ അത്രയധികം വേദനിപ്പിച്ചില്ല. പക്ഷേ, അവൾ എന്തിന് സ്വന്തം തട്ടകം വിട്ടുപോയി എന്നത് ടൈഗർക്ക് അത്ഭുതമുണ്ടാക്കുന്നു. അത്ഭുതം ഏറെനാൾ നീണ്ടുനിന്നില്ല. ആ ഭരണദുരന്ധരൻ ക്രമേണ ഇതുതന്നെ ചിന്തിച്ച് രേഗിയായി. പട്ടികളുടെ മനഃശാസ്ത്രം പഠിക്കാത്തതുകൊണ്ടുണ്ടായ രോഗം എന്നേ പറയാനാവൂ. അറിവില്ലായ്മ. അനവധിരോഗങ്ങൾ വിവരക്കേടുകൊണ്ടുണ്ടാകുന്നവയാകുന്നു. അറിവ് ഏറിയാലും ചിലരോഗങ്ങളുണ്ടാവും. അജ്ഞാനി സ്വന്തം അറിവില്ലായ്മയാൽ രോഗിയായി മായാബന്ധിതനായി നിത്യമായി നരകത്തിൽ പതിക്കുന്നു. ജ്ഞാനി സ്വന്തം അറിവിന്റെ മാസ്മരതയിൽ അന്ധനായ രോഗിയായി തമസിൽ പതിക്കുന്നു. ജ്ഞാനവും അജ്ഞാനവും രോഗ കാരണമാകുന്നു. ടൈഗറെ രോഗിയാക്കിയത് വെറും അജ്ഞാനം മാത്രമാകുന്നു. അവിദ്യ എന്നുപറയാം. അവിദ്യയും വിദ്യയും ഒന്നാകുന്ന സന്ദർഭങ്ങളുണ്ട്. രണ്ടും ദുഃഖമാകുന്നനേരം. അതറിയാതെ.

ശുനകോപനിഷത്ത് പറഞ്ഞിട്ടുണ്ട്. ജ്ഞാനനിധികളായ കവിവാക്യങ്ങളുണ്ട്. അവിദ്യയായാലും കഠിന പാപമായാലും തെറ്റായാലും അതും ഈശ്വര ചൈതന്യത്തിന്റെ ബഹിർപ്രകാശംതന്നെ. ആദിശുനകനും അനാദിയും അവർണനീയനും അനന്തനുമായ ആ ബ്രഹ്മത്തെ അറിയുന്നതുവരെ പ്രപഞ്ചരഹസ്യം അറിയുന്നില്ല. അതറിഞ്ഞാലോ നാമിയും നാമവും നാരായണനും നായയും അറിയുന്നില്ല. ഈ രഹസ്യം ജൂനിയർ ടൈഗർ അറിഞ്ഞിരുന്നില്ല. അതിനുള്ള ജ്ഞാനവും കഷ്ടിയായിരുന്നു. അനുഭവിച്ചറിഞ്ഞപ്പോൾ മായയുടെ ആദ്യത്തെ പ്രഹരം തന്നെ താങ്ങുവാനാവാതെ ആ ശുനക രാജകുമാരൻ കുഴഞ്ഞിരുന്നു പോയി. ആ ഇരുപ്പിൽ പുറം വാതിലുകൾ കൊട്ടിയടച്ച് പെൺവർഗത്തിനെ മുഴുവനും ശപിച്ചുകൊണ്ട് പാവം ജീവിതം കഴിച്ചുകൂട്ടി. ശുദ്ധമായ അറിവില്ലായ്മ.

ജീവിതത്തിന് ജീവിതമൊഴിച്ച് ഒരു ലക്ഷ്യവുമില്ലെങ്കിലും ഒരു ലക്ഷ്യത്തിനുവേണ്ടി ജീവിക്കുമ്പോൾ സുഖമുണ്ട്. രാജ്യത്തിനുവേണ്ടി, കുടുംബത്തിനുവേണ്ടി ത്യാഗം ചെയ്യുമ്പോഴുള്ള സുഖം. ലഹരി. അല്ലെങ്കിൽ ശ്വാനതത്വങ്ങൾക്കായി സ്വയം അർപ്പിക്കുക. ഈ പൃഥ്വിയിലെ സമസ്ത ശുനകന്മാർക്കും അവരുടെ കഴുത്തിലെ പട്ടയിൽനിന്നും മോചനം ലഭിക്കുവാനായി ജീവിക്കാം. അതൊരുസുഖം. അതിനുള്ള അവകാശത്തിനായി മൂന്നുനേരം കുരയ്ക്കാം. അല്ലെങ്കിൽ ഇഷ്ടപ്പെട്ട പെൺപട്ടിക്കുവേണ്ടി സർവം ത്യജിക്കാം. ഇഷ്ടമില്ലാത്ത പെൺവർഗത്തെ ശകാരിച്ച് കാലം കഴിക്കാം. എതായാലും കാലം കഴിയും. എങ്ങനെ എന്ന് സ്വയം തീരുമാനിക്കാം. അതിനുള്ള സ്വാതന്ത്ര്യം പട്ടിക്കുണ്ട്.

ശാശ്വതമായ യശസ്സാർജിക്കുവാനായി മഹാത്യാഗങ്ങൾ അനുഷ്ഠിക്കാം. ത്യാഗം ജന്മസ്വഭാവമാവാം. ചുഴിപോലെ. നഖംപോലെ. ചില ലക്ഷണങ്ങൾ. വാലിന്മേൽ ചുട്. നാക്കിൽ കറുപ്പ്. വെള്ളാരങ്കണ്ണ്. ഓരോരോ ലക്ഷ

ണങ്ങൾ. മുപ്പത്തിരണ്ടു ലക്ഷണങ്ങളും മുപ്പത്തിരണ്ട് ഉപലക്ഷണങ്ങളു മുണ്ട്. അറുപത്തിനാലും ഒത്താൽ ത്രിലോകങ്ങളുടെയും നാഥനാവും. മുപ്പത്തിരണ്ടും ഒന്നിച്ചാൽ ഭൂലോക ചക്രവർത്തിയാവാം. ഇരുപതും തിക ഞ്ഞാൽ ഉത്തമഭരണാധിപനാവാം. ഇപ്പറഞ്ഞ അറുപത്തിനാലിൽ ഒന്നും ഇല്ലാതെ ജ്വലിക്കുന്നവറ്റയുണ്ട്. അവറ്റയ്ക്ക് നിത്യമായ ദാസ്യപ്പണി. ഏറ്റവും ചുരുങ്ങിയത് പഞ്ചമഹാലക്ഷണങ്ങളെങ്കിലും വേണം. അതുമില്ല. തെണ്ടിത്തിരിയാം. കൂഴപ്പിള്ളേരുടെ കല്ലേറ് കൊള്ളാം. ഇപ്പറഞ്ഞ ശുന കരാജ ലക്ഷണങ്ങളിൽ ചിലതിന്റെ സ്ഥാനമാറ്റവും ബലക്ഷയവും അഥവാ അധികബലവുമാണ് ചക്രവർത്തിയെ മഹാത്യാഗിയാക്കുന്നത്. സ്വയം ചിന്തിച്ച് പ്രവർത്തിച്ച് ഒടുവിൽ ഇതാണുത്തമം എന്നു കരുതി ത്യാഗിയാവുന്നതല്ല. ജന്മ സ്വഭാവം. ബീജാണ്ഡസംഘാതങ്ങളിൽ കോടാ നുകോടി കേന്ദ്രങ്ങളിലേതിലോ, ഒന്നിൽ സംഭവിക്കുന്ന രാസക്രീഡ. അവർക്കതാവാതെ വയ്യ.

അപ്പോൾ വിദ്യയാൽ അമൃതമനുഭവിക്കാം. കാളകൂടവും അനു ഭവിക്കാം. രാജരാജശുനകൻ പിന്നെയും പറഞ്ഞുതന്നു. ആ പറഞ്ഞപാ ഠങ്ങളിൽ ഒന്നും എനിക്കനുഭവമായിട്ടില്ല. പാഠങ്ങൾ അതേപടി ആവർത്തി ക്കാനായി എന്നുമാത്രം. ഒരിക്കലും സത്യം എന്താണെന്ന് എനിക്കു മനസിലായില്ല. എന്റെ സത്യം എന്റെ ശരീരവും അതിന്റെ കാമനകളു മായിരുന്നു. വിശപ്പ്, ദാഹം, ഉറക്കം, മൈഥുനം. ഇണചേരുന്നതാണ് ഈ ജീവിതത്തിലെ ഏറ്റവും വലിയ സുഖം എന്നു ഞാൻ ധരിച്ചു. ഇണയി ല്ലാതെ ഒരു നിമിഷമെങ്കിലും ജീവിക്കാനാവില്ല എന്നു തോന്നി.

പിന്നെ ഇണയില്ലാതായപ്പോൾ.....

ഇണ ഇല്ലാതായി എന്നു പറഞ്ഞാൽ ഈ ലോകത്ത് ഇല്ലാതായി എന്നുമാത്രം. ഈ വിശ്വത്തിൽ ഇപ്പടി നൂറ്നൂറായിരം ഗോളങ്ങളുണ്ട്. ജീവന്റെ അനന്തമായ പ്രയാണത്തിൽ ഇവിടേയും വന്നുപോയി. വീണ്ടും വരില്ല എന്നും കരുതരുത്. എന്റെ ഇണ അതിന്റെ ശുനകശരീരം ഇവി ടെയുപേക്ഷിച്ചു. മറ്റൊരു ലോകത്തിൽ മറ്റൊരു രൂപത്തിൽ ജീവിക്കുന്നു. ഇടയ്ക്ക് എന്റെ മനസിൽ പ്രത്യക്ഷപ്പെടുന്നു. സമൂർത്തം. സങ്കൽപ്പമാ ത്രയിൽ വരുന്നു. അന്തർധാനം ചെയ്യുന്നു. ഇഷ്ടരൂപത്തിലും ഇഷ്ടഭാ വത്തിലും വിശ്വമാകെ സഞ്ചരിക്കുന്നു.

ഇത് വിചാരിക്കുന്നത്ര വിഷമം പിടിച്ചതല്ല. ലളിതം. സ്വാഭാവികം.

മഹാപ്രയാണത്തിന്റെ പ്രാരംഭമായ മരണത്തെ മനുഷ്യർ ഭയപ്പെ ടുന്നു. കഴിയുന്നതും മൃതുവിനെ തോൽപ്പിക്കുവാൻ ശ്രമിക്കുന്നു. ഒരി ക്കലും സാധിക്കില്ല എന്നറിഞ്ഞുകൊണ്ടുതന്നെ. ജീവിതത്തിന്റെ നീളം കൂട്ടാം. അതിലധികം ദേവകൾക്കും ദാനവർക്കും മനുഷ്യർക്കും ഒന്നും ആവില്ല. അന്യലോകങ്ങളറിയാത്തതുകൊണ്ടാണ് മനുഷ്യർ മൃതുവിനെ ഭയപ്പെടുന്നത്. മൃതിയാണ് അമൃതമാവുന്നത്. ശരീര വേദനകളില്ലാതെ, ശരീരപരിമിതികളില്ലാതെ മറ്റൊരു ലോകം.

എങ്കിലും മനസുണ്ട്. മനസിന്റെ അടങ്ങാത്ത മോഹങ്ങളുമുണ്ട്. ആ മോഹനിവൃത്തിക്കായി പട്ടിയായും പന്നിയായും പെരുച്ചാഴിയായും പരിണമിക്കുന്നു.

രാജരാജൻ തുടർന്നു.

ഞാൻ ഒരു പുഴുവായി ഒരിക്കൽ ജനിച്ചു.

ഹൗ!! രാജരാജന്റെ വാക്കുകേട്ട് അന്നത്തെ കെട്ടിലമ്മ ചുമലുകുലുക്കി അസഹ്യതനടിച്ചു.

ഒന്നുമില്ല. പുഴുവിന് പുഴുവിന്റെ മനസ്സ്. പുഴുവിൽ പട്ടിയുടെ മനസുണ്ടാവുന്നതാണ് അശ്ലീലം. പുഴുവിന് സ്വന്തം ജീവിതം നികൃഷ്ടമാണെന്നോ അപര്യാപ്തമാണെന്നോ തോന്നുന്നില്ല. മലത്തിൽ കിടക്കുന്ന കൃമിക്ക് മലം മ്ലേച്ഛമായി അനുഭവപ്പെടുന്നില്ല. അത് സ്വപരിസ്ഥിതിയും സാഹചര്യവും ലോകവുമാകുന്നു. അമേധ്യം മേധ്യമായി മാറുന്നു. അന്യ ശേഷിപ്പുകൾ കിട്ടവും കാഠവുമായി തോന്നുന്നു. ഞാൻ പുഴുവായി ജനിച്ചത് എനിക്കോർമയുണ്ട്. മനക്കലെ പഴയ കക്കൂസിലെ ലക്ഷോപലക്ഷം പുഴുക്കളുടെ മധ്യേ ഞാനും. ഒരു ജന്മം അങ്ങനെ. മലത്തിൽ ജനിച്ച് മലം ഭക്ഷിച്ച് മലത്തിൽ മരിച്ചു. ഒടുങ്ങി. പിന്നൊരു ജന്മം ഞാൻ അമൃതകുംഭത്തിലെ അരുമക്കിടാവായിരുന്നു. രണ്ടും ഒന്നു തന്നെ. മനുഷ്യന് മനുഷ്യ മനസ്സ് മൃഗവുമാവുമ്പോൾ അതിന്റെ വിചാരവികാരങ്ങൾ. പുഴുവാകുമ്പോൾ.

പുഴുവിനും വികാരവിചാരങ്ങളുണ്ടോ.

മണ്ടാ. മനോവ്യാപാരങ്ങൾ പുല്ലിനും പുഴുവിനും കല്ലിനും കൂടിയുണ്ട്. നീ ഏറെനാൾ മനുഷ്യസഹവാസം ചെയ്തതുകൊണ്ട് മനസ്സ് ബുദ്ധി എന്നിവയുടെ നിർവചനങ്ങളിൽ നിന്റെ വിചാരങ്ങൾ ഒതുങ്ങിക്കൂടുന്നു. മനുഷ്യമനസല്ല ശ്വാനമനസ്സ്. വൃക്ഷചിത്തവും ശിലാഹൃദയവും ഒന്നല്ല. നിനക്ക് നാഡീവ്യൂഹവും അതിന്റെ നൂറായിരം ചലനങ്ങളും പ്രവൃത്തിയും പ്രതിപ്രവർത്തനവും മാത്രമറിയാം. താരതമ്യം ചെയ്യാനുമറിയാം. നമ്മെപ്പോലെ നാഡീവ്യൂഹമില്ലല്ലോ, നമ്മെപ്പോലെ ഹൃദയവും ആന്തരീകാവയവും ഇല്ലല്ലോ. അല്ലേ. കഷ്ടം.

ഞാനൊന്നും മിണ്ടിയില്ല. മിണ്ടാനൊന്നുമില്ലായിരുന്നു എന്നല്ല. മിണ്ടാൻ വേണ്ടിവന്നാൽ സംവത്സരങ്ങളോളം അവസാനിക്കാത്ത ഒരു ചർച്ചയ്ക്കു തന്നെ ഞാൻ തയാറായിരുന്നു. പക്ഷേ, ആ നേരത്ത്, കൃത്യം ആ നിമിഷത്തിൽ അന്യലോകങ്ങളിൽനിന്ന് എന്റെ ശുനകി പ്രത്യക്ഷപ്പെട്ടു. ജീവിതം മുഴുവനും തർക്കിച്ചുകഴിഞ്ഞ താർക്കീക ശുനകന്റെ പ്രിയ പുത്രിയായിരുന്നു അവൾ.

തൊണ്ണൂറ്റൊമ്പതിലെ വെള്ളപ്പൊക്കത്തിന് മൂന്ന് പ്രത്യക്ഷ കാരണവും ഒമ്പതു പരോക്ഷ കാരണങ്ങളുമുണ്ട് എന്നു പറഞ്ഞ് അത് സ്ഥാപിക്കുന്നതിനായി പിന്നീട് പാതി ശുനകായുസുകൂടി ജീവിച്ച മഹാതാർക്കീകനായിരുന്നു അവളുടെ തന്തശ്രീ. അതിനാൽ തർക്കത്തിന്റെ നിരർഥകത അവൾക്ക് നന്നായറിയാമായിരുന്നു.

നിങ്ങളും എനി തർക്കിക്കേണ്ട. എന്റെ അച്ഛനും മുത്തശ്ശനും തർക്കിച്ചു തർക്കിച്ചു മരിച്ചു. മുത്തശ്ശനോ മരിക്കുമ്പോഴും തർക്കിച്ചിരുന്നുവത്രെ. ഊർധ്വന്റെ ലക്ഷണം കൃകൃത്യമായില്ല എന്നും മഹാൻ നല്ല വെടുപ്പായില്ല എന്നും പറഞ്ഞ് ഒയമ്പതുദിവസം മുത്തശ്ശൻ ശ്വാസം വലിച്ചു കിടന്നു.

പാവം എന്തുവല്യാ വലിക്കണേ. ചിന്നന്റെ വികൃത്യാ.

ഒന്നൂല്ല. അദ്ദേഹം ശ്വാസത്തിന്റെ ലക്ഷണങ്ങൾ ഒക്കെ വെടുവെടുപ്പാക്കുകയായിരുന്നു. അല്ലെങ്കിൽ ദോഷമുണ്ട്. യതിഭംഗം! ചിലപ്പോൾ മാത്രാദോഷം. വൃത്തം തെറ്റും. അലങ്കാരം.

ശിവശിവ!! അവിടുന്നാരായിരുന്നു. അച്ഛനും ആവിധം ആയിരുന്നു. സ്വന്തം മുതുകത്തുണ്ടായ ഒരു കുരു പ്രമേഹക്കുരുവാണെന്ന് വൈദ്യഭൂഷണം ഭിഷക്മാർത്താണ്ഡൻ പറഞ്ഞിട്ടും അവിടുന്ന് സമ്മതിച്ചില്ല. ചരകനും ധന്വന്തരീകന്മാരും സുശ്രുതനും ആത്രേയന്മാരും പറഞ്ഞതൊക്കെ അദ്ദേഹം ഓർമിച്ചു. ലക്ഷണം ഒത്തുനോക്കി.

വിഡ്ഢിത്തം! ഇത് വിസർപ്പത്തിന്റെ വകഭേദമാകുന്നു. നൂറ്റിയിരുപത്തിയാറിൽ നാൽപ്പത്തിയേഴാമത്തേത്. സ്വശരീരം സ്വയം ശത്രുവാകുമ്പോൾ.

അതാ പറഞ്ഞത് അങ്ങനെയുള്ള പാരമ്പര്യത്തിലാ ഞാൻ ജനിച്ചത്. അതുകൊണ്ട് എനി നിങ്ങളും തർക്കിച്ചാൽ–വേണ്ട. വേണ്ടെങ്കിൽ വേണ്ട.

ഏഴ്

ഞാൻ പട്ടി, ചൊക്ലിപ്പട്ടി എന്റെ കഥ തുടരുന്നു.

അപ്പോൾ വീട്ടുകാരെയും നാട്ടുകാരെയും വെറുപ്പിച്ച് ഞാനങ്ങനെ തെണ്ടിനടന്നു. ആദ്യം തന്തേടെ താത കാർന്നവന്മാരെ വെറുപ്പിച്ചു. പിന്നെ തന്തേം തന്തേടെ ഒപ്പംള്ളോരേം വേദനിപ്പിച്ചു. അതിൽപ്പിന്നെ ഭ്രാതാശ്രിമാരെ അകറ്റി. തുടർന്നു മക്കളെ ചെടിപ്പിച്ചു. ഒടുവിൽ അവറ്റേടെ സന്തതികൾക്കായി ചീത്തപ്പേര് സമ്പാദിച്ചുകൊടുത്തു. അവസാനം സ്വയം വെറുത്തു. ഹൗ! അതാണസഹനീയം. ഹൗ ഒരു ജന്മം എന്നിട്ട് സ്വയം ഹത്യയ്ക്കായി തുനിഞ്ഞു. ഭീരുത്വം വിലക്കി. പതുക്കെപ്പതുക്കെ ചാവാനായി വിഷപാനം ശീലിച്ചു. ഭീരുത്വത്തിന്റെ പേരിൽ പ്രത്യക്ഷപ്പെട്ടത് അടങ്ങാത്ത ജീവിതാർത്തിയായിരുന്നു. ഒടുങ്ങാത്ത കാമമോഹങ്ങളായിരുന്നു.

അതിപ്പൊ ചിലരിങ്ങനെയാണ്. സ്വന്തം ജനനത്തിനുമുമ്പേ ശുക്ലാണുവിലും ബീജാണ്ഡത്തിലും കയറിക്കൂടിയ ഏതോ ജീവകോശാംശ സ്വഭാവം. ഏതോ തന്മാത്രയിൽ കടന്നുപറ്റിയ വാസനാ വികൃതി. സ്വന്തം താതമാതാക്കളെ നിശ്ചയിച്ച വിധിയുടെ ലീല. അതിൽ ദുഃഖിക്കാനൊന്നുമില്ല. പ്രകൃതി സ്വഭാവമറിയുമ്പോൾ... നിരന്തരം തെറ്റു ചെയ്യുകയും പിന്നപ്പിന്നെ അതോർത്ത് പശ്ചാത്തപിക്കുകയും ചെയ്യുന്ന മനസ്സ്. അപകർഷതയുടെ നെല്ലിപ്പടിയും കടന്ന് ജീവിതത്തിന്റെ അന്ധകാരാവൃത

മായ ചളിക്കുണ്ടിൽ മുങ്ങിക്കുളിക്കുന്നു. കോടാനുകോടി പണിത്തരങ്ങളിൽ ഒന്ന്.

അന്ന് എന്റെ വംശത്തിലെ, എന്റെ താവഴിയിലെ ഒടുക്കത്തെ ദ്വിജാരോഹണമായിരുന്നു. ഉപനയനം. ശുനകനെ തോലിട്ട് സാരമേയമാക്കുന്ന ഉപനയന കർമം. പട്ടിപ്പണ്ഡിത സാർവഭൗമന്മാരും സരസകവികളും ഗാനഭൂഷണനടന പ്രവീണ നാട്യ വിശാരദകളും ഞാണിന്മേൽക്കളിക്കാരും ഒത്തുചേർന്നു. ശുനകവംശത്തിലെ സമസ്ത വിരുതുകളും പ്രയോഗിച്ചു. അഞ്ചുവിധം കുരച്ചു. കീഴോട്ടും മേലോട്ടും കുരച്ചു. ആതിഥേയ ശുനകനായ ഈയുള്ളവൻ മഞ്ഞപ്പതിറ്റടി താഴുംവരെ വന്നവരെ സൽക്കരിച്ചും വിരുന്നൊരുക്കിയും നടന്നു. നല്ല കഥ! പക്ഷേ......

പക്ഷേ, പക്ഷേ ഒന്നുമില്ല. അന്തിയുടെ മൂട്ടിൽ താളം തെറ്റി. ബോധം മറിഞ്ഞു.

അക്കാലത്ത് ഞാൻ സൂര്യോദയത്തിനുമുമ്പേ ഉമ്മത്തിൻകായ തിന്ന് കുണ്ഡലം മറഞ്ഞ് തലങ്ങും വിലങ്ങും നടന്ന് ഓളിയിടുമായിരുന്നു. പുതുതായി കൂടിയ ഒരു കൊടിച്ചിപ്പട്ടി, ഏതോ മുജ്ജന്മ കടംവീട്ടുവാൻ സദാ എന്റെ കൂടെ നടന്ന് വൻ ചതിക്കുഴികളിൽ വീഴാതെ രക്ഷിച്ചില്ലായിരുന്നെങ്കിൽ ഇന്ന് ഈ ചരിത്ര രചനയ്ക്ക് ഈ ശുനകാഭാസനുണ്ടാകുമായിരുന്നില്ല. ശരിക്കും ഓർമയില്ല. ഒരുനാൾ അതിരാവിലെ ഉമ്മത്തിൻകായ കഴിച്ച് വീണ്ടും വീണ്ടും വിഷക്കനിക്കായി ഓടിനടക്കുമ്പോൾ എന്റെ പൂർവകാമുകിയായിരുന്ന ഒരു മിടുക്കിയാണ് ഈ ചരക്കിനെ പരിചയപ്പെടുത്തിയത്. വഴിയോരത്ത് പുത്തൻ മണവാട്ടിയായി പുതിയ പട്ടി മുലക്കണ്ണുകൾ മുഴുപ്പിച്ച് പൃഷ്ഠം പെരുപ്പിച്ച് കിടന്നിരുന്നു. ചന്തിയും മൊലയും ചായം തേച്ച് ചന്തം കേറ്റിയ ആ തേവിടിച്ചി ഈ പാപിയെ സ്നേഹിക്കുന്നതായി വെളിപ്പെടുത്തുകയും സദാ ശുശ്രൂഷിക്കുകയും ചെയ്തുവന്നു. പട്ടിവ്രത.

ശുനകവർഷം സ പി. ഒരു മഹാനൂറ്റാണ്ടിന്റെ അതായത് ശുനകവർഷ ശതവർഷത്തിന്റെ അവസാനം. ഒരുവർഷംകൂടി കഴിഞ്ഞാൽ സഹസ്രാബ്ദം തീരുകയായി. അന്നാണ് മേൽപ്പറഞ്ഞ പട്ടത്താനം നടന്നത്. വിരുന്നു വന്നവരെയെല്ലാം മറന്ന് പ്രാന്തൻ വെള്ളം കഴിച്ച് പേപിടിച്ച ഞാൻ പിന്നെ കണ്ണുമിഴിക്കുമ്പോൾ വിരുന്നൊടുങ്ങിയിരുന്നു. പകൽ വെളിച്ചം അവസാനിക്കാറായിരുന്നു. അതിനുശേഷമാണറിഞ്ഞത് ഒരുദിവസംകൂടി കടന്നുപോയിരുന്നു എന്ന്. ആ ക്ഷണം തന്നെ, സമക്ഷത്ത് മുഖം കാണിക്കാനാവാതെ എങ്ങനെയോ ഒളിച്ചോടി അകലെ പുണ്യഭൂമിയിലെത്തിപ്പെട്ടു.

സാരമില്ല. ഇതെല്ലാം ആത്മോന്നതിക്കുള്ള പാഠങ്ങളായി കരുതിയാൽ മതി. ഇതും വിധി നിശ്ചിതമാണ്. നിന്നെ ഒരുക്കിയെടുത്ത് മറ്റേന്തോ പണിക്ക് പറ്റിയതാക്കാൻ കാലം ചെയ്യുന്ന വേലകളാണ്. നീ പേടിക്കേണ്ട...

ബോധം നശിച്ച എന്റെ കാതുകളിൽ അമൃതവാണി ഒഴുകിയെത്തി. ഞാൻ കണ്ണുമിഴിച്ച് ആ കാരുണ്യശാലിയെ നോക്കി. ഈ പാവം ചൊക്ലി

പ്പട്ടിയെ കൈനീട്ടി സ്വീകരിച്ചുകൊണ്ട് മഹായോഗി ലോകംമുഴുവനും ആർദ്രമായി കടാക്ഷിച്ച് നിൽക്കുന്നു. വംശഗുണം. സരമമുത്തശ്ശിയുടെ അനുഗ്രഹം. അവിടുന്ന് കൈലാസസാനുവിൽ ഏറെക്കാലം കഠിനതപം ചെയ്ത് പരമേശ്വരദർശനം സാധിച്ചശേഷം എഴുന്നള്ളിത്താമസിക്കുകയായിരുന്നു. ആയിരത്താണ്ടുകാലം ഭൂലോകവാസം ചെയ്ത മഹാസിദ്ധൻ നൂറ്റാണ്ട് തപംചെയ്ത പുണ്യപീഠമന്വേഷിച്ച് ലോകം ചുറ്റിയശേഷം ഇവിടെ ഈ ചെറിയ ഗ്രാമത്തിലെത്തി മഹാപീഠം കണ്ടെത്തിയ യോഗീശ്വരനെക്കുറിച്ച് ഒരു പട്ടിക്കും പറയുവാനില്ല. പറഞ്ഞ് ഫലം കളയുവാനുള്ള കഥയല്ല അത്. അവിടത്തെ കാരുണ്യം അനുഭവിക്കാനുള്ളത് മാത്രമാകുന്നു. ആ കാരുണ്യം ഈ പട്ടിക്കും ലഭിച്ചു എന്നുമാത്രം ഇപ്പോൾ പറയുന്നു.

മാപ്പ്. എന്റെ മക്കളേ! മാപ്പ്! മക്കളും ചെറുമക്കളും വലിയാളുകളും ഇണങ്ങാനും മാപ്പുതന്നനുഗ്രഹിക്കണേ!

മാപ്പില്ല. പ്രായശ്ചിത്തവുമില്ല.

അശരീരിയായി അലറിയെത്തിയ ശബ്ദം ഞാൻ തിരിച്ചറിഞ്ഞു. തണുത്തുറഞ്ഞ് രക്തം കോച്ചി മെയ്യനങ്ങാനാവാതെ ഞാൻ ആശ്രമമുറ്റത്ത് ചുരുണ്ടു. കാറ്റൊഴിഞ്ഞ കരിയില പോലെ. എനി ഈ ജന്മം ഈ വേദന മാത്രം. വേദനയുടെ ലഹരിയിൽ മറ്റെല്ലാം മറന്ന് പ്രപഞ്ചധിഷണയോട് സങ്കടം പറഞ്ഞുകഴിയാം. പാപപരിഹാരമില്ലെങ്കിലും പാപം തുടരാതിരിക്കുവാൻ ശ്രമിക്കാം.

നിനക്കതു സാധ്യമല്ല.

അശരീരി തുടർന്നു.

ഈശ്വരാ.

ആ നാമം ജപിക്കാനുംകൂടി ആവാതെ, അർഹതയില്ലാതെ നികൃഷ്ടനായി, മലത്തിലെ കൃമിയായി.

എന്നാലും നീയും ഒരു കൃമിയാണ്. ഒരുജീവനാണ്. വിശ്വപ്രകൃതിയിലെ ഒരു ഘടകമാണ്. അണുവിലണുവായാലും, കൃമിയിൽ കൃമിയായാലും നീയും വിശ്വരൂപത്തിലെ ഒരംഗം. അതുകൊണ്ടുതന്നെ പരമാത്മാവിന്റെ പ്രതിപുരുഷനുമാകുന്നു. നിനക്കും ആശിക്കാം. അമൃതാനന്ദമനുഭവിക്കാം. എന്ന്, എപ്പോൾ എന്ന് തീരുമാനിക്കേണ്ടതു നീയാണ്. അതിനായി ആത്മാർഥമായി അധ്വാനിക്കേണ്ടതും നീയാണ്.

മുത്തശ്ശന് പ്രാന്തുണ്ടോ.

പ്രാന്തായാലും മതിയായിരുന്നു. സർവം മറന്ന്, ഇഹപരങ്ങളെ മറന്ന് അലഞ്ഞു നടക്കാം. സുഖം, അല്ലെങ്കിൽ വൈരാഗിയായി.

വൈരാഗ്യവും നൈരാശ്യവും രണ്ടാണല്ലോ. ജീവിതസത്യം അനാവരണം ചെയ്യുമ്പോൾ ക്ഷണിക സുഖങ്ങളിൽ മനസ്സ് രമിക്കാതാവുന്നു. നിത്യമായ സുഖം എന്തെന്നറിയുന്നു. ഉമ്മത്തിൻ കായയുടെ തലതിരിച്ചിൽ ആവശ്യമില്ലാതാവുന്നു. പൂജയും പൂശയും ഒന്നായിത്തീരുന്നു. പൂമാ

ലയിടുമ്പോൾ സന്തോഷിക്കുന്ന മനസ്സ് ചെപ്പിയടച്ചുകിട്ടുന്ന പൂശയിലും സന്തോഷിക്കണം.

അവിടേക്കതാവാം. ഞങ്ങൾ സാധാരണ ചൊക്ലികൾ കല്ലേറുകൊണ്ട് ശീലിച്ചവരാകുന്നു. പാപം ചെയ്യണം എന്നാഗ്രഹമില്ലാഞ്ഞിട്ടും പാപം ചെയ്തു പോകുന്നവരാകുന്നു. നിത്യമായ അവഹേളനം സഹിച്ചു സഹിച്ച് ആത്മനിന്ദയാൽ പ്രാണൻ വ്രണപ്പെട്ടവരാകുന്നു....

പക്ഷേ, മനസിലാക്കൂ. ഇവിടെ, ഇതാ, ഈ ആശ്രമം നിക്കുന്ന വാസ്തുവിൽ നിരവധി മഹാജനം സംവത്സരങ്ങളോളം തപസനുഷ്ഠിച്ചിട്ടുണ്ട്. അവരുടെ ഈശ്വരചിന്ത സദാ പവിത്ര തരംഗമായി അധിവസിക്കുന്ന ഈ അന്തരീക്ഷത്തിൽ നീയും രക്ഷപ്പെടും. ഏതു ചൊക്ലിക്കും ഈശ്വരസാക്ഷാൽക്കാരത്തിന് അർഹതയുണ്ട്. അവിടുന്ന് ആരെയും ഉപേക്ഷിക്കുന്നില്ല.

നല്ല വാക്കിനു നന്ദി പറയുവാൻ അറിയാതെ ഞാൻ തലതാഴ്ത്തി നിന്നു. ഞാൻ വേദനിപ്പിച്ച പെൺപട്ടിയുടെയും കിടാങ്ങളുടെയും മുമ്പിൽ ഉയരാത്ത തല നിലംമുട്ടെ താന്നു കിടന്നു.

ഇതാദ്യാനുഭവമല്ല. ഒന്നുകൊള്ളാത്തവനും ഒമ്പതുകൊണ്ടവനുമില്ല എന്നാണ് പട്ടിച്ചൊല്ല്. പക്ഷേ, പട്ടിച്ചൊല്ലും പതിരായിപ്പോയി. ഒമ്പതുകൊണ്ടതും ഒമ്പതുകുഴിക്ക് ശത്രുവന്നതും വീണ്ടും ഒന്നൊപ്പിയതും ആവിധം തുടർന്നു വന്നതും ഒരുകാലം. പട്ടിക്ക് സ്വയംഹത്യക്ക് അധികാരമില്ല. സാധ്യവുമല്ല. പക്ഷേ, ആത്മഹത്യയാവാം. ആത്മാവിനെ ഹനിക്കാം. ആത്മാവ് നഷ്ടപ്പെട്ട് പാഴ്ത്തൊണ്ടായി തെണ്ടാം. പക്ഷേ, ആത്മാവില്ലെങ്കിൽ, മറ്റൊക്കെ നഷ്ടപ്പെട്ടാലും ആത്മാവ് നഷ്ടപ്പെടാഞ്ഞാൽ മതി. നീചാത്മാവായാലും മതി. നീചവും വേദസംസ്കാരങ്ങളാൽ പവിത്രമാക്കാം. എന്നാൽ ആത്മാവിനെക്കൂടി ഹനിച്ചാൽ. ഇല്ലാത്തതിനെ ശുദ്ധിചെയ്യാനാവില്ലല്ലോ.

ആത്മാവിലാണ് രക്തം പൊടിയുന്നത്. ഈറൻ മുണ്ടു പിഴിയുന്നതുപോലെ പ്രാണൻ പിഴിഞ്ഞ് ജീവരക്തം ഇറ്റിറ്റു വീഴുന്നു. എന്നിട്ടും സരമയുടെ വംശമാകയാൽ പ്രാണഹത്യയ്ക്കാവാതെ.

ദേഹഹത്യയെക്കുറിച്ച് ചിന്തിച്ച് ചിന്തിച്ച് രാപ്പകൽ വെണ്ണൂറ്റിൻ കുഴിയിൽ കഴിയുന്നതിനേക്കാൾ എത്രയോ എളുപ്പം ദേഹഹത്യയാണ്. ക്ഷണംകൊണ്ട് സർവമുക്തി. പിന്നെന്തുകൊണ്ട് ശരീരം നശിപ്പിച്ചില്ല എന്നാണെങ്കിൽ ഇത്തിരി അവശേഷിച്ച പ്രാണിസ്വഭാവം. പട്ടിത്തം. വയസേറിയ തള്ളയെ എനിയും വേദനിപ്പിക്കരുത്. ആ ദുഃഖംകൂടി താങ്ങാൻ തള്ളയ്ക്കാവില്ല. കുരുത്തം കെട്ടതാണെങ്കിലും അത് ജീവിച്ചിരിക്കുന്നു എന്നറിയുന്ന ഒരു സുഖം. അതിലധികം ഒന്നും വേണ്ട. തള്ളയല്ലേ. ഭൂഖണ്ഡങ്ങൾക്കപ്പുറത്താണെങ്കിലും മുറിയാത്ത ഒരു പൊക്കിൾക്കൊടിബന്ധം. തള്ളയുടെ ഹൃദയമിടിപ്പ് താളംപിടിച്ചാശ്വസിപ്പിക്കുന്ന വിശ്വരഹസ്യാനുഗ്രഹം. തള്ളമാർക്ക് സന്താനദുഃഖത്തേക്കാൾ വലിയ ദുഃഖമില്ല.

അതോർത്തു മാത്രം. അവശേഷിക്കുന്ന ഒരേയൊരു ഗുണം. ഒരുജന്മം മുഴുവനും പടിപടിയായി വീണുവീണ്....ദേഹഹത്യയെക്കുറിച്ച് ചിന്തിക്കാതെ ഒരുദിവസവും നീങ്ങിയിട്ടില്ല. സ്വയം കൃതാനർഥങ്ങളുടെ കടുത്ത വേദന തലയ്ക്കുള്ളിൽ നീറിപ്പടരുമ്പോൾ മറ്റെന്തു സ്വപ്നം കാണുവാനാണ്. സ്വപ്നംകൂടി പേടിപ്പെടുത്തുന്നു. അതിലേറെ ആത്മനിന്ദയാൽ തളർത്തുന്നു.

എന്റെ പെൺപട്ടി ചത്ത് അതിന്റെ അടങ്ങാത്ത വേദനയാൽ സർവം മറന്ന്–ഇല്യ. ചൊക്ലിപ്പട്ടിയാണെങ്കിലും സ്വയം വഞ്ചിക്കുവാൻ വയ്യ. പെൺപട്ടി ചത്തൊടുങ്ങിയതിൽ അത്രയേറെ വേദനിച്ചൊന്നുമില്ല. ഇത്തിരി സന്തോഷിച്ചുവോ എന്നും തോന്നുന്നു. നിത്യരോഗിയായ പട്ടി, എനി അതിന്റെ ശുശ്രൂഷവേണ്ടല്ലോ. ബാധ്യതകളൊക്കെയൊടുങ്ങി സർവസ്വതന്ത്രം. പക്ഷേ, സ്വാതന്ത്ര്യം എന്താണെന്നപ്പോൾ മനസിലായില്ല. അതിന്റെ കനത്ത ഉത്തരവാദിത്വമറിഞ്ഞില്ല.

പട്ടിക്ക് പട്ടയാണ് ഭൂഷണം. പ്രപഞ്ചത്തിന് ഒരധികാരിയുണ്ടാവുന്നതാണ് നല്ലത്. ഈശ്വരൻ ഉണ്ടാവണം. ഇല്ലാത്ത ഈശ്വരനെ കല്ലിലും മണ്ണിലും ഉണ്ടാക്കിവെക്കാം. വിശുദ്ധ ഗ്രന്ഥങ്ങളിൽ തെളിയിക്കാം. ആപ്തവാക്യങ്ങളാലും, അനുമാനത്താലും അനുഭവമാക്കാം. സാക്ഷാൽക്കരിക്കാം. അതുപോലെ അദൃശ്യനായ ഒരു ഏമാന്റെ അദൃശ്യമായ ചങ്ങല കഴുത്തിലുണ്ടെന്നു സങ്കൽപ്പിക്കാം. അപ്പോഴുമുണ്ട് ഒരു ഒരു..ദ്. സുഖം. ആപത്തിൽ ആ യജമാനനെ വിളിച്ചു കരയാം. സമ്പത്തിൽ മഹാപ്രഭുവിന്റെ കൃപയ്ക്ക് നന്ദിപറയുകയുമാവാം. പരിഭവം പറയാം. വഴിപാടു നേരാം. പായസം കഴിക്കാം. പോരെ സുഖം. പട്ട കഴുത്തിൽ കിടക്കുന്നു എന്ന് വെച്ച്.

അതിനിപ്പോൾ ഏതു ശുനകനാണ് കഴുത്തിൽ പട്ടയില്ലാത്തത്. അതൊരു ചങ്ങലയുടെ ഏറ്റവും അറ്റത്തെ കൊളുത്തിൽ.

ഒരായുസ്സ് മുഴുവനും സർക്കസിൽ അഭ്യാസം കാട്ടി നൂറായിരം വീരശൃംഖലകൾ കൈനീട്ടി വാങ്ങി മേലാകെ സ്വർണ്ണപ്പതക്കം തൂകിയ മേനിക്കണ്ടപ്പൻ ശുനകാഭ്യാസി മുറ്റത്ത് തുണിയുണക്കാൻ കെട്ടിയ കയറിൽ കസർത്തു കാണിക്കുമ്പോഴാണത് പറഞ്ഞത്. സർക്കസിൽനിന്നു പോയിട്ടും നിത്യവും മൂന്നുപ്രാവശ്യം ആ അഭ്യാസി കയറിന്മേൽ നടന്നു. കുട്ടിക്കരണം മറിഞ്ഞു. രണ്ടുകാലിൽ നടന്നു. ക്രിക്കറ്റു കളിച്ചു. പിന്നെ നാലുഭാഗത്തേക്കും നോക്കി തൊഴുതു.

ഏമാന്റെ ചാട്ട ഏതുനേരത്തും മേല് പതിക്കും എന്നു വിചാരിച്ചാൽ മതി. സർവം ഭദ്രം, സർവം സഹ്യം. പിന്നെ പിഴയ്ക്കില്ല. അതാണ്, ആ ഭയമാണ് കയറിന്മേൽ നൃത്തമാടാനും കുന്തത്തിന്മേൽ തലകുത്തിനിക്കാനും നമ്മളെ പ്രാപ്തരാക്കുന്നത്. വടിയും ചാട്ടയുമായി ഒരു യജമാനൻ പിന്നിലുണ്ടെങ്കിൽ ഏതുപട്ടിയാണ് നേർവഴിക്ക് നീങ്ങാത്തത്. ഇല്ലെങ്കിൽ ഏതുപട്ടിയാണ് ഉൽഗതി പ്രാപിക്കുന്നത്. ഉണ്ടെങ്കിൽ മൃഗ

രാജനും തീവളയത്തിനുള്ളിലൂടെ ചാടും. പ്രകൃത്യാ മൃഗത്തിന് അഗ്നി ഭയമാണ്. എന്നിട്ടും തീയിൽ ചാടാൻ ഞങ്ങൾ തയാറാവുന്നത് ഈ ചാട്ട യുടെ ആജ്ഞമൂലമാണ്. ഇതറിയൂ മകനെ. ബ്രഹ്മാവിന്റെ അച്ഛൻ മുത്തു പ്പട്ടരും ഈ ചാട്ടയെ പേടിക്കുന്നു. അതാണ് വിധി. കാലം കയ്യനക്കു മ്പോൾ കൈലാസം കടലായി മാറുന്നു.

ആരേം പേടിയില്ലെങ്കിൽ നാലിറയത്തെ തൂണിനെ പേടിക്കണം.

പേടിച്ചില്ല എന്നതായിരുന്നു എന്റെ തെറ്റ്. വീഴ്ച. സ്വന്തം ആരോഗ്യം, സ്വന്തം അംഗലാവണ്യം എന്നിവയിൽ ഞാൻ അഭിരമിച്ചു. ഏഴു പെൺപ ട്ടിയെ ഒപ്പം കിടത്താം എന്നു മേനി പറഞ്ഞു നടന്നു. സമസ്ത പെണ്ണും എന്റെ അടിപ്പട്ടികൾ എന്നഹങ്കരിച്ചു. അത് വെറും അഹങ്കാരം മാത്ര മാണ് എന്നറിഞ്ഞപ്പോഴേക്കും എല്ലാ പട്ടികളും വിട്ടുപോയി. ആരോഗ്യം അഴിഞ്ഞു. ഉറ്റവർ മിണ്ടാതായി. എന്തെങ്കിലും സംസാരിക്കുവാൻ മോഹിച്ച് അടുത്തുകൂടിയാൽ സദാ കുരച്ചുകൊണ്ടിരിക്കുന്ന താഴാദി കൾകൂടി മൗനംപാലിച്ച് അകന്നുമാറി. ഞാനീവിധം ചെറ്റയും തെണ്ടിയും ആർക്കും വേണ്ടാത്തവനുമായതെന്തേ എന്നുചിന്തിച്ചില്ല. വാതുവെക്കുന്ന ലഹരിയിൽ സർവം മറന്നു. രാവുമുഴുവനും ലഹരി കേറി സർവം കള ഞ്ഞുകുളിച്ച് പുച്ഛാഗ്രം പോലും നഷ്ടപ്പെട്ട്, കുര പണയപ്പെടുത്തി ഒരു വിധം തിരിച്ചുവന്ന് വെണ്ണൂറ്റിൻകുണ്ടിൽ ചുരുണ്ടു. കഷ്ടിച്ച് മാന്ദ്യം വിട്ട് നടക്കാറായപ്പോൾ വീണ്ടും തെണ്ടിത്തിരിഞ്ഞ് തണ്ണീർപ്പന്തലിൽ എത്തി. ആരെങ്കിലും വലിച്ചെറിഞ്ഞ ഒരു കഷണം അപ്പത്തിനും ഒരു മോന്ത് ഉന്മേ ഷാഷൗധത്തിനുമായി നാക്കുനീട്ടി നിന്നു. എന്നിട്ടും നൂറ് ശുനകന്മാരുടെ യന്ത്രംഘടിപ്പിച്ച ഒരു പെൺകുട്ടി ഏതോ ജന്മാന്തരബന്ധംകൊണ്ട് ഒപ്പം കൂടി.

തന്തപ്പിടിക്ക് തെക്കോട്ട് തലവെച്ച് കിടക്കാറായി. എന്നിട്ട്, ഇപ്പോൾ കണ്ടില്ലേ, ആ കൊടിച്ചിയുടെ മടിയിൽ തലവെച്ച്, കഷ്ടം, വേണ്ടപ്പെട്ട പട്ടികൾ എന്തുകരുതും. പെൺപട്ടി ചത്തൂച്ചാലും അതിലുണ്ടായ സന്ത തികൾ, അവരുടെ കിടാങ്ങൾ? ചീത്തപ്പേരു മാത്രം. സരമഗോത്രത്തിനാകെ അപമാനം. ശ്വാനവർഗത്തിനു മുഴുവനും നാണക്കേട്!!

പക്ഷേ, ഞാനാരേയും അപമാനിക്കണമെന്ന് വിചാരിച്ചില്ല. ഇപ്പോഴും അഞ്ചാത്മാവിലും ആ ചിന്തയില്ല. പക്ഷേ, ചെയ്യുന്നതൊക്കെ അബദ്ധമാ കുന്നു. അന്യർക്കു ദ്രോഹമാകുന്നു. തുളസി നട്ടാൽ കൊടിത്തൂവ വള രുന്നു.

ഇപ്പോൾ സ്വന്തം വെണ്ണീറ്റിൻ കുണ്ടിലേക്കു പോകാനും വയ്യാതായി. മറ്റു പട്ടികളെക്കണ്ടാൽ ചൂളി. കൊരയ്ക്കാൻ മറന്നു. വാല് വാതം പിടിച്ച് ചത്തു. ലഗ്നം ശത്രുവായി. അവനവന് അവനവൻ ശത്രു. ആ ശത്രു വിന്റെ പീഡകളാണ് ഈ കഥ. കഥ എന്നുപറഞ്ഞാൽ ആത്മകഥ. അതാ യത് ചരിത്രം. ശുനകഗാഥ.

എട്ട്

അക്കാലത്താണ് രക്തത്തിന്റെ നിറവും മണവും എന്നെ വല്ലാതെ ആകർഷിച്ചത്. എന്റെ പരിചയക്കാരായ എട്ടുപത്തുപട്ടികൾ ചേർന്ന് അന്ന് ഒരു ശത്രുവിനെ— അങ്ങനെ സങ്കൽപ്പിച്ച— വകവരുത്തുകയുണ്ടായി. ക്രൂരമായ കശാപ്പ്. കൊല്ലുന്ന രസം അറിഞ്ഞ അവർ പിന്നീട് കൊല്ലാൻ മാത്രമായി— ആരസമൂർച്ചയ്ക്കു മാത്രമായി— കൊല്ലാൻ തുടങ്ങി. മനുഷ്യരക്തത്തിന്റെ രുചി! ഒരിക്കൽ രുചിച്ചാൽ പിന്നെ ഉപേക്ഷിക്കാനാവില്ല. ഒരാളോടും ഒരിക്കലും ശത്രുത ഉണ്ടായിട്ടില്ലാത്ത പാവം ആട്ടിൻകുട്ടിയെ കൊന്ന കാടിന്റെ രക്തം എന്റെ സിരകളിലും ഇത്തിരി ഉണ്ടല്ലോ. അതാവും കാരണം. ഇടത്തേ കാലുപൊക്കി സർവെക്കുറ്റിയിൽ മൂത്രം മുള്ളുമ്പോഴുള്ള രസമല്ല വലത്തേ കാലുപൊക്കി നാഴികക്കല്ലിൽ മൂത്രം പാത്തുമ്പോൾ. ഒരു ദ്രോഹവും ചെയ്യാതെ ഉറങ്ങിക്കിടക്കുന്നവനെ വിളിച്ചുണർത്തി നീയില്ലെങ്കിൽ നിന്റെ തന്ത വെള്ളം കലക്കിയിട്ടുണ്ട് എന്നു പറഞ്ഞ് പതുക്കെ പതുക്കെ കരണ ഞരമ്പ് കടിച്ചു കുടിക്കുമ്പോഴത്തെ സുഖം. ഹായ്! അതിലും സുഖമാണ് ആ ചോര കുടിച്ച ഓർമ ഓരോരുത്തരും ഓരോവിധം പറയുമ്പോൾ അനുഭവിക്കുന്നത്. എന്താരസം, ഓർമകൾ, ഓർമപ്പിശകുകൾ, ഓർമക്കേടുകൾ, പിന്നെ ഓർമകൂടിയില്ലാതെ അങ്ങനെ പറഞ്ഞു പറഞ്ഞു വരുമ്പോഴത്തെ വീര രസം! അതനുഭവിക്കുവാനായി മാത്രം ഒരു ശത്രുവിനെ കൊല്ലണം എന്ന് എനിക്കും തോന്നി. പക്ഷേ, പാവം ചൊക്ലിപ്പട്ടിയായ ഞാനാണ് ശ്വാനവർഗശത്രു എന്ന് ഞങ്ങളുടെ താത്വീക ശുനകാചാര്യമഹാകടുംബുദ്ധികൾ കണ്ടെത്തി. കാരണം ഞാൻ സരമയുടെ വംശത്തിൽ വന്നു പിറന്നു. തീട്ടം തിന്നാൻ വകയില്ലെങ്കിലും.

അതെ ഞാൻതന്നെ തീരുമാനിച്ചുറപ്പിച്ച് സമയം നോക്കി വന്നവതരിപ്പിച്ചു.

ഹേ ദ്വിജനായ പട്ടീ! നിന്റെ ഫലിതം സഹിക്കാവുന്നതിലുമധികമാണ്.

പിന്നെ തർക്കം പറഞ്ഞില്ല ഞാൻ, മനുഷ്യനല്ല പട്ടിയാണ് എന്നതുകൊണ്ടുതന്നെ. മഹാന്മാർ പറഞ്ഞാലതനുസരിക്കണം. വാലാട്ടണം, കാലുനക്കണം, കുപ്പായത്തിന്റെ നിറം നോക്കി കുരയ്ക്കണം.

പക്ഷേ, പട്ടികളായ ഞങ്ങൾക്ക് കറുപ്പും വെളുപ്പും മാത്രമെ അറിയൂ എന്ന് താത്വീകാചാര്യന്മാർ സൗകര്യത്തിനുവേണ്ടിമറന്നു. സപ്തവർണാങ്കികളണിയുന്ന മുമ്പെ ഗമിക്കും ശ്വാവു തന്റെ പിമ്പേ പോകും. പട്ടികളെല്ലാം സ്വയം വർണാസ്വാദകരായി നടിച്ച് ഉറക്കെയുറക്കെ കുരയ്ക്കുകയും ചെയ്തു. കുരയ്ക്കുമ്പോഴുള്ള സുഖം. അതും അനുഭവിച്ച് ഞാനങ്ങനെ കാലം കഴിക്കുമ്പോഴാണ് ഒരു കുംഭമാസ ശിവരാത്രിനാൾ ഒരു പുതുപ്പെണ്ണിനെ ഞാൻ ഒപ്പം കൊളുത്തി വലിച്ചത്. ശിവരാത്രിയാഘോഷങ്ങൾ കാണാനും എച്ചിലുതിന്നാനുമായി ഞാൻ പുറത്തിറങ്ങിയതായിരുന്നു. വഴിവക്കിലുള്ള ഒരു പുതുപുത്തൻ ബംഗ്ലാവിൽനിന്നു വന്ന പുതുപുത്തൻ മണം പിടിച്ച് ഞാൻ പടികടന്നു ചെന്നു. ചെന്ന നേരം നന്നായി

ല്ല എന്നു തോന്നുന്നു. അഥവാ നന്നായി. ഉമ്മറത്ത് മലർന്നു കിടന്ന് മാറ് തള്ളിക്കുന്ന ഒരു പെൺപട്ടി എന്നെ കണ്ടിട്ടും എണീക്കാതെ ഇക്കിളി കൊണ്ട് പുളയുന്നതുകണ്ട് എന്റെ പുരുഷാവയവം അതിന്റെ പ്രാപ്യരന്ധ്രം അന്വേഷിച്ചു. സുഖം. ശിവരാത്രി ശുദ്ധവാസം കിടന്ന് ഞങ്ങൾ ഒറക്ക മൊഴിച്ചു. അതിലുണ്ടായ സന്താനങ്ങൾ നന്നെ ചെറുപ്പത്തിൽത്തന്നെ തന്തയെ അന്വേഷിച്ച് നടക്കുകയും ഒരുനാൾ ചന്തപ്പടിക്കൽനിന്നിരുന്ന എന്റെ കാല് നക്കി വന്ദിക്കുകയും ഇത് കണ്ട് ആനന്ദബാഷ്പം തൂകിയ അവറ്റയുടെ അമ്മയെ ഞാൻ തിരിച്ചറിഞ്ഞ് വീണ്ടും ഭോഗിക്കുകയും ചെയ്തു എന്ന വസ്തുതയും ഇവിടെ കുറിച്ചുവെയ്ക്കട്ടെ.

ഞാനിങ്ങനെ പരത്തിപ്പറഞ്ഞത് ഭോഗം എന്റെ ജീവിത ലക്ഷ്യമാ യതുകൊണ്ടല്ല. തിന്നാനുംകുടിക്കാനും ഭോഗിക്കാനും മാത്രമറിയുന്ന നാടൻ പട്ടി എന്ന നിലയ്ക്ക് ജീവിതലക്ഷ്യം അറിയാത്തതുകൊണ്ടാണ്. അറിയുന്നതു പറഞ്ഞു എന്നുമാത്രം. സത്യത്തിൽ പട്ടികളുടെ ജന്മോ ദ്ദേശ്യം എന്താണ്. എന്താണ് ശുനക ലക്ഷ്യം. ശുനകാർഥങ്ങൾ ഏതൊ ക്കെയാണ്? ശുനകാർഥ പ്രാപ്തിക്കായി ചെയ്യേണ്ട കർമങ്ങൾ എന്തൊ ക്കെയാണ്. തിന്നാനും തൂറാനും മാത്രമറിയുന്ന ഒരു പട്ടി ഒരിക്കലും ചോദിക്കരുതാത്ത ഈ ചോദ്യത്തിന് മാപ്പ്!

അങ്ങാടിപ്പട്ടിയായ ഞാൻ ആശ്രമമൃഗമായതിൽപ്പിന്നെ പെൺവേട്ട നിർത്തിയിരുന്നു. എനി കൃകൃത്യം മനുഷ്യസംവത്സരം മുപ്പത്തിയാറു കാലം കഴിയുമ്പോൾ ഉണ്ടാവാനിരിക്കുന്ന മഹാസമാധിക്കു പതിനൊ ന്നാണ്ടുമുമ്പ് ഒരു വെളുത്ത ദ്വാദശിനാളിൽ ഈ ലോകം കണ്ടതിൽ വെച്ച് കൊടുംക്രൂരനായ ഒരു ഭരണാധികാരിയുടെ അരിയിട്ടു വാഴ്ചയുടെ സന്ദർഭത്തിൽ എനിക്ക് ഒരിക്കൽക്കൂടി ഭോഗിക്കേണ്ടി വരും! ഭാവി അറി യാവുന്നതുകൊണ്ട് ഒരു സൂചന നൽകി എന്നുമാത്രം. എന്റെ സ്വകാര്യ ദൗർബല്യമല്ല വിഷയം. ആ പ്രത്യേക മുഹൂർത്തമാണു മുഖ്യം. അന്ന് ആ ഭരണാധിപന്റെ ക്രൂരതയ്ക്കിടയാവാൻ ഞാനും തദ്വാരാശാപഗ്രസ്ത നാവാൻ ആ കിരീടധാരിയും വിധിക്കപ്പെട്ടിരിക്കുന്നു എന്നർഥം. ഭാവി യുടെ താക്കോൽ ഭൂതകാലത്തിന്റെ കയ്യിലാകുന്നു. നാളെയുടെ ചിത്രം ഇന്നലെ വരച്ചു കഴിഞ്ഞു. ഇതറിയാത്ത പാവം മനുഷ്യൻ ഒരു നൂറ് ഗീത പാടിയാലും വീണ്ടും വീണ്ടും അഹങ്കരിക്കുന്നു.

എന്തു ചെയ്യുന്നു. എന്തിനു ചെയ്യുന്നു. എന്തിനു കുരയ്ക്കുന്നു എന്നു കൂടി അറിയാത്ത അക്കാലം മനസിലാവാത്തതുകൊണ്ടാവാം എന്റെ ഏമാന്മാരൊക്കെക്കൂടി എന്നെ ചങ്ങലയ്ക്കിട്ടു. വലിയവലിയ സൂചികൾ ആസനത്തിൽ കയറ്റി. ബഹുസുഖം. സൂചി കയറ്റുമ്പോഴുണ്ടാകുന്ന അവാ ച്യമായ ആനന്ദത്താൽ ഞാൻ തുള്ളിച്ചാടി. പിന്നെ മയങ്ങിക്കിടന്നു. അതിൽപ്പിന്നെയാണറിഞ്ഞത് അക്കാലത്ത് എനിക്ക് പ്രാന്തായിരുന്നു എന്ന്. സത്യത്തിൽ ഈ ലോകത്തിന് പ്രാന്തുപിടിച്ചകാലമായിരുന്നു അത്.

അക്കാലത്തെക്കുറിച്ച് എനിക്ക് യാതൊരു വിവരവുമില്ല. സ്വബോധ മുണ്ടായിരുന്ന നാളുകളുടെ ഓർമ തന്നെയില്ലാതായി. ഓർമകൾ സൂക്ഷി

ക്കുന്ന മസ്തിഷ്ക കോശങ്ങൾ ഒന്നൊന്നായി വിഷം നിറഞ്ഞു ചത്തുമലച്ചു. കരള് വീർത്ത് മഹോദരം വന്നു. കൊടലു കരിഞ്ഞു. കാല് നീരു കെട്ടി. മൂത്രം ഒഴിയാതായി. പക്ഷേ, അതൊക്കെ പിന്നെ മാറി. മഹാഭിഷക്കായ ധന്വന്തരിയുടെ കൃപ. എന്നാൽ ഓളം അടങ്ങിയില്ല. സമയമായില്ല. കുറേക്കൂടി അനുഭവിക്കുവാനുണ്ട്. അതും അനുഗ്രഹമായി. എന്താണെന്നോ എവിടെയെന്നോ അറിയാതെ കാലങ്ങൾ ചങ്ങലയിൽ കിടന്നു.

നിങ്ങടെ തന്തപ്പട്ടിക്ക് ഈ വിധം വരുവാനുള്ള കാരണമാണ് ചിന്തിക്കേണ്ടത്. കാര്യമുണ്ടോ കാരണമുണ്ട് എന്നു പ്രമാണം. വചനം പിഴയ്ക്കാറില്ല.

കവിടിനിരത്തി ഗുരുക്കന്മാർ പറഞ്ഞു. പോയ ജന്മങ്ങളിലൊന്നിൽ രാജസേവകനായിരുന്ന രായസം മാർത്താണ്ഡൻ പിള്ളയുടെ നാലാം ജന്മമാണ് ഇപ്പോൾ അനുഭവിക്കുന്നത്. അന്ന് മാർത്താണ്ഡൻ പിള്ളയുടെ രാജാവായിരുന്ന ഉത്രം തിരുനാളിന് ഇത്തിരി കമ്പം ഉണ്ടായിരുന്നു. കവിശ്രേഷ്ഠനായ ആ പണ്ഡിത രാജരത്നം ഒരേ ഒരു ദൗർബല്യത്തിനടിമയായിരുന്നു. കവിമനസല്ലേ. സൗന്ദര്യാരാധകനായിരുന്ന രാജപണ്ഡിതൻ സ്ത്രീ ശരീരത്തിന്റെ അനന്തമാധുരിയിൽ മയങ്ങിയിരുന്നു. ഇതറിയാവുന്ന മാർത്താണ്ഡൻ സ്വന്തം പുത്രിയെ പറഞ്ഞ് ധരിപ്പിച്ച് മഹാരാജാവിന്റെ മണിയറയിലെത്തിച്ചു.സാവധാനത്തിൽ അവിടത്തെ വിശ്വാസം നേടുകയും അവളിൽനിന്നകന്നുപോകാതിരിക്കാൻ മഹായോനീമന്ത്രം ജപിച്ച് വശ്യവിഷം അവിടേക്കു നൽകുകയും ചെയ്തു. കാലക്രമേണ ഉത്രം തിരുന്നാൾ ആ വസന്തസേനയുടെ വീട്ടിൽ സ്ഥിരതാമസമാക്കി. ഈ സന്ദർഭമുപയോഗിച്ച് മാർത്താണ്ഡൻപിള്ള കണക്കറ്റ് സമ്പാദിച്ചു. സർവം അറിയാവുന്ന കൊട്ടാരസർവാധി മാർത്താണ്ഡൻ പിള്ളയ്ക്ക് ഉന്മത്തിൽ രസം നൽകി തുടർച്ചയായി മൂന്ന് ദിവസം ബലം പ്രയോഗിച്ച് കുടിപ്പിച്ചു. ബോധം നശിച്ച മാർത്താണ്ഡൻ കൊട്ടാരത്തിനുമുമ്പിലും ക്ഷേത്രപരിസരത്തും ഉടുതുണിയില്ലാതെ ഓടിനടന്നു.ആ മാർത്താണ്ഡൻ പിള്ളയുടെ നാലാമത്തെ ജന്മമാണ് ഇപ്പോഴത്തെ ഈ ശ്വാനരൂപം. എനി, ഭാഗ്യവശാൽ ജന്മമില്ല. വ്യാഴം പന്ത്രണ്ടിലാണ്. പിന്നെ മുഴു ഭ്രാന്തുകാലത്ത് തന്തപ്പട്ടിയെ ശുശ്രൂഷിച്ച ഒരു കൊടിച്ചിപ്പട്ടിയുണ്ട്. അവളെ കണ്ടാൽ ഈ വൃദ്ധശുനകൻ പോലും തിരിച്ചറിഞ്ഞില്ല എന്നു വരാം. എന്നാലും ആ കൊടിച്ചിയെയും സംരക്ഷിക്കണം.

ഞാനന്തം വിട്ടിരുന്നു. എന്റെ ഒപ്പം നടന്ന് എന്നെ ശുശ്രൂഷിച്ച ആ പട്ടി ഏതാവും. എന്താണവളുടെ താൽപ്പര്യം. നട്ടപിരാന്തിന്റെ നാളുകളിൽ എന്തു നേടാനാണവൾ ഒപ്പം കൂടിയത്.

ഒന്നും നേടാനല്ല. നാലു ജന്മം തുടർന്ന അവളുടെ ജന്മസാഫല്യത്തിനുമാത്രം. മാർത്താണ്ഡ, ആ ചൊക്ലിയാണ് രാജശിക്ഷയാൽ വിഷം കഴിച്ച് ഭ്രാന്തനായ നിന്നെ പ്രണയിച്ചിരുന്ന ചെറുചിരുതേയി എന്ന നേത്യാരമ്മ.

ക്ഷണം എന്റെ മനോഭിത്തികൾ സുതാര്യമായി. പൂർവജന്മം തെളിഞ്ഞു. പക്ഷേ അവളിപ്പോൾ എവിടെയാണ്.

അതന്വേഷിക്കണം. ഏതെങ്കിലും ധർമശാലയുടെ പടിക്കു പുറത്ത് എച്ചിലും കാത്തുകിടക്കുന്നുണ്ടാവും.

ഞാൻ അപ്പോൾ തന്നെ പുറപ്പെട്ടു. പട്ടിക്കുട്ടികളുടെ സ്നേഹശുശ്രൂഷയാൽ മെച്ചപ്പെട്ട ആരോഗ്യത്തോടെ ഞാൻ ആദ്യം തെക്കുവടക്കു നടന്നു. പിന്നെ കീഴുമേലുംനടന്നു. തെക്കുവടക്കും കീഴ്മേലും നടന്നിട്ടും കണ്ടെത്താതെ നിരാശനായി തിരിച്ചു പോരുമ്പോൾ പേരാറിൻതീരത്ത് ഇടിഞ്ഞു പൊളിഞ്ഞ ഒരു വസതിയിൽ പാതിരനേരത്ത് അവളെ കണ്ടെത്തുമ്പോൾ അവളുടെ ആൺപട്ടിയുടെ കൊരയും കടിയും നിമിത്തം അവളവശയായിരുന്നു. എന്നിട്ടും കണ്ടമാത്രയിൽ അവൾ എന്റെ കൂടെ പോന്നു. അന്നേരം അവളുടെ പതിയായ തെണ്ടിനായ കുറച്ചുനേരം കുരച്ചുകൊണ്ട് എന്റെ പിന്നാലെ പോന്നെങ്കിലും ഞാൻ തിരിഞ്ഞുനിന്ന് ഒന്നു കൊടുത്തപ്പോൾ അവൻ വീണു. ചെറുചിരുത അതറിഞ്ഞതായി നടിക്കാതെ എന്റെ കൂടെ കൂടി. ഇപ്പോൾ നിങ്ങൾക്കും അതറിയാം. ഇല്ലേ.

വ്യാഴദശയിലെ ഈ ഏഴരശ്ശനിയിൽ നീചസ്ത്രീസംസർഗം വിധിച്ചതായി പറഞ്ഞുവരുന്നതാകയാൽ.

ഇല്യ. അവൾക്ക് സംസർഗമോഹമില്ല. ഒരു മോഹവുമില്ല. അതിന്ന് എന്നെ ആരാധിക്കണം. അത്രമാത്രം എനിടെയിരുന്നാലും.

ഞാൻ ഒപ്പം വരാം. ഇപ്പോഴല്ല. ഒരു പട്ടിയുടെ ശുശ്രൂഷ വേണ്ടിവരികയാണങ്കിൽ അപ്പോൾ.

മഹാപ്രഭോ! തെങ്ങോലപ്പഴുതിലൂടെ എത്തിനോക്കുന്ന സഹസ്രകിരണാ. സമസ്തലോകത്തേയും ഒന്നുപോലെ തലോടുന്ന സ്നേഹസ്വരൂപാ! അവിടത്തെ സ്നേഹത്തേക്കാൾ ഒട്ടും താഴെയല്ല എന്റെ ചൊക്ലിയുടെ നിഷ്കാമ പ്രേമം.

നന്നായി. പട്ടിപ്രേമം ശ്വാനകാവ്യമായി മാറുന്നു. അല്ലേ. ശോകം മാത്രമല്ല ശ്ലോകത്തിനു ഹേതു. പട്ടിപ്രേമവും കാവ്യമായി വാർന്നു വീഴുന്നു.

അതെനിക്കറിയില്ല. എന്റെ പ്രാണപ്രേയസി ഈ വഴി നടന്നു എന്നതിനാൽ ഈ നാട്ടുപാതകൂടി എനിക്ക് പ്രണയസ്വരൂപമായിത്തീരുന്നു. അവളുടെ കിതപ്പിന്റെ കൊച്ചലകൾ ഈ അന്തരീക്ഷത്തിൽ സദാ ഓളം തള്ളുമ്പോൾ എന്റെ ശ്വാസകോശം നിറഞ്ഞു തുളുമ്പുന്നു. അവളുടെ മൂത്രച്ചൂര് എന്നെ പുളകമണിയിക്കുന്നു.

കുരയ്ക്കുമ്പോൾ സമ്പ്രദായമനുസരിച്ച് അഥവാ ശാസ്ത്രാനുസാരം സരിഗമപധനി എന്നു കുരയ്ക്കുവാൻ അറിയാത്തതുകൊണ്ട് താളം തെറ്റിയുള്ള എന്റെ കുരകേൾക്കുന്നവർക്ക് കർണകഠോരമായിരിക്കും. സത്യം പറഞ്ഞാൽ എന്റെ ഉള്ളിൽ താളമുണ്ട്. വിശ്വതാളമാകെ അവിടെ സദാ നടരാജ നൃത്തം ചെയ്യുന്നുണ്ടെങ്കിലും കണ്ഠം വഴങ്ങുന്നില്ല എന്നതാണ് വസ്തുത. വഴങ്ങാത്ത കണ്ഠവും വഴങ്ങാത്ത മനോബുദ്ധിയും ഈ പാവം ചൊക്ലിയെക്കൊണ്ട് എന്തൊക്കെ വേതാളനൃത്തമാടിച്ചു എന്ന്

ഇപ്പോൾ ആലോചിക്കുമ്പോൾ ഭയം തോന്നുന്നു. ലജ്ജ തോന്നുന്നു. തോന്നിയിട്ട് ഫലമില്ല എന്നറിഞ്ഞിട്ടും തോന്നുന്നു. തോന്നലില്ലാതാക്കാനായി തോന്നുംപടി തിന്നുന്ന വിഷക്കായ ഉപേക്ഷിച്ച തല സദാ തൂങ്ങിക്കിടന്നു. കനത്ത പാപഭാരത്താൽ കഴുത്തൊടിഞ്ഞു.

ഒരിക്കൽക്കൂടി.

ഒന്നും ഒയമ്പതും ഒയമ്പതിനായിരവും ജന്മം ലഭിച്ചിട്ടും ഫലമില്ല. ലഭിച്ച ജന്മം നേരാംവണ്ണം ജീവിക്കാനറിയില്ലെങ്കിൽ ഈ ഒളിച്ചോട്ടവും വൃഥാവിലായി എന്നു പറയേണ്ടിവരും. ലോകത്തിൽനിന്നു മറഞ്ഞിരിക്കാം. പക്ഷേ, സ്വയം ഒളിച്ചിരിക്കാനാവില്ലല്ലോ. അതാണു സംഭവിച്ചത്. പണ്ടും ഇങ്ങനെ ഉണ്ടായിട്ടുണ്ട്. ആരിൽ നിന്ന് ഒളിച്ചോടുന്നു എന്നറിയാതെ വെറുതെ ഓടുന്നു. സമക്ഷത്ത് മുഖം കാണിക്കാൻ പേടിച്ച് ഏകാന്തതയന്വേഷിച്ച് ഓടിപ്പോകുന്നു. എന്നിട്ട് ആ കഠോര നിശ്ശബ്ദതയിൽ സ്വന്തം ഉള്ളിൽ നിന്നുയരുന്ന കുറ്റപ്പെടുത്തലുകൾ മാത്രം കേട്ടുകൊണ്ട് നീറി നീറി.....

ഈ കുറ്റബോധംകൂടിയില്ലായിരുന്നുവെങ്കിൽ ഏതെങ്കിലും അഴുക്കുചാലിൽ, ഏതെങ്കിലും വിംക്കുഴിയിൽ വീണു കിടന്ന് സുഖമായി ഉറങ്ങാമായിരുന്നു. അന്നേവരെയുള്ള നാളുകൾ മറന്ന്, അന്നം മറന്ന്, സ്വന്തം പേരുംമറന്ന്.

പേരോ! പേര്. അങ്ങനെ ഒരു ശബ്ദം ഉണ്ടായിരുന്നിരിക്കണം. അച്ഛനമ്മമാർ ഓമനിച്ചു വിളിച്ചതും സഹധർമിണി ഹൃദയത്തിൽ മാത്രം വിളിച്ചതും ആയ ഒരു പേര് എനിക്കുമുണ്ടായിരുന്നിരിക്കണം. അതെന്തായാലും ക്രമേണ തെണ്ടി ചൊക്ലി, തോന്ന്യാസി, പ്രാന്തൻ, കൊള്ളരുതാത്തവൻ എന്നിങ്ങനെ ഒട്ടേറെ പേരുകൾ എനിക്കു ചാർത്തിക്കിട്ടുകയുണ്ടായി. ഇതൊക്കെ ലോകം അതീവതാൽപ്പര്യത്തോടെ അർഥവും ധ്വനിയും മനസിലാക്കി എന്നെ അലങ്കരിച്ച വിശേഷണങ്ങളായിരുന്നു. പിന്നെ എപ്പോഴോ വിശേഷം നാമമാത്രമായി മാറി. എന്നിട്ട് ഇപ്പോൾ ഈ വിശേഷങ്ങൾ മാത്രം തെളിഞ്ഞുവരുന്നു. നാമകരണാവസരത്തിൽ ലഭിച്ച സംസ്കാരസിദ്ധമായ പേര് എന്താവും. മുത്തശ്ശന്റെയോ. അച്ഛന്റെയോ. അതേ. ഏതായാലും ആ പേര് ഓർക്കാതിരിക്കുകയാവും നല്ലത്.

അങ്ങനെ പേരിടുന്നത് അത്രയ്ക്കു കേമനാവും എന്നു വിചാരിച്ചല്ല. എന്നാലും.

എന്റെ നാമകരണാവസരത്തിൽ മഹാപണ്ഡിതനും മഹാസത്വനുമായിരുന്ന ഒരു കാർന്നോര് ഈ വിധം ഉറക്കെ പറഞ്ഞതായി അമ്മ പറഞ്ഞറിയാം. ഈ ലോകത്തിലെ ഏറ്റവും പവിത്രവും പ്രസിദ്ധവുമായ പുരുഷനാമമാണ് എനിക്കിട്ടത്. വിളിക്കുവാനായി മറ്റൊരു ഓമനപ്പേരും. അതും, ആ പേരിൽ ഈ കലിയിൽത്തന്നെ കവി കുലഗുരുവായിത്തീർന്നു ധന്യാത്മാവിന്റെ നാമധേയം. അപ്പോഴും ഒരു മുത്തശ്ശി പറഞ്ഞുവത്രെ.

ഞാനങ്ങനെ വിളിക്കൂ. ഒന്നൂല്യങ്കിലും ആ പേരിന്റെ ദിവ്യത്വംകൊണ്ട് ഇത്തിരിയെങ്കിലും.......

അതും വൃഥാവിലായി. താതമാതാക്കളുടെ സ്വപ്നം തുടക്കം നന്നായിരുന്നു എന്നാണു കേൾവി. പിന്നെപ്പിന്നെ കലി ബാധിച്ചു. ഇപ്പോൾ കറുത്ത വാവുമാത്രം. കറുത്തവാവിന് ചന്ദ്രനുദിക്കും എന്നു വിചാരിക്കുന്നത് വിചാരത്തെക്കൂടി അവഹേളിക്കലായിരിക്കും. എങ്കിലും എന്റെ ഗോത്രനാമത്തിനു കാരണമായ ആ മുതുമുതുമുതുമുത്തശ്ശിയുടെ കുണ്ഡലങ്ങളിലൊന്ന് ആകാശത്തിലുയർത്തിപ്പിടിച്ചാൽ.

ആ മോഹവും കളഞ്ഞ് പെല കുളിച്ചു. ഇത്തിരിക്കാലം മുമ്പ് ബാക്കിയുണ്ടായിരുന്ന ഭക്തി വിശ്വാസങ്ങൾകൂടി ചോർന്നുപോയി. പോയതല്ല. അവിടുന്ന് തിരിച്ചെടുത്തു. നന്നാവുമോ എന്നുനോക്കി. അനവധി ജന്മം തന്നു. എന്നിട്ടും നന്നായില്ല. എന്നാപ്പിന്നെ നരകത്തിലും ചിലപ്രാണികളൊക്കെ വേണ്ടേ. അവിടേക്ക് ഒരു മുതൽക്കൂട്ടായി. നീയവിടെക്കിടന്നോ. അതും മോശമല്ല. സ്വർഗം ഉണ്ട് എന്ന് തോന്നുമ്പോഴാണ് നരകം മോശമായി വിചാരിക്കുന്നത്. സ്വർഗചിന്ത തന്നെയില്ലെങ്കിൽ, നരകപ്പിശാചിനെ മാത്രം ധ്യാനിക്കുമ്പോൾ ദൈവവും ദേവലോകവും ഇല്ലാതാകുന്നു. സങ്കൽപ്പത്തിൽക്കൂടി ആവിധം ഒരുലോകം നഷ്ടമാവുന്നു. പിന്നെ ആനന്ദം. കരിന്തേളും നരകാഗ്നിയും നരകഭടന്മാരും നൂറായിരം കൊടും പീഢനകളും. നിത്യാനന്ദം നരകംകൂടി നിത്യപരിചയത്താൽ സ്വർഗമാവുമ്പോൾ, ആ നരകത്തിനെ അലങ്കരിക്കുവാനും ചിലതൊക്കെ വേണം. നരകത്തിനു ജീവൻ വെക്കുവാനും പ്രാണസാന്നിധ്യം വേണമല്ലോ. അതാണ് ഈ ചൊക്ലിക്കു കൽപ്പിച്ചനുവദിച്ച ഇടമെങ്കിൽ ആ ഇടത്തിന് ഇബനർഹനാവണം. അത് വേണ്ടവിധത്തിൽ ചെയ്യുന്നു എന്നെങ്കിലും ഞാൻ അഭിമാനിക്കട്ടെ. തോന്നിവാസമെങ്കിൽ തോന്നിവാസം വൃത്തിയായി ചെയ്യുവാനും വെടുവെടുപ്പായി പാപം ചെയ്യുവാനും സാധിച്ചിരുന്നെങ്കിൽ. അതിനും ആയില്ല. അപ്പോഴും കുറ്റബോധം, ആത്മനിന്ദ, പാപബോധം, പശ്ചാത്താപം. കുറ്റബോധമില്ലാതെ ഒന്നു കൂട്ടിക്കൊളുത്താൻ, പാപബോധമില്ലാതെ ഒന്നുറഞ്ഞു തുള്ളാൻ മോഹമില്ലാഞ്ഞിട്ടല്ല. പാപം ചെയ്യാനുംകൂടി അറിയാത്ത ജന്മം. ഒരുപാപമെങ്കിലും വെടുവെടുപ്പായി ചെയ്യാനായാൽ. അതുമതിയായിരുന്നു ഈ ജന്മം ധന്യമാക്കുവാൻ. ആ വിശുദ്ധപാപത്തിന്റെ മഹിമാപ്രകാശത്തിൽ ഭൂതഭാവാദികൾ തിളങ്ങിനിൽക്കും. അതിനുകൂടിയാവാതെ...ശ്രമിച്ചിട്ടും നടക്കാതെ വരുമ്പോൾ തീവ്രമായ വ്രതശുഷ്ക്കാന്തിയോടെ ജീവൻ ത്യജിക്കുമ്പോൾ ആ പ്രാണോപവേശം മഹാസമാധിയായിത്തീരുന്നു. വ്യത്യാസം മനസ്സ് മാത്രം. നെടുംനാൾ കൊടുംതപം ചെയ്ത് ഈശ്വരസാക്ഷാൽക്കാരം സിദ്ധിച്ചവർ എനി ഈ ലോകം ത്യജിക്കാമെന്നും നശ്വരമായ ഈ ശരീരം ഉപേക്ഷിക്കാമെന്നും തീരുമാനിക്കുമ്പോൾ ആ മഹാവ്യക്തികളുടെ ജീവത്യാഗത്തെ മഹാസമാധിയായി വിശേഷിപ്പിച്ച് പൂവിട്ടു പൂജിക്കുന്നു. കഠിനനൈരാശ്യം നിമിത്തം ജീവനൊടുക്കുമ്പോൾ ആത്മഹത്യയ്ക്ക് ഈ ലോകത്തും പരലോകത്തും ഉത്തരം പറയേണ്ടിവരുന്നു. താഴാദികൾ നാരായണ ബലിചെയ്ത് ജീവന് മേൽഗതി നൽകാനായി പ്രയത്നിക്കേ

ണ്ടിവരുന്നു. ആർക്കറിയാം രണ്ടുംതമ്മിലുള്ള അന്തരമെന്താണെന്ന്. മാർഗവും മാർഗം തിരെഞ്ഞെടുക്കുവാനുണ്ടായ കാരണവും മാധ്യമവും വേറെയെങ്കിലും ഫലം ഒന്നുതന്നെ. ഫലപ്രാപ്തി തന്നെ ലക്ഷ്യം.

ഒമ്പത്

ഈശ്വരൻ മരിച്ചതെന്നാണെന്ന് എനിക്കറിയില്ല. അഥവാ, മരിക്കുവാൻ ജനിച്ചിരുന്നുവോ എന്നും എനം അറിയില്ല. ജനിക്കാത്തതിന് മരിക്കാനാവില്ലല്ലോ. ഉണ്ടാവാത്തത് എങ്ങനെ ഇല്ലാതാവും. ഒരുപക്ഷേ, നൂറ് നൂറായിരം സൗരയൂഥങ്ങളിൽ ഒന്നിൽ ഏതെങ്കിലുമൊരു ഗോളത്തിൽ, ഏതെങ്കിലും അന്തരീക്ഷത്തിൽ ഒരു മഹാസത്വം ഉണ്ടായിരുന്നിരിക്കാം. പട്ടികൾക്ക് പട്ടികളെപ്പോലെയും പൂച്ചകൾക്ക് പൂച്ചകളെപ്പോലെയും മനുഷ്യർക്ക് മനുഷ്യരെപ്പോലെയും തോന്നിക്കുന്ന ഒരു സത്യം. അതിനെയാവാം ദൈവം എന്നു വിളിച്ചുവന്നത്. അത് പ്രപഞ്ചവ്യാപിയായ ബ്രഹ്മമല്ല. സ്വയംഭൂവായ വിശ്വചേതനയുമല്ല. ഭൂവാസികളുടെ സൃഷ്ടികർത്താവുമാത്രം. പിന്നെപ്പോഴോ ആ മഹാസത്വത്തിന്റെ പരിധിയിൽനിന്നകന്നുപോയ ജീവജന്തുക്കൾ ഒരോർമയായി ആ അനുഭവം കൊണ്ടുനടന്നിരിക്കും. എന്നെങ്കിലും, വീണ്ടും പരിണാമപ്രക്രിയയിലൂടെ അവിടെ എത്താമെന്നും മോഹിച്ചിരിക്കാം. അതിനിടയിൽ ആ സങ്കൽപ്പംകൂടി കൊന്നു കുഴിച്ചുമൂടിയത് എന്തിനാവും.

ഈവിധം ചിന്തിച്ചിരുന്നാൽ ചൊക്ലിപ്പട്ടിയായ നിങ്ങൾ ഒന്നിനും കൊള്ളരുതാത്ത വെറും മാംസപിണ്ഡം മാത്രമായി മാറും. പട്ടികളായ നമ്മൾ പട്ടികൾക്കനുസരിച്ച് ചിന്തിക്കുന്നതാണുത്തമം. അഥവാ, നമുക്ക് മനുഷ്യരെപ്പോലെ ചിന്തിക്കേണ്ടതില്ല. എന്താണ് ചിന്ത എന്നാണ് മനസിലാവാത്തത്. ഒന്നുകിൽ ഓർമകൾ ഇന്നലയെപ്പറ്റി. അല്ലെങ്കിൽ നാളയെപ്പറ്റിയുള്ള സ്വപ്നം. ചന്ദ്രമണ്ഡലത്തിനുമപ്പുറത്തുള്ള മറ്റൊരു കനകമണ്ഡപത്തിലെ ജീവിതമെന്താവും എന്ന സങ്കൽപ്പം. കഷ്ടം.

പ്രായപൂർത്തിയാവും മുമ്പ് ആൺ സംസർഗം ശീലിച്ചുശീലിച്ച് ശീലിച്ച് ആണില്ലാതെ അൽപ്പസമയംകൂടി കഴിയാനാവില്ല എന്ന നിലക്കെത്തിയ ആ വേശ്യാരത്നം ഈ വിധം പറയുന്നതുകേട്ട് ഞാനന്ധാളിച്ചു. ഈ കൊടിച്ചിയിൽ നിന്ന് തത്വജ്ഞാനം പ്രവഹിക്കുമെന്ന് ഞാൻ ഒരിക്കലും പ്രതീക്ഷിച്ചിരുന്നില്ല.

ഹേ പട്ടീ! കൊടിച്ചി! ഞാൻ വിളിക്കാതെ എന്റെകൂടെ കൂടിയ നിന്റെ തത്വചിന്തകളും മഹാവാക്യങ്ങളും എനിക്കാവശ്യമില്ല. നിനക്കറിയാവുന്നത് നീ ചെയ്യുക. എനിക്കറിയാവുന്നത് ഞാനും ചെയ്യാം.

പക്ഷേ, അവളുടെ മഹാവാക്യങ്ങൾ എന്നെ അൽപ്പനേരത്തേക്ക് സ്തബ്ധനാക്കി എന്നതു സത്യമാണ്. പട്ടിയായി ജനിച്ച് പട്ടിയായി ജീവിച്ചു മരിക്കാനിരിക്കുന്ന ഈ പാവം ജന്തു എന്തിനാണ് ചിന്തിക്കുന്നത്. ഒരാവശ്യവുമില്ല. നടന്ന സംഭവങ്ങൾ എഴുതിവെക്കുവാൻ ഭാവ

നയും ചിന്തയും വേണ്ട. നടന്നത്, മറക്കാത്തത്, പറയുക. കേട്ടെഴുതേണ്ടവർ എഴുതട്ടെ. അതന്നെ.

സരമയുടെ വംശം എന്നുപറഞ്ഞ് ഊറ്റം കൊണ്ടിരുന്ന ഞാൻ സത്യത്തിൽ നരകത്തിലെ നായിന്റെ വംശമാണ് എന്ന് പിന്നീടെനിക്കു മനസിലായി.

മഹത്തായ പട്ടിവിപ്ലവത്തിനുശേഷം ഏതാണ്ട് മൂന്ന് ഗ്രീഷ്മവും അത്രയും വർഷവും ചെന്നവാറെ ഒരുനാൾ ഞങ്ങളുടെ അനിഷേധ്യ നേതാവ് ഒരു ശുദ്ധീകരണത്തിന്റെ പേരിൽ ഞങ്ങളിൽ പലരെയും പുറത്താക്കിയും കുറേപ്പേരെ കൊന്നൊടുക്കിയും വിപ്ലവത്തിനകത്തൊരു പവിത്രീകരണം നിർവഹിക്കുകയുണ്ടായി. കുളിച്ച് പോക്കുവെയിലും കൊണ്ട് പാടത്തു കൊറ്റികൾ വന്ന് ചെവിച്ചെള്ളിനെ കൊത്തിത്തിന്നുന്നതും കാത്തുകിടക്കുമ്പോഴാണ് ബലിഷ്ഠരായ നാലു നായ്ക്കൾ വന്ന് എന്നെ വളഞ്ഞത്.

നിന്നെ നമ്മുടെ നേതാവ് വിളിക്കുന്നു. ഉടനെ വാ.

ഏതുനേതാവ്! ഇന്നേവരെ ചൊക്ലികൾക്ക് ഒരു നേതാവുണ്ട് എന്ന് ഞാൻ ധരിച്ചിരുന്നില്ല. അതുകൊണ്ട് കിടന്ന കിടപ്പിൽ ഞാൻ ചോദിച്ചു.

ആര്?

നമ്മുടെ പട്ടിവിപ്ലവത്തിന്റെ....

ഓഹോ! ആ കുറുക്കനോ. അതുപട്ടിയല്ല. പട്ടിയുടെ അനേക ജാതിയിൽപ്പെട്ടതുമല്ല. കുറുക്കനാണ്. കണ്ടാൽ നമ്മുടെ ഛായയുണ്ട് എന്നു മാത്രം. ഞാൻ വരുന്നില്ല.

സത്യത്തിൽ അവനെന്താണു വേണ്ടത് എന്നെനിക്കറിയാം. ആ കുറുക്കന്റെ കാമുകി പലപ്പോഴും എന്റെ സഹനീയശായിയായിരുന്നു. സ്വന്തം പെണ്ണിന്റെ ജാരൻ എന്നുപറയുവാനുള്ള ജാല്യത കാരണം എന്തെങ്കിലും ഹേതു കണ്ടെത്തി എന്നെ ഉന്മൂലനം ചെയ്യണം.

ഉറങ്ങിക്കിടക്കുന്നവരെ ഒരു കാരണവും കൂടാതെ നീയല്ലെങ്കിൽ നിന്റെ തന്ത എന്നുപറഞ്ഞ് കടിച്ചു കീറിയ വംശത്തിൽ പിറന്ന എനിക്കറിയാം ഈ പുതിയ സിദ്ധാന്തവും. എന്റെ തൊട്ടയൽവക്കത്തെ കോഴിപ്പിടകളെ ഞാനെത്ര വാത്സല്യത്തോടെയാണ് കൊന്നതെന്നോ. തിന്നുമ്പോൾക്കൂടി കാരുണ്യംകൊണ്ട് എന്റെ കണ്ണ് നിറഞ്ഞിരുന്നു. പട്ടിവിപ്ലവത്തിന്റെ മഹാചരിത്രമുഹൂർത്തം കഴിഞ്ഞ് ആ മഹാനായ ശുനകസ്നേഹി ഇഹലോകവാസം വെടിഞ്ഞശേഷം, അവിടുന്ന് മരണപ്പെടും മുമ്പ് എഴുതിവെച്ച ഒസ്യത്തുപ്രകാരം. മൂപ്പവകാശം ലഭിച്ച് സ്ഥാനാരോഹണം ചെയ്തതായിരുന്നു മേൽപ്പറഞ്ഞ സൃഗാലം. അഗാധമായ പട്ടിപ്രേമത്തിന്റ പേരുംപറഞ്ഞ് സമത്വസുന്ദരമായ ഒരുശ്വാനാധിപത്യത്തിന്റെ മറയിലാണ് ആ സൃഗാലം അക്കാലത്ത് തന്റെ ജാതിയിൽപ്പെട്ടവരിൽ പാതിയെയും കൊന്നൊടുക്കിയത്. അന്ന് ആ ശുദ്ധീകരണത്തിൽനിന്നു രക്ഷപ്പെട്ടതുകൊണ്ട് ഇന്ന് ഈകഥ പറയാൻ ഈ പട്ടിയുണ്ടായി.

ശിഥിലമായ ജീവിതം ശിഥിലരൂപത്തിലെ പറഞ്ഞൊപ്പിക്കാനാവൂ.

അഥവാ അങ്ങനെയാണ് വേണ്ടത് എന്ന് ശുനക കാവ്യാലങ്കാര ഭദ്രരൂപ ദർശനമുണ്ട്. അതുകൊണ്ട് ആവിധം പറഞ്ഞ്....

ശുദ്ധീകരണത്തിൽനിന്ന് രക്ഷപ്പെട്ടുവെങ്കിലും ഈ ശ്വാവിന് നരകത്തിൽപ്പോലും സ്ഥാനമില്ലാതായതെങ്ങനെ. നരകകീടങ്ങളുണ്ട്. മലത്തിലെ കൃമികളുമുണ്ട്. അവയ്ക്കുകൂടി അവരുടേതായ— അവറ്റയുടേതായ—ഒരുസ്ഥലമുണ്ട്. അതുമില്ലാതെ അവറ്റകൂടി അവജ്ഞയോടെ നോക്കുന്നു.

ഒന്നുമില്ലൊന്നുമില്ലൊന്നും.

അതാണ്. അനന്തമജ്ഞാതമവർണനയമായ ഈ വിശ്വത്തിൽ ഒരു കൃമി. നരകകീടം. അതും ജനിച്ചു. ജീവിച്ചു.

മഹാത്മാക്കൾ ജീവിച്ചിരിക്കുമ്പോൾ നീചാത്മാവായ ഈ പട്ടിയും ജീവിച്ചു എന്ന് ആശ്വസിക്കാം. എന്റെ സമസ്ത നന്മയും അവിടേക്കു തന്ന് ലോകത്തിന്റെ മുഴുവൻ തിന്മയും ഞാനേറ്റെടുത്തു കൊള്ളാം. ഇത്രയേറെ ചീത്തത്തം ഉൾക്കൊള്ളാൻ വേണ്ടവണ്ണം ഞാൻ കരുത്തനാണല്ലോ എന്നഭിമാനിക്കാം.

ഭഗവൻ! അവിടുന്നാണ് ഇക്കാണുന്ന സമസ്ത ഇരുട്ടും സൃഷ്ടിച്ചത്. കടുംകറുപ്പിൽ ഈ ചൊക്ലിയെ സൃഷ്ടിച്ചതവിടുന്നാണ്. കർക്കടകമാസി കറുത്ത വാവിന്റെ കരിമുഴുവനും എന്റെ ആത്മാവിൽ നിറച്ചതവിടുന്നാണ്.

ഭഗവൻ! പറയൂ. ഈ പാവം പട്ടിയെ ഇത്രയേറെ വഷളനാക്കിയതെന്തിനാണ്. പറയൂ, കാണുന്നവരൊക്കെ കല്ലെറിയാൻ മാത്രം അടുത്തുവരുന്നതെന്തിനാണ്. കാലുനക്കാൻ വാലാട്ടിവരുന്ന ഈ പാവം ചൊക്ലിയെ ചൂടുവെള്ളം ഒഴിച്ചുപൊള്ളിക്കുന്നതെന്തിനാണ്. പറയൂ ഭഗവൻ...

രാവുംപകലും വേദനിച്ചു പിടഞ്ഞു തിരിഞ്ഞും മറിഞ്ഞും കിടക്കുമ്പോൾ ഒന്നുമയങ്ങാനായി ഇത്തിരി വട്ടപ്പാലം തിരിഞ്ഞതിന് അവിടുത്തെ ശിക്ഷ കഠിനം തന്നെ. ഉറങ്ങിയ കുറ്റത്തിന് ജന്മ മുഴുവനും നിദ്രാഹീനനാക്കിയ പ്രഭോ....

അക്കാലത്ത് വിവരിക്കാനാവാത്ത ഒരുൾവിളിയോടെ ഞാൻ നാടുവിട്ടുപോയി. എവിടേക്കെന്നറിയാതെ. അതിനുമുമ്പും നാടുവിട്ട് ഒളിച്ചോടിയിട്ടുണ്ട്. എണീറ്റ് ഏതെങ്കിലും പാനശാലയുടെ മുമ്പിൽ വാതിൽ തുറക്കുന്നതും കാത്ത് കിതച്ചു കിതച്ചു ഞാൻ നിൽക്കും.

അത് സരമയുടെ സന്തതിയുടെ സന്തതിയുടെ.

വംശമഹിമകാരണം ഏതെങ്കിലും വിധത്തിൽ എങ്ങനെയെങ്കിലും ഏതെങ്കിലും പട്ടി എന്നെ തിരിച്ചറിയും. പിന്നെ ശകാരം, സഹതാപം, പരിഹാസം—സഹിക്കാവുന്നതിലും അധികമായതുകൊണ്ട് പട്ടിയായിട്ടും ഞാൻ വീണ്ടും വീണ്ടും അറിയാത്ത അകലങ്ങളിലേക്ക് ഓടിപ്പോകും. അങ്ങനെ തെണ്ടിത്തെണ്ടി തുറന്നു കിടക്കുന്ന ഏതോ തൊഴുത്തിൽ ഞാനെത്തിപ്പെട്ടു. പട്ടിണിയാണെങ്കിലും അവിടെ കിടക്കാമല്ലോ എന്നു

കരുതി തലചായ്ക്കുമ്പോഴാണ് നിറുംമണ്ടയ്ക്ക് മഴുത്തായ വീണത്.

നിന്നെ ഞാൻ കാത്തിരിക്കുകയായിരുന്നു. കോഴിക്കള്ളാ! നിന്നെ ഇന്നുഞാൻ.

എത്ര കിട്ടി എന്നറിയില്ല. എങ്ങനെ രക്ഷപ്പെട്ടു എന്നും ഇപ്പോഴറിയില്ല. ജന്മവാസന. പ്രാണഭയം. പിന്നെ ഓർമവരുമ്പോൾ ഒരു കൊടിച്ചിയും കിടാങ്ങളും കൂടി എന്റെ ശരീരം നക്കിത്തുടയ്ക്കുകയായിരുന്നു. അവറ്റ എവിടെനിന്നോ സമ്പാദിച്ച എച്ചിൽക്കഷണവും എനിക്കുതന്നു. എത്രദിവസം അവിടെക്കിടന്നു എന്നോർമയില്ല. കുറേക്കാലംകൊണ്ട് മൂന്നുകാലിന്മേൽ നടക്കാറായി. അപ്പോഴേക്കും പട്ടികൾക്ക് ഏറ്റവും ആവശ്യമായ ശ്രവണശക്തി നഷ്ടപ്പെട്ടിരുന്നു. പക്ഷേ, ആ കൊടിച്ചി എന്നെ ഒരു ശ്വാനഭിഷഗ്വരന്റെ അടുക്കലെത്തിച്ചു. പിന്നെ ഔഷധം, പഥ്യം, ഹിതാഹാരം. ഒടുവിൽ ഈവിധം ഒരുവിധം അവനാന്റെടം കഴിക്കാം എന്ന നിലയിലായി. ഈ പന്ത്രണ്ടിൽ വ്യാഴത്തിന്റെ കഥ ഇങ്ങനെ ആയില്ലെങ്കിലെ അത്ഭുതമുള്ളൂ. പത്തില്ലത്തിൽ പട്ടിയായി ജനിച്ച് നരകനാറിയായ നായയായി മാറിയ പരിണാമഗാഥയാണത്. അതാണിപ്പോൾ.

അന്നത്തെ ആ കൊടിച്ചി പിന്നീടൊരു നാൾ എന്നെ കൂട്ടിക്കൊണ്ടുപോയി അവളുടെ എണങ്ങരെ എനിക്കു പരിചയപ്പെടുത്തിത്തന്നു. അന്ന് ആ സഭയിൽവെച്ച് ഏറെ അന്തസുള്ള ഒരു ശുനകശൂരൻ എന്റെ അടുത്തുവന്നു.

അല്ലയോ സാരമേയം!

ആ പട്ടി സംസ്കൃതചിത്തനായിരുന്നതിനാൽ ആവിധം സംസാരിച്ചു ശീലിച്ചിരുന്നു.

ഭോ ഭോ! സാരമേയ:

എന്നൊക്കെ പറഞ്ഞപ്പോൾ സത്യത്തിൽ ഒരുകുരയും എനിക്കു മനസിലായില്ല. ശബ്ദത്തിന്റെ ഭാവം അറിഞ്ഞതുകൊണ്ട് ശകാരിക്കുകയല്ല എന്നൂഹിച്ചു.

താങ്കൾ കേൾക്കുവാൻ വേണ്ടിയാണ് ഞാൻ പറയുന്നത്. എനിയെങ്കിലും മനസിലാക്കൂ.

എന്റെ ചെവിക്ക് കുറച്ച് കുഴപ്പം ഉണ്ട്. അന്ന് മഴുത്തായകൊണ്ട് കിട്ടിയ തല്ല് ചെവിക്കല്ല് തകർത്തിരുന്നു.

എല്ലാ ഭൂഖണ്ഡങ്ങളിലും ദ്വീപുകളിലും പർവതങ്ങളിലും കാട്ടിലും മരുഭൂമിയിലും സഞ്ചരിച്ച് ലോകവ്യുൽപ്പത്തി വളർത്തിയ മഹാസത്വനായിരുന്നു എന്നെ താങ്കൾ എന്നു വിളിച്ച് എനിക്കു കേൾക്കുവാനായി കുരച്ചത്. എന്നിട്ട് ആ പട്ടിശ്രീ പട്ടിഭൂഷണം ശ്രീ ശ്രീ ശുനകശൂരൻ എല്ലാവർക്കും കാണാൻ പാകത്തിൽ ആൽത്തറയിൽ കയറിനിന്നു.

ഞാൻ ഈ ലോകം മാത്രമല്ല; അന്യലോകവും കണ്ടതാണ്. ചന്ദ്രലോകത്തെത്തിയ ആദ്യജീവി ഞാനാണ്. നരൻ കാലുകുത്തുംമുമ്പ് നായ എത്തി എന്നർഥം. ആ ഞാനാണ് പറയുന്നത്.

എന്താണ് പറയുന്നത് എന്ന് എനിക്കു പിടികിട്ടിയില്ല.

താങ്കളെ സംരക്ഷിച്ച് ശുശ്രൂഷിച്ചുവരുന്ന ഈ ശുനകി ആദ്യം എന്റെ സഹധർമിണിയായിരുന്നു. അതുസാരമില്ല. അവളെ ഞാൻ ഉപേക്ഷിച്ചില്ലെങ്കിലും ലോകം മുഴുവനും—അന്യലോകവും—സഞ്ചരിക്കുന്ന എനിക്ക് ഇവളെ ഒപ്പം കൊണ്ടുനടക്കാനാവാതെ വന്നു. അങ്ങനെ ഇപ്പോൾ ഞാൻ ബഹിരാകാശയാത്ര കഴിഞ്ഞുവന്നപ്പോൾ എന്റെ പ്രിയപത്നി താങ്കളിൽ അനുരക്തയാണെന്നു കണ്ടു. അവൾ ഭരണിനാളിൽ ശിവദർശനം നടത്തിയും ശ്രീരുദ്രം ജപിച്ച് ധാരചെയ്തും താങ്കളുടെ ക്ഷേമത്തിന് പ്രാർഥിക്കുന്നത് ഞാനറിഞ്ഞു. താങ്കളും അവളുടെ പ്രണയം അറിഞ്ഞിരിക്കണം. അതുകൊണ്ട് അവളുടെ ഭർത്താവായ ഞാൻ പറയുന്നു ഇന്നുമുതൽ ഇവൾ താങ്കളുടേതാവുന്നു. ശ്വാനവർഗത്തിന് ഈവിധം ഒരു കരാറിന്റെ ആവശ്യമില്ലെങ്കിലും ചന്ദ്രമണ്ഡലത്തിൽനിന്ന് ഈ ഭൂമിയെ നോക്കിക്കുരച്ച ഒരേയൊരു ശുനകൻ എന്ന നിലയ്ക്ക് എന്റെ മനസും ബുദ്ധിയും പാടെ മാറിയിരിക്കുന്നു. മറ്റു ശുനകർ ചിന്തിക്കുന്ന പോലെ ചിന്തിക്കുവാനും പെരുമാറുവാനും എനിക്കു സാധ്യമല്ല.

കൊടിച്ചിയുടെ മുഖം സന്തോഷംകൊണ്ട് വിരിഞ്ഞു. ആസനം ചുവന്നു. അത് അതീവ നന്ദിയോടെ ബഹിരാകാശയാത്രികനായിരുന്ന സ്വന്തം ഭർത്താവിനെ മൂന്നുരു പ്രദക്ഷിണം വെച്ചു. മൂന്നുരു നമസ്കരിച്ചു. പിന്നെ എല്ലാവരും കാണെ എന്നെ മുട്ടിയുരുമ്മി നിന്നു.

ഭൂമി വിട്ടാൽ നമ്മുടെ ചിന്ത മാറും. ദൃഷ്ടിയും മാറും. പഞ്ചേന്ദ്രിയങ്ങളുടെയും സ്വഭാവം മാറും എന്നർഥം. കാഴ്ചയുടെ അർഥവും ആകൃതിയും മാറും. അതു പറഞ്ഞാൽ മനസിലാവില്ല. അനുഭവിച്ചറിയേണ്ടതാണ്. അന്യലോകങ്ങളുണ്ട് എന്ന് ഈ ജീവിതത്തിൽ അനുഭവിച്ചറിഞ്ഞതാണ് ഞാൻ. ഈരേഴു പതിനാലു ലോകം. പിന്നെയും അനവധി ലോകങ്ങൾ. ഇക്കാണാവുന്ന ലോകങ്ങളിലൊക്കെയും സഞ്ചരിക്കുവാൻ ഇന്നു സാധ്യമല്ല. പക്ഷേ, ചന്ദ്രലോകത്തിൽ ആദ്യം കാലുകുത്തിയ ശുനകനായ ഞാൻ പറയുന്നു. കാലാന്തരത്തിൽ അതുസാധിക്കും. പിന്നെ, ഹേ സാരമേയം. മരിച്ചുപോയ താങ്കളുടെ പ്രിയതമയെ ഞാൻ അന്യലോകങ്ങളിൽ കാണുകയുണ്ടായി. അവർക്കു സുഖം.

ഞാനമ്പരന്നു. എന്റെ ചത്ത പട്ടി....ചന്ദ്രലോകത്തിൽ. അവിടേക്ക് എനിക്കു പ്രവേശനം ലഭിച്ചില്ല. ഈ പഞ്ചഭൂതസംഘാതമായ ദേഹം അവിടേക്ക് ഇണങ്ങില്ല എന്നതുകൊണ്ടുമാത്രം. ബഹിരാകാശവസ്ത്രംപോലെ, ഈ ശരീരം ഈ ഭൂലോകവാസത്തിനുമാത്രം ഇണങ്ങുന്നതാകുന്നു. ഇപ്പോൾ ജീർണവസ്ത്രം മാറുമ്പോലെയാണ് മരണത്തിലൂടെ ദേഹി ദേഹം ഉപേക്ഷിക്കുന്നത് എന്ന ഉപമ എനിക്കനുഭവമായി. അന്യലോകങ്ങളിലേക്ക് അതിനിണങ്ങുന്ന ശരീരപ്രകൃതിവേണം. അതില്ലാത്തതുകൊണ്ടു മാത്രം ഞാനിവിടെ ഇറങ്ങിയില്ല. പക്ഷേ, എന്റെ മഹായാത്ര അറിഞ്ഞ നിങ്ങളുടെ പ്രാണപ്രിയ വഴിയിൽ, ശൂന്യാകാശത്തിൽ എന്നെ കാത്തുനിന്നു കുശലം പറഞ്ഞു.

ഹേ സാരമേയം! അനുനിമിഷം വികസിക്കുന്ന ഈ പ്രപഞ്ചത്തിൽ

നമ്മുടെ ഈ കടുകുമണിയോളം പോന്ന ഭൂമിയിലെ ജീവജന്തുജാലമുള്ളു എന്നു കരുതരുത്. നൂറായിരം കോടി താരനക്ഷത്രഗോളങ്ങളിൽ അവയക്കിണങ്ങിയ സൃഷ്ടികൾ ഉണ്ടാവും. എനിക്കുറപ്പുണ്ട് ആകാശസീമയ്ക്കപ്പുറത്ത് താങ്കളുടെ സഹധർമിണിയെ മുഖാമുഖം കണ്ട എനിക്കറിയാം അന്യലോകങ്ങളുണ്ട് എന്നും അവയിൽ ആയിരമായിരം സൃഷ്ടി സമൂഹമുണ്ടെന്നും. ഇച്ഛാചാരികളായ ഒട്ടേറെ ജീവികളെ ഞാൻ കണ്ടു. അതാണ് ഇപ്പോൾ സാധാരണ വാലുള്ള പട്ടികളെപ്പോലെ ഞാൻ വാശി പിടിക്കാത്തത്. അനന്തമായ മഹാകാലത്തിൽ ഒരുതുള്ളി കാലമായ ഈ സാരലോകങ്ങളിൽ കണക്കിൽപ്പെടാത്ത ലഘുകാലാണുവിൽ അതിലും കോടി കോടി അംശങ്ങളിൽ ജനിച്ചു മരിച്ചു നശിക്കുന്ന പട്ടിയുടെ അഹന്തയ്ക്കു നമസ്കാരം. സ്വന്തം കൊരയുടെ സൗന്ദര്യസിദ്ധികളെപ്പറ്റി സ്വയം അഭിമാനിക്കുന്ന ഭോഷൻ എന്നേ പറയാനാവൂ. കേൾക്കൂ. ഈ അനന്തമായ പ്രപഞ്ചവിസ്തൃതിയിലെ സമസ്തഗോളങ്ങളിലും നമ്മുടെ പ്രാണനെത്തുന്നു. അഥവാ, നാം പട്ടികൾ എത്തുന്നു. ഈ തീരാത്ത യാത്രയിൽ ഒരുകുറി ഈ ഭൂമിയിലും എത്തി. എനി എല്ലാ ജ്യോതിർഗോളങ്ങളിലും ഒരു കുറിവന്നു പോകുമ്പോൾ.

അദ്ദേഹം—ആ ഗോളാന്തര യാത്രക്കാരനായ പട്ടി—എന്താണ് പറയുന്നത്. ചന്ദ്രനിലും സൂര്യനിലും പട്ടികളുണ്ടാവട്ടെ. അതിനെന്ത്.

സൂര്യന്റെ ചൂടിൽ.

ശാസ്ത്രം പറയരുത്. നിന്റെ ശാസ്ത്രം അക്കങ്ങളുടെ കളിയാണ്. അതല്ല ശാസ്ത്രം. ശാസ്ത്രം അനുഭവമാകുന്നു. അപ്പോൾ അതാണു പറഞ്ഞത്. നിന്റെ ഭാര്യ അവിടെ സുഖമായിരിക്കുന്നു. പരലോകത്തിലെ വിശേഷങ്ങൾ പറഞ്ഞറിയിക്കരുത് എന്ന വചനമുണ്ട്. മൃത്യുഭയം വളർന്നു മനുഷ്യദാസന്മാരായ നമുക്കും അത് ദോഷം ചെയ്യും.

അന്ന് ആ ബഹിരാകാശ ശ്വാനൻ അപ്രത്യക്ഷനായെങ്കിലും അവിടത്തെ വാക്കുകൾ എനിക്കോർമയുണ്ട്. വളരെ കഴിഞ്ഞ് എന്റെ ഭാവി അറിയുവാനുള്ള താൽപ്പര്യത്തോടെ ഞാൻ ചാത്തക്കടവിൽ അശരീരി കാതോർത്തുനിക്കുമ്പോൾ അവിടെ പ്രത്യക്ഷപ്പെട്ട സ്വാമിജിയും ഭവിഷ്യത്ത് പുരാണ പ്രവചനം മുടക്കുകയുണ്ടായി. അന്ന് അശരീരിയായെത്തിയത് എന്റെ പെൺപട്ടി തന്നെയായിരുന്നു. മരിച്ചാലും എന്റെ പെണ്ണാണല്ലോ. ആ അധികാരത്താലാണ് അന്യലോകാനുഭവങ്ങൾ പറഞ്ഞുതരുവാൻ ഞാൻ ആജ്ഞാപിച്ചത്. അവളതിനൊരുക്കവുമായിരുന്നു. പക്ഷേ, സ്വാമിജി മുടക്കി.

പത്ത്

യൗവനാരംഭത്തിൽ ഞാൻ ഭാര്യയായി കൂടെക്കൂട്ടിയ കൊടിച്ചിയെപ്പറ്റി സൂചിപ്പിക്കുകയുണ്ടായി. അവളെയാണ് ഞാൻ തീയും വെള്ളവും സാക്ഷിയാക്കി ആകാശവും ഭൂമിയും അറിയെ വേട്ടത്. ആയുസിൽ

പാതിയും പത്തുമാസവും പതിമൂന്ന് ദിവസവും ഇരുപത്തിമൂന്ന് മണിക്കൂറും അഞ്ചുമിനിറ്റും മുപ്പത്തിയൊന്നു സെക്കന്റും ഈ ലോകത്തിൽ രോഗിയായി ജീവിച്ചശേഷം ആ ചൊക്ലിപ്പട്ടി, അതായത് ഈ ചരിത്രകാരനായ ചൊക്ലിയുടെ പെൺപിറന്നോത്തി നീണ്ടുനിവർന്നു കിടന്നു ഒടുക്കത്തെ ശ്വാസംവലിച്ചു. ജീവിച്ചിരുന്ന കാലമത്രയും രോഗിയായി, ശുനകവ്യവഹാരങ്ങളറിയാത്തവളായി, നാട്ടാരുവെറുത്ത ഈ തെണ്ടി നായയുടെ സഹധർമിണിയായി ചത്തുപോയ ആ പാവം പെൺപട്ടി എന്തു കർമഫലവും കൊണ്ടാണ് ജനിച്ചത്. ജനിക്കുമ്പോഴെ രോഗി. ഈ ജന്മം ചെയ്ത പാപഫലമല്ല ഈ രോഗമെന്നറിയാം. തന്തയ്ക്കും തള്ളയ്ക്കും ഒരു രോഗവും ഇല്ലായിരുന്നു. പിന്നെ, മുൻപിറപ്പിലെ കർമഫലമനുഭവിക്കുന്നവനാണോ. ഈ ജന്മം ഇബന്റെ വേദന ഇരട്ടിപ്പിക്കുവാനുള്ള ഉപകരണമാണോ. പറയൂ. ശ്വാനപണ്ഡിതവൈജ്ഞാനികസാഹിത്യനായകർ പറയൂ. ശരിതെറ്റുകൾ ബലത്തിനെ ആശ്രയിച്ചിരിക്കുന്ന ഈ ലോകത്തിൽ ദുർബലൻ അപഹാസ്യനും അവഹേളിതനുമാകുന്നത് നിത്യം കാണുമ്പോൾ ഏതാണ് ധർമം ഏതാണധർമം എന്ന് ആർക്കു പറയാനാവും. ആത്മബലം, ദേഹബലം, ആൾബലം, ധനം, സൈന്യം ഇതൊക്കെ ആരുടെ കൈവശമാണോ അയാൾ ബലവാനും അയാളുടെ കർമം ധാർമികവുമെന്നും വാഴ്ത്തപ്പെടുമ്പോൾ പാവം ഈ ആത്മകഥാകാരൻ വീണ്ടും വീണ്ടും കത്തിയുടെ വായത്തലയിൽ സഞ്ചരിക്കുവാൻ വിധിക്കപ്പെടുന്നു.

ആദ്യതെറ്റ്, ആദ്യത്തെ പൊളി, ആദ്യത്തെ വഞ്ചന, ആദ്യത്തെ വ്യഭിചാരം, ആദ്യത്തെ മോഷണം....

ഓർമകൾ ഓർമകൾ! ഓർമകളാണ് എല്ലായ്പ്പോഴും. ആദ്യം കട്ടുതിന്നത്. ആദ്യം കട്ടുഭോഗിച്ചത്, ആദ്യം പൊളിപറഞ്ഞത്, ആദ്യം ദുഃഖിച്ചത് എല്ലാം ഓർമയിൽ ഓടിക്കൂടുന്നു. അതൊന്നും തെറ്റാണെന്ന് കരുതിയിരുന്നില്ല. വിശന്നു. തിന്നു. പുരുഷാവയവം ത്രസിച്ചു. ഇണചേർന്നു. ശരീരവേഗങ്ങൾ, വിശപ്പ്, ആഹാരം, മലമൂത്രശോധന, ഇന്ദ്രിയസ്ഖലനം. എല്ലാം പ്രകൃതിയായി സ്വീകരിച്ചു. ജീവപ്രകൃതിയെ നിയന്ത്രിക്കലാണ് സാക്ഷാൽക്കാരമാർഗം എന്ന് പിന്നീടാണറിഞ്ഞത്. അതറിഞ്ഞപ്പോഴേക്കും എല്ലാം നിയന്ത്രണാതീതമായിക്കഴിഞ്ഞിരുന്നു. മലമൂത്രങ്ങളെപ്പോലും നിയന്ത്രിക്കാനാവാതായി. മലശോധനയ്ക്കു തോന്നുമ്പോഴേക്കും മലംപോയി. മൂത്രം സദാ എറ്റിറ്റു വീണുകൊണ്ടിരുന്നു. ഇന്ദ്രിയങ്ങളൊക്കെ അഴിഞ്ഞുലഞ്ഞു. മനസാണെങ്കിൽ എന്നേ കൈവിട്ടുകഴിഞ്ഞിരുന്നു. ചീത്തപ്പേരുമാത്രം എന്നിട്ടും ഒഴിഞ്ഞില്ല. ഏഴരശ്ശനിയാണെങ്കിലും വരവല്ലെ എന്നുപറഞ്ഞപോലെ ദുഷ്പ്പേരാണെങ്കിലും അതെങ്കിലും ഒപ്പമുണ്ടല്ലോ. ഈ കലിക്കൂടി കൈവിട്ടാൽ പിന്നെ ജഡം മാത്രം. പുളിമാവിൻ ചിതയിൽ തെക്കോട്ടു തലവെച്ച് (അല്ല അത് മനുഷ്യർക്കാണ്, നായക്ക്....നായക്ക്) പക്ഷേ എന്നിട്ടും മോഹങ്ങളൊടുങ്ങിയില്ല. തിരണ്ടുതീണ്ടാർന്ന പെൺപട്ടികളെ കാണുമ്പോൾ ഒരിക്കൽക്കൂടി യൗവനം ആസ്വദിക്കാനൊരു മോഹം. ഒരിക്കൽക്കൂടി. എന്നാണ് ഒരി

ക്കൽക്കൂടി എന്ന മോഹം നേർക്കുനേരെ നോക്കി, നേരെ മുമ്പിൽ ഈ ചുളിഞ്ഞ മാംസപേശികളെ കാമത്തോടെ കണ്ട് ഒരു കൊടിച്ചി കിടക്കുന്നു. അവളുടെ മോഹം ഈ ക്ഷീണിച്ച മനസും അറിയുന്നുണ്ട്. സ്വന്തം ഉപസ്ഥം നക്കി വൃത്തിയാക്കി സഹശയനത്തിനായി തരിക്കുന്ന ആ വേശപ്പെൺകൊടിയെ കണ്ടില്ലെന്നു നടിച്ച് ഞാൻ സദാ വെണ്ണീറ്റിൽ തലപൂഴ്ത്തുന്നു. പിന്നിൽ, ഇണചേരാനായി മുരണ്ടും ഒച്ചവെച്ചും ചീറ്റിയും ചാടിക്കളിക്കുന്ന കാടൻ പൂച്ച. കാടന്റെ പുരുഷശക്തിയിലൊതുങ്ങുന്ന കുറുഞ്ഞിയുടെ ഭോഗതൃപ്തമാം കുറുകൽ. തൊഴുത്തിന്റെ മോന്തായത്തിൽ മെയ്യുരുമ്മുന്ന അമ്പലപ്രാവുകൾ. നിറച്ചു പൂത്തുലഞ്ഞ തൈമാവിൽ മുഖമുയർത്തി ഉമ്മവെക്കാൻ വെമ്പുന്ന സുഗന്ധികൾ. എല്ലാം, ഈ പാവം കാമാതുരന്റെ മനസിളക്കുന്നു. തെളിഞ്ഞ ആകാശത്തിൽ തെക്കേച്ചെരുവിലേക്ക് നിരങ്ങുന്ന വൃദ്ധ മേഘങ്ങൾ. കൊയ്ത്തുകഴിഞ്ഞ പാടങ്ങൾ സമ്പൂർണ ദാനസ്വരൂപിയായി കാണപ്പെടുന്നു. പൂർണമായ ദാനം, ത്യാഗം. എന്നിട്ടും ഉഞ്ഛവൃത്തിക്കായെത്തിയ വെളുത്ത കൊറ്റികൾ നെല്ലിൻകുറ്റികളിൽ മേഞ്ഞുനടക്കുന്നു.

ഈശ്വരാ!

ഈശ്വരനെ കൊന്നു കുഴിച്ചുമൂടിയതാരായാലും പിന്നേയും പിന്നേയും ഈശ്വരനവതരിക്കുന്നു. കൊന്നവൻ തന്നെ സൃഷ്ടിക്കുന്നു. ഈശ്വരനില്ലാതെ പ്രാണികുലത്തിന് ജീവിക്കാനാവില്ല. ചിന്താശക്തിയുള്ളതിനൊക്കെ ചിന്തയ്ക്ക് ഒരാധാരം കണ്ടെത്തണം. ജീവിതാധാരം കണ്ടെത്തണം. ജീവിതാധാരം കണ്ടെത്തണം. ജീവിതത്തിന് ആധാരവും ലക്ഷ്യവും വേണം. ജീവിതം ഇക്കാണുന്ന സമസ്ത വർണക്കൊടികളുടെയും കീഴിൽ അണിനിരക്കുവാൻ മാത്രമുള്ളതല്ലെങ്കിൽ പിന്നെന്തിന് എന്ന ചോദ്യം ഉദിക്കുന്നു. വാലുള്ളതും ഇല്ലാത്തതും, വാലുവളഞ്ഞതും നിവർന്നതും, പുള്ളിവാലും പൂവാലും തുടങ്ങിയ എല്ലാ വാലൻ സംഘടനകൾക്കും ആവോളം എണ്ണം കൂട്ടുകയാണോ പട്ടിയുടെ ജീവിതലക്ഷ്യം! ആണെങ്കിൽ പിന്നൊന്നും പറയുവാനില്ല. അതുമാത്രമല്ലെങ്കിൽ നിത്യമായ യജമാനസേവയാൽ അവിടത്തെ പ്രീതിപ്പെടുത്തലാകുമോ ജീവിതലക്ഷ്യം? യജമാനനെ സാക്ഷാൽക്കരിക്കുകയാണോ. ഏതായാലും ഒരു ലക്ഷ്യവുമില്ലാത്തിടത്തോളം ഇന്നീ കാണുന്ന കലഹത്തിനും ജീവിത വെപ്രാളത്തിനും എന്തർഥം? ധർമ നീതികളെന്താണ്? തിന്നുംകുടിച്ചും ജീവിക്കുന്നത് അധമമാകുന്നതെങ്ങനെ ദാസദാസനായ ചൊക്ലിപ്പട്ടിയേക്കാൾ യജമാനജീവിതം ധന്യമാകുന്നതെങ്ങനെയാവും? ജീവിതത്തിന് ധന്യതയും ശൂന്യതയും ഒന്നുമില്ല. ജീവിതം മാത്രമാകുന്നു. ജീവിക്കുക എന്ന കല അഭ്യസിച്ച് സിദ്ധി നേടാം. അറിവൊന്നും നേടാതെയും ജീവിക്കാം. ഫലം ഒന്നുതന്നെ. ജീവിതം ശുദ്ധശൂന്യതയും പരിശുദ്ധവുമായ വ്യാജവുമാണെന്നറിയുമ്പോൾ മായ എന്താണെന്നു വ്യക്തമാകുന്നു. മായ സ്വരൂപം അറിഞ്ഞുകഴിയുമ്പോൾ സുഖദുഃഖങ്ങൾ ഒഴിയുന്നു. പിന്നെ നിത്യമായ ആനന്ദം മാത്രം.

എങ്കിലും അജ്ഞാനമാവാം ഞാൻ കഴിഞ്ഞതോർത്ത് ദുഃഖിച്ചു. ദുഃഖിച്ചു ദുഃഖിച്ച് ദുഃഖം മാത്രമായി മാറി. ജീവിതം ദുഃഖമാണെന്നറിഞ്ഞപ്പോൾ. ജീവനൊടുക്കുവാനൊരുങ്ങി. കിഴുക്കാം തൂക്കായ കുന്നിൻ തുഞ്ചത്തുനിന്നു കീഴോട്ടു ചാടി. പക്ഷേ, സമയമായില്ലപോലും, ഏതോ പൊന്തപ്പടർപ്പിൽ തങ്ങിനിന്നു. രാവും പകലും തീയ്തിന്നു നോക്കി. എന്നിട്ടും ജീവനൊടുങ്ങാഞ്ഞപ്പോൾ അവസാന ശ്രമമായി സഹസ്രാശ്വ ശക്തിയാർജിച്ചായിരം തീചക്രത്തിനിടയിൽ കഴുത്തുവെയ്ക്കാനുറച്ചു. അവിടെയും കൊടിച്ചി എത്തി.

എന്തിനാണ് കൂകിപ്പായുന്ന ഈ ആവിയന്ത്രത്തിനടിയിൽപ്പെട്ട് ഞെരുങ്ങി ഞരയാനായി ഇത്ര മോഹിക്കുന്നത്. വരൂ എന്റെ പതിമൂന്നാമത്തെ ആണൊരുത്തനായി ജീവിക്കാം. വഴക്കു പറയാനാരുമില്ല. കുറ്റപ്പെടുത്താനും നിന്ദിക്കുവാനും ഒരുപട്ടിയും വരില്ല. ദ്വാദശശുനകന്മാരെ വേട്ട എന്റെ പാതിവ്രത്യശക്തി അത്ഭുതാവഹമാണ്. ആണായിപ്പിറന്നവരെയൊക്കെ ഇഷ്ടപ്പെടുന്ന എന്റെ ഒപ്പം ജീവിക്കൂ. സ്വയംഹത്യ പട്ടിക്ക് വിധിച്ചതല്ല.

മരണത്തിൽനിന്ന് ജീവിതത്തിലേക്ക് വീണ്ടും ഞാൻ തിരിച്ചുവന്നു. ഇപ്പോഴാണറിയുന്നത് ആ കൊടിച്ചി വന്നില്ലെങ്കിലും ഞാൻ മരിക്കില്ലെന്ന്. അലറിപ്പാഞ്ഞു വരുന്നതുകണ്ടാൽ യന്ത്രത്തിനു മുമ്പിൽനിന്ന് ഞാൻ വാലും ചുരുട്ടി ഓടുമായിരുന്നു. ഇന്ന് ഈ സത്യം പറയുവാൻ എനിക്കാവും. തീണ്ടാരിമാറി വരണ്ടുണങ്ങി മൊരിഞ്ഞു നാറുന്ന കൊടിച്ചിയുടെ യോനിപോലെ ഈ ജന്മം ഓക്കാനം വരുത്തുന്നു. ഛർദിക്കാനും വയ്യാത്ത പിത്തനീര് തൊണ്ടയിൽ തളംകെട്ടി അടയുന്നതറിയുന്നു. സ്വജീവിതത്തിലെ ദുഷ്ടകളത്രയും ഒന്നുകൂടി മൃത്യുകാത്തു കിടക്കുന്നു.

സൂക്ഷ്മലോകങ്ങളിൽ നിശ്ചയിക്കപ്പെട്ട നീതിമാർഗമനുസരിച്ച് സ്ഥൂലലോകത്ത് സംഭവിക്കുന്ന ചലനങ്ങൾ ചിട്ടപ്പെടുത്തിയിരിക്കുന്നു. സൂക്ഷ്മലോകമാണെങ്കിൽ അതിനും കാരണമായ വിശ്വചേതനയുടെ ഇച്ഛയെ അനുവർത്തിക്കുന്നു. ഒന്നും രണ്ടുമല്ല. ഒരായിരം കോടി സ്ഥൂലലോകങ്ങളുണ്ട്. അത്രയും സൂക്ഷ്മ ലോകങ്ങളുമുണ്ട്. ഇതൊന്നും അറിയാത്ത ചൊക്ലിപ്പട്ടിയായ നീ നിന്റെ വെണ്ണീറ്റിൻ കുണ്ടിനെ ലോകമായറിയുന്നു. അവിടത്തെ ചൂടും തണുപ്പും വിശ്വപ്രകൃതി എന്ന് വിശ്വസിക്കുന്നു. എന്നിട്ട് സുഖദുഃഖങ്ങളെ സങ്കൽപ്പിച്ചും അതിൽ വ്യാമോഹിച്ചും ചത്തു ജീവിക്കുന്നു.

മഹാദുഃഖങ്ങളെ താലോലിക്കുവാനായി അനന്തമായ ദുഃഖപ്രവാഹങ്ങളെ നിലനിർത്തുവാനാണോ ഞാനീവിധം ജനിച്ചത്. പട്ടിയായി ജനിച്ച് പട്ടിയായി ജീവിച്ച് പട്ടിയായി ചാവാനിരിക്കുന്ന എന്നിൽ പട്ടിക്കതീതമായ ദുഃഖങ്ങളെ നിറച്ചതെന്തിനാണ്. പട്ടിയുടെ കർമങ്ങളും പട്ടിയുടെ രൂപവും. പക്ഷേ, പട്ടിയുടെ ആത്മാവിനു പകരം പിശാചിന്റെ ആത്മാവിനെ കുത്തിനിറച്ചു ചടുലപ്പറമ്പിൽ പാതിവെന്തശവം കടിച്ചു രസിക്കുവാനും മോഹിച്ച്. എന്നിട്ട് ആ സ്വാതന്ത്ര്യത്തിനായി ജീവിതം

മുഴുവവനും നൽകേണ്ടിവന്നു. ഒരുതുള്ളി സ്വാതന്ത്ര്യത്തിന് ഒരു ജീവിതം. തന്നിഷ്ടപ്പടി ജീവിക്കാനുള്ള വിഷമം പറഞ്ഞറിയിക്കാവാനില്ല. അന്യനുണ്ടാക്കിയ നിയമങ്ങളനുസരിക്കുവാനെളുപ്പമാണ്. സ്വന്തം തന്ത്രം ആവിഷ്ക്കരിക്കുവാനും അതിനനുസരിച്ച് ജീവിക്കുവാനും ഏറെ പ്രയാസമാകുന്നു. ശ്രുതിസ്മൃതികളനുസരിക്കാം. രാഷ്ട്രനിയമങ്ങളും മാനവനിയമങ്ങളും അനുസരിക്കാം. നീതിനിയമങ്ങൾക്കനുസരിച്ച് ജീവിക്കുകയുമാവാം. എന്നാൽ അവനവന് തോന്നുന്നത് ചെയ്യുവാനുള്ള വിഷമം. താന്തോന്നിയാവാനുള്ള കടുത്ത കനത്ത പ്രയാസങ്ങളെന്തൊക്കെയാണെന്നോ. ആദ്യമായി അവനവന് എന്താണ് തോന്നുന്നത് എന്ന് തിരിച്ചറിയണം. തോന്നുന്നത് അവനവന് തന്നെയോ? അതോ മറ്റുള്ളവന്റെ തോന്നൽ അവനവന്റേതായി തെറ്റിദ്ധരിച്ചതാണോ? എന്നിട്ട് സ്വന്തമാണെന്ന് വിശ്വസിക്കുകയാണോ. അതാണാദ്യം മനസിലാക്കേണ്ടത്. പിന്നെ, ആ തോന്നലിൽ ഏതേതാണ് മുഖ്യം എന്നറിയണം. തള്ളേണ്ടതും കൊള്ളേണ്ടതും ഏതെന്നറിയണം അപ്പോഴേക്കും തോന്നലുകൾ മാറിയേക്കാം. മാറിയില്ലെങ്കിൽ അതനുസരിച്ച് ജീവിക്കാൻ പഠിക്കാം. പരാജയപ്പെട്ടാൽ അപഹാസ്യനായി പിന്നൊന്നിനും കൊള്ളരുതാത്തവനായി ജീവിക്കാം. ഇതൊന്നും മനസിലാക്കാതെയാണ് ഞാൻ തന്നിഷ്ടപ്പെട്ട് ജീവിക്കാമെന്നുവെച്ചത്. സ്വതന്ത്രനാവണം എന്നുതീരുമാനിച്ചു. ആരിൽനിന്നു സ്വതന്ത്രനാവണം എന്നറിഞ്ഞിരുന്നുമില്ല. പട്ടികളിൽനിന്ന്. പട്ടികളുടെ തത്വസംഹിതകളിൽനിന്ന്. പട്ടികളുടെ ആചാരാനുഷ്ഠാനങ്ങളിൽനിന്ന്. അങ്ങനെയാണ് ആദ്യമായി പട്ടിക്ക് നിഷിദ്ധമായ ആഹാരപാനീയങ്ങൾ ശീലിക്കുവാൻ തുടങ്ങിയത്. വളരെ ബുദ്ധിമുട്ടി, വാശിപിടിച്ച് വിരുദ്ധാഹാരവും നിഷിദ്ധപാനീയങ്ങളും ശീലിച്ചു. അപ്പോഴും ഇന്ദ്രിയകാമനകളിൽനിന്നും സ്വതന്ത്രനാവണം എന്നു മനസിലാക്കിയിരുന്നില്ല. പ്രകൃതിയിൽനിന്ന് സ്വതന്ത്രനാകാൻ സാധ്യമല്ല എന്നു മനസിലായില്ല. പ്രകൃതിയിൽനിന്നു മോചിതനായാൽ മൃതിയാണ് ഫലം. ഇതൊന്നും അറിയാതെ സ്വാതന്ത്ര്യം, മോചനം എന്നൊക്കെ പറഞ്ഞ് ഏറെക്കാലം കുരച്ചു.

യൗവനാരംഭത്തിൽ എനിക്കു വിധി വിഹിതമായി ലഭിച്ച എന്റെ കൊടിച്ചിയുടെ പ്രണയത്തിൽ നിന്നുള്ള മോചനമാണ് ആദ്യം മോഹിച്ചത്. കൊടുംക്രൂരത എന്നാണ് ഇപ്പോൾ വേദനിക്കുന്നത്. അന്ന് അത് സ്വാതന്ത്ര്യമാണെന്ന് തെറ്റിദ്ധരിച്ചു. തെറ്റിയതല്ല. ആവിധം ധരിച്ചു. ധാരണ ഒന്നേയുള്ളു. അത് ശരിയായ ധാരണയാകുന്നു. പിന്നീട് വല്ലപ്പോഴും ആദ്യധാരണമാറുന്നു. അപ്പോൾ ആദ്യധാരണയെ തെറ്റിദ്ധാരണ എന്നുവിളിക്കുന്നു. ഒരു സ്വകാര്യം. അങ്ങനെ ആദ്യം ഭാര്യയിൽനിന്ന് മോചിതനായി. സ്വതന്ത്രനായി എന്നുപറഞ്ഞാൽ ഭർതൃകർമങ്ങളിൽനിന്നും മുക്തനായി. സംഭോഗം ജന്മാവകാശമായി പ്രഖ്യാപിച്ചു. നൽപ്പാതിയായ പെണ്ണിനു നൽകേണ്ട മറ്റ് രക്ഷകളോ പരിചരണങ്ങളോ കൊടുക്കാൻ ഉപേക്ഷവരുത്തി. ക്രമേണ സന്താനങ്ങളോടുള്ള കർത്തവ്യം ഉണ്ടില്ലെന്നു നടിച്ചു. മോചനം. പിന്നീട് കുടുംബത്തോടുള്ള കടമയിൽനിന്നും സമൂ

ഹത്തോടുള്ള പ്രതിബദ്ധതയിൽനിന്നും മോചനം നേടി. അന്ന് അതാണ് സ്വാതന്ത്ര്യം എന്നു ധരിച്ചു. മറ്റു പട്ടികളെ വിളിച്ചുകൂട്ടി പട്ടിമോചനത്തെക്കുറിച്ച് ഉറക്കെയുറക്കെ കുരച്ച് ഈ ഭൂമി മുഴുവനും നടന്നു.

വായകീറിയിട്ടുണ്ടെങ്കിൽ ഇരയും കൽപ്പിക്കും എന്ന പ്രകൃതി സിദ്ധാന്തം അക്ഷരംപ്രതി സത്യമാകുന്നു. ഇതുമുമ്പ് പറഞ്ഞിട്ടുണ്ട്. എനിയും പറയും. സത്യം സത്യമാണല്ലോ. കാരണം ഈ വിധം ഞാൻ തെണ്ടിനടന്നിട്ടും എന്റെ കളത്രസന്താനങ്ങൾ ജീവിച്ചു. കിടാങ്ങളും അടിക്കിടാങ്ങളുമായി ഇപ്പോൾ ഭാര്യാനഷ്ടത്തിനുശേഷം എന്താണ് ഭാര്യ എന്നും ഗൃഹസ്ഥാശ്രമം എന്താണെന്നും മനസിലായിത്തുടങ്ങിയപ്പോഴേക്കും നേരം വളരെ വൈകിക്കഴിഞ്ഞിരുന്നു.

വെയില് ചായാൻ തുടങ്ങി.

പക്ഷേ, തന്റെ പാരമ്പര്യമനുസരിച്ച് പകലന്തിയായി നക്ഷത്രമുദിച്ചു നിറഞ്ഞ് ചോതിയുച്ചയാവും വരെ സമയമുണ്ട്.

ഉണ്ടാവാം. പക്ഷേ, ഞാനാവട്ടെ പാരമ്പര്യത്തെ നിഷേധിച്ച്...

മണ്ണാങ്കട്ട! എന്തുനിഷേധം. താനിത്തിരി ഓടി നടന്നു. ബഹളം വെച്ചു കുരച്ചു. ശ്വാനവിധിയില്ലാത്ത അന്ന പാനീയങ്ങൾ രുചിച്ചു. ഇതാണോ നിഷേധം? എന്തിത്ര നിഷേധം? ദശലക്ഷാധികം വർഷങ്ങളുടെ ശ്വാനവാസനയുടെ നിഷേധം! അതോ പ്രാണികുല പാരമ്പര്യ നിഷേധം? എന്തിന്?

ഞാനുത്തരം പറഞ്ഞില്ല. ഉത്തരം അറിയില്ലായിരുന്നു. അറിഞ്ഞാലും പറയാനും വയ്യ. പറഞ്ഞാലും അവിടുന്ന് തർക്കിക്കും. ജയിക്കുകയും ചെയ്യും. ഞാനും തർക്കിക്കുകയും തോൽക്കുകയും ചെയ്യും.

ശ്വാനപരീക്ഷകളിൽ പതിനാറിൽ പതിനാറും പരാജയപ്പെട്ട ഒരു പട്ടി എന്ന നിലയ്ക്ക് വിജയപ്രതീക്ഷ ഒന്നിലും ഇല്ലായിരുന്നു. പരാജയം എന്റെ ജന്മാവകാശമായി ഞാൻ സ്വീകരിക്കുകയും ചെയ്തു. അതുകൊണ്ടാണ് എന്റെ തറവാട്ടിലെ ഒടുക്കത്തെ പട്ടത്താനവും കഴിഞ്ഞ് നേരെ വടക്കോട്ട് ഒളിച്ചോടിപ്പോയ ഞാൻ അവിടെയും പരാജയപ്പെട്ടത്.

ഇന്നേക്ക് കൃത്യം നൂറ്റിപതിനേഴ് കൊല്ലം മുമ്പ് ഒരു മിഥുനഭരണി നാൾ അതിന്റെ ഒരു കാർന്നവരും ഈ വിധം ഓടിപ്പോയിട്ടുണ്ട്.

ശ്വാനചരിത്രം വെടുവെടുപ്പായി പഠിക്കുകയും പതിമൂന്ന് ശ്വാനോൽപ്പത്തികൾ പകർത്തി എഴുതുകയും ചെയ്ത് ഓയ്ക്കൻ ശങ്കാലേശമില്ലാതെ പറഞ്ഞു.

നീച സ്ത്രീകളിൽ സുഖം തേടിയ ആ കാർന്നവര് ഏതോ നാടൻ കൊടിച്ചിയുടെ കാൽക്കീഴിൽ കിടപ്പായി. ആദ്യമാദ്യം പട്ടചാർത്തി ഭട്ടപ്പേരും ബിരുദവും നേടിയ ആ തറവാടി ഒളിച്ചും പതുങ്ങിയുമാണ് നാടറിയുന്ന ആ നാറിപ്പട്ടിയുടെ കൂടെ പോയത്. അവൾ നൽകിയ പ്രാന്തൻ പാനീയത്തിന്റെ മാസ്മരികതയിൽ ചിത്തഭ്രമം സംഭവിച്ച ആ മൂപ്പൻ പിന്നെ നാലാളുകാണെ അവിടെ തന്നെ കൂടി. സമുദായക്കാരായ ശ്വാവികളൊക്കെ കൂട്ടംക്കൂടി ടിയാനെ ഭ്രഷ്ടനാക്കി. വാലുമുറിച്ച്, ചെവിതുളച്ച്,

മൂക്കുകയറിട്ട്, നിറുകയിൽ പന്തം കൊളുത്തി പുഴയിൽ ഒഴുക്കാനായിരുന്നു വിധി. അതറിഞ്ഞ ആ നീചസ്ത്രീ സഹവാസി രാത്രിക്കു രാത്രി വടക്കോട്ട് തിരിച്ചു. സംവത്സരങ്ങൾ കഴിഞ്ഞ് പരദേശ സമ്പ്രദായവും ഭാഷയുമായി തിരിച്ചെത്തി. ശ്വാനമഹാസഭ വിളിച്ചുകൂട്ടി ആ ശൗചവിധികൾ ചിട്ടപ്പെടുത്തി. വേശപ്പെണ്ണിനെ പുൽകുന്നത് തെറ്റാണെന്നും, എന്നാൽ പെണ്ണിനു പാപമില്ലെന്നും ആണിനാണ് പാപമെന്നും വിധിച്ചു. ലോകാദ്യം മുതലിന്നോളം അവതരിച്ച എല്ലാ ശുനകാചാര്യന്മാരും വെളിച്ചപ്പാടന്മാരും വേശ്യകളെ അനുഗ്രഹിച്ചിട്ടുണ്ടെന്നും, അതിനാൽ വേശ്യസ്ത്രീ നീചയാവുന്നില്ലെന്നും, പലപ്പോഴും പതിവ്രതകളെക്കാൾ മനഃശുദ്ധി ഉള്ളവരാണെന്നും കുലസ്ത്രീകളെന്നു പറയുന്നവർ മനസാകുലടകളാവാമെന്നും പെൺവർഗത്തിൽ പരിശുദ്ധ എന്നും പറയുന്നത് പരമവേശ്യയെ വേണമെന്നും, പ്രകൃത്യാ പെൺപട്ടി ഒരു ആണിനെക്കൊണ്ട് തൃപ്തിയാവാൻ സൃഷ്ടിക്കപ്പെട്ടതല്ലെന്നും, ആ വിധം ഏതെങ്കിലും പട്ടി പതിവ്രതയായി നടക്കുന്നു എങ്കിൽ അത് ശ്വാന സമൂഹനിയമങ്ങളെ പേടിച്ചാണെന്നും, നിയമം പേടിച്ച് പത്നിധർമം പാലിക്കുമ്പോൾ മനസാ അധർമണിയാവുന്നു എന്നും, ദേവസന്നിധിയിൽ വേശ്യകൾ ആദരണീയകളാണെന്നും ആ വിധം ശ്വാന സ്മൃതിയിൽ മുന്നൂറ്റി പന്ത്രണ്ടാം ആചാരവിധിയിലെ നാനൂറ്റിപ്പത്താം പരിഛേദത്തിൽ പറഞ്ഞിട്ടുണ്ടെന്നും എനിയും പറയാമെന്നും മനുഷ്യകഥാനു ഗായികളായ സുകൃതികൾ വേശപ്പെണ്ണുങ്ങളെപ്പറ്റി മഹാകാവ്യം രചിച്ചിട്ടുണ്ടെന്നും, ഈ നൂറ്റാണ്ടിൽത്തന്നെ ആ വേശ്യാത്രയകാവ്യം ലോക പ്രസിദ്ധി നേടിയെന്നും അതിനാൽ.....

പക്ഷേ, പട്ടികളിൽ വേശ്യകളില്ലല്ലോ. ധനത്തിനുവേണ്ടി ശരീരം വിൽക്കുന്ന ഒരു പെൺപട്ടിയും ഇല്ലാത്തതിനാൽ ഈ മനുഷ്യനിയമങ്ങൾ പട്ടിക്ക് പ്രമാണമാകുന്നില്ല. ഇത് മാനവസ്മൃതിയാണ് ശ്വാനസ്മൃതിയല്ല.

പണ്ഡിതനും പരദേശിയുമായി തിരിച്ചെത്തിയ ഞങ്ങളുടെ ആ കാർന്നവരെ നിശ്ശബ്ദമാക്കുന്ന ഒരു പെൺകൊര കേട്ട് അവിടുന്ന് ഞെട്ടി. ആ ഞെട്ടൽ ഇന്നും ദിഗന്തങ്ങളിൽ മാറ്റൊലി കൊള്ളുന്നു.

നീ പറഞ്ഞത് സത്യമാകുന്നു.

പണ്ഡിത ഭട്ടപാദരായ ആ മൂത്ത പട്ടി ശബ്ദം കേട്ട ദിക്കിലേക്ക് തിരിഞ്ഞു പറഞ്ഞു.

നീയേതാണ്. ഈ സത്യകഥനത്തിനുള്ള ധൈര്യം എവിടെ നിന്നു ലഭിച്ചു.

നിന്റെ വംശം, കുലം, താതമാതാക്കൾ ഇവരൊക്കെ ആരാണ്, പറയൂ.

അവിടത്തെ ശങ്കകൾ ആവുംപടി തീർക്കാം പെൺപട്ടി പറഞ്ഞു.

കൊല്ലങ്ങൾക്കു മുമ്പ് നീചസ്ത്രീ സംസർഗവും (ചീത്ത പട്ടിപ്പിടുത്തവും) മയക്കപ്പാനീയവും നിമിത്തം ജാതികിഴിഞ്ഞു എന്ന് ശ്വാനസ്മാർത്ത വിധിയുണ്ടാകയാൽ വാലുമുറിച്ച് കുത്തുവിളക്കു തറച്ച് നദിയിൽ ഒഴുക്കാൻ വിധിക്കപ്പെട്ട ഒരു ഭട്ടപാദരുണ്ടായിരുന്നു. അവിടേക്ക് കിടപ്പിന്റെ വട്ടമായി കിട്ടിയ ആ കിരാതത്തിയുടെ മകളാണ് ഞാൻ.

ഈശ്വരാ!

പരമഭട്ടപാദർ തളർന്നിരുന്നു. അവിടത്തെ പണ്ഡിതരസന ചാൺനീളം പുറത്തേക്ക് ചാടി. ശരീരം അനക്കമറ്റു. ഹൃദയസ്പന്ദനം നിലച്ചു.

ഞാനോ! ഹാ. ഓർമിക്കുന്നു. നിന്റെ തള്ള. ആ കിടാത്തി. ആ മലായചലവാസിനി. ഗരിവർഗസുത.....പക്ഷേ അന്ന്.

പണ്ഡിതന്റെ ഈ വാക്കുകൾ കേട്ടിട്ടും ആ ബുദ്ധിമതിക്ക് സ്തോഭവ്യത്യാസമുണ്ടായില്ല. ഏറെ ഭക്തിയും ബഹുമാനവും പ്രദർശിപ്പിച്ചുമില്ല. സ്ഫുടമായ ശബ്ദത്തിൽ കുരയ്ക്കുകമാത്രം ചെയ്തു.

ശ്വാക്കൾക്ക് പിതൃപുത്രീബന്ധം ഇല്ല എന്നറിയാമല്ലോ. അതുകൊണ്ട് അവിടുന്ന് മക്കളെ ഉപേക്ഷിച്ചതിൽ ആർക്കും ദുഃഖമില്ല. എനിക്കും അമ്മയോട് ബന്ധമില്ല. ഞങ്ങൾ പെൺപട്ടികൾ ആൺപട്ടികളെ ആണായി അറിയുന്നു. അതിലധികം

അതാണ് സത്യം. അതിലധികം ഒന്നുമില്ല. പക്ഷേ, നിന്നെയിപ്പോൾ പുത്രിയായി അറിഞ്ഞ സ്ഥിതിക്ക് നിന്നോടെനിക്ക് ആത്മബന്ധം തോന്നുന്നു. അല്ലായിരുന്നു എങ്കിൽ സത്യമായും ഈ യോഗാവസാനം ഞാൻ നിന്നോട് ഭോഗം ആവശ്യപ്പെട്ടേനെ. ഈ യോഗസ്ഥലത്ത് എത്തിയ മുതൽ ഞാൻ നിന്നെ ഘ്രാണിച്ചും സ്പർശിച്ചും നിന്നത് നിനക്കും അറിയാമല്ലോ.

അതെ! ഞാൻ ഭോഗസന്നദ്ധയുമായിരുന്നു. പക്ഷേ എനി വയ്യ. അവിടുന്ന് എന്റെ തന്തശ്രീയാണെന്നറിഞ്ഞതുകൊണ്ടല്ല. അവിട്ന്ന് എന്നെ പുത്രിയായിക്കണ്ട്, പിതൃപുത്രീ ബന്ധം നിഷിദ്ധമാണെന്ന മർത്യനീതി ശ്വാക്കളിൽ അടിച്ചേൽപ്പിക്കുവാൻ മുതിരുന്നതുകൊണ്ടാണത്. മനുഷ്യൻ മനുഷ്യനുവേണ്ടിയുണ്ടാക്കിയ ഈ നിയമം മറ്റു ജീവജന്തുക്കൾക്ക് എങ്ങനെ ബാധകമാവും എന്നറിയില്ല. പശുപന്നിപെരുച്ചാഴിയും, എലിപുലിആനസിംഹവും, പുഴുവും പുല്ലും മാമരങ്ങളും ഈ നിയമം അനുസരിക്കുന്നില്ലല്ലോ. മാത്രമല്ല മനുഷ്യജാതിയിലും അച്ഛൻ മകളെ പ്രാപിച്ചാൽ സന്താനമുണ്ടാകും. അതാണ് ജീവപ്രകൃതി. ശരീരശാസ്ത്രം! എന്നിട്ടും ഒരു നിയമം!

നീയിപ്പോൾ പറഞ്ഞത് സത്യമാണെങ്കിലും ജീവിവർഗത്തിന് അതിന്റെ പ്രാകൃതാവസ്ഥയിൽ നിന്ന് പരിണമിക്കേണ്ടതുണ്ട്. അത് നിനക്കുമറിയാം. ജന്മവാസനകളെ നിയന്ത്രിച്ച് യമനിയമങ്ങളിലൂടെ സ്വപരിണാമത്തെ ത്വരിതപ്പെടുത്തി ഈ പ്രപഞ്ചസൃഷ്ടിയെ അതിന്റെ ലക്ഷ്യത്തിലേക്ക് എത്തിക്കേണ്ടതുണ്ട്? ഇല്യേ.

ഉണ്ടാവാം.

പിന്നെ ഭട്ടപാദർ കുരച്ചില്ല.

പട്ടികളായ ഞങ്ങൾക്ക് തർക്കിച്ചു ജയിക്കുവാൻ മോഹമില്ലാത്തതിനാലും വാക്കുകളിൽ വിശ്വാസമില്ലാത്തതിനാലും ആശയവിനിമയത്തിന് ഭാഷ വേണമെന്നു നിർബന്ധമില്ലാത്തതിനാലും എല്ലാ പട്ടികളും മൗനം

വരിച്ചു. സ്വശരീരത്തിൽ നിന്ന് അവരവരുടെ വിചാരഗതിക്കനുസരിച്ചുള്ള ഗന്ധം പുറപ്പെട്ടു. ആ ശ്വാനഗന്ധത്തിന്റെ അർഥനാനാർഥങ്ങളും ധ്വനി ഭാവങ്ങളും അറിഞ്ഞ് ഹൃദയം നിറഞ്ഞ ഞങ്ങൾ ഓരോരുത്തരായി താന്താങ്ങളുടെ വഴി നോക്കിപ്പോയി.

ഈ യോഗനടപടി പട്ടികളൊക്കെ നോക്കിക്കണ്ടുകൊണ്ടിരുന്ന എന്റെ ഉള്ളിന്റെ ഉള്ളിൽ ഒരു കൊള്ളിയാൻ മിന്നി. വെളിച്ചം പൊട്ടിവിരിഞ്ഞു. വെളിച്ചത്തിന്റെ സഹസ്രാധികം ഭാവം തെളിഞ്ഞു. വെളിച്ചം! വെളിച്ചം! വെളിച്ചോ വെളിച്ചം!! അവിടെ ഞാനന്നോളം മനസിൽ സങ്കൽപ്പിച്ചാരാധിച്ചിരുന്ന വിശ്വഭ്രമണ കാരിണി പ്രത്യക്ഷപ്പെട്ടു. എന്റെ ജന്മജന്മാന്തര സഖി. അവളാണിവൾ. ഭാനുമണ്ഡലമധ്യസ്ഥയായി. പരിണിത പരിപൂർണ ശുനകതരുണിയായി, പട്ടിപ്പെണ്ണായി.

ഓർമവെച്ച നാൾമുതൽ ഏതൊരു രൂപം മനസിൽവെച്ച് ആരാധിച്ചുവന്നുവോ അവൾ ഇതാ പ്രത്യക്ഷയായിരിക്കുന്നു. ഈ പെൺപട്ടിക്കു വേണ്ടിയാവാം ഞാൻ ആൺപട്ടിയായി ജനിച്ചത് എന്നു തോന്നി. ഉടൻ ഏതോ ഉൾപ്രേരണയാൽ അവളുടെ കാലടിപ്പാടുകളിൽ മുമ്മൂന്നുരു ചുംബിച്ചുകൊണ്ട് ഞാൻ നടന്നു. മണ്ണിൽ അഞ്ചിതൾ മുക്കുറ്റിവിരിഞ്ഞ ആ പാദമുദ്രകളോരോന്നും തൊട്ടും ഘ്രാണിച്ചും നക്കിയും പിന്നേയും പിന്നേയും ഉമ്മവെച്ചുമ്മവെച്ചങ്ങനെ നടന്നു നടന്ന് അവൾ എനിക്കു വഴി കാട്ടുവാനായി മൂന്നു തുള്ളി മൂത്രം ഒഴിച്ചു വെള്ളാരംകല്ലിനടുത്ത് ഞാനെത്തി. വളരെ നേരം ആ വിശുദ്ധ ശിലാഖണ്ഡം ഘ്രാണിച്ച ശേഷം അതു കടിച്ചെടുത്തു ഞാൻ നടന്നു. ലക്ഷണമൊത്ത ഒരുയർന്ന പാഷാണശിലയിൽ ഞാനാവെള്ളിക്കല്ല് പ്രതിഷ്ഠിച്ചു. ഈ വിധം നൂറ്റിയെട്ടു ശ്വാനശിലാ പ്രതിഷ്ഠകൾ നടത്തി ഒടുവിൽ മഹാമേരുവിന്റെ ഒത്ത നിറുകയിൽ ഞാനെത്തിയപ്പോൾ ഒരു ബോധിവൃക്ഷച്ചുവട്ടിൽ അവളെ കണ്ടെത്തി. എന്റെ വരവും കാത്തിരിക്കുന്ന ആ നാകലോക ശുനകത്തരുണിയെ നമസ്കരിച്ച് അടങ്ങാത്ത ആവേശത്തോടെ പുൽകി. ഏഴുരാവും ഏഴുപകലും ഞങ്ങൾ ലിംഗയോനീ ബന്ധിതരായി മഹാമേരുവിന്റെ മൂർധാവിൽ സൃഷ്ടിയജ്ഞം നടത്തി. മൈഥുനാവസാനത്തിൽ അവളുടെ യോനി നിറഞ്ഞ് പുറത്തൊഴുകിയ ശുക്ലം പർവതശിഖരത്തിൽനിന്ന് കീഴോട്ട് പ്രവഹിച്ച് ഞാൻ പ്രതിഷ്ഠിച്ച നൂറ്റിയെട്ട് ലിംഗങ്ങളേയും സചേതനമാക്കി. ശുക്ലതീർഥമെന്ന പേരിൽ ഇന്നും പുണ്യോദകയായി നിറഞ്ഞ് ഒഴുകുന്നു. സന്തത്യർഥം ഈ പുണ്യോദകയിൽ നീരാടി പ്രാർഥിക്കുന്നവർക്ക് ഇഷ്ടസന്താനലാഭം നൽകി അനുഗ്രഹിക്കുന്നു.

പിന്നീട് ഞങ്ങൾ ആദ്യമായി ശ്വാനതീർഥത്തിൽ കുളിച്ചു ബലിയിട്ടു. കുടുംബസംസ്കാര വിധിയനുസരിച്ച് ഞാൻ സമന്ത്രം പാണിഗ്രഹിച്ച എന്റെ പത്നിയുടെ ചാത്തം വേണ്ടവിധം ഊട്ടി.

ഞാൻ കണ്ടിട്ടില്ലാത്ത എന്റെ ഏടത്തിയുടെ അനുഗ്രഹം ഞങ്ങൾക്കുണ്ടാവട്ടെ. ജീവിച്ചിരിക്കുമ്പോൾ ഒരിക്കലും കണ്ടില്ലെങ്കിലും ഇപ്പോൾ, എപ്പോഴും ഞാനെന്റെ ഭർത്താവിന്റെ ആദ്യപത്നിയെ ഹൃദയത്തിൽ

കാണുന്നു. ഇപ്പോൾ, സപത്നിയാണെങ്കിലും ഗുരുസ്ഥാനിയായി പിതൃസ്വരൂപണിയായിത്തീർന്ന ദേവി ഈ ഞങ്ങളെ അനുഗ്രഹിക്കണേ. ഒരിക്കലും കോപിക്കരുതേ.

ബലിയിട്ടു തൊഴുതു നമസ്കരിച്ച എന്റെ അവസാനത്തെ പെണ്ണ് പ്രാർഥിച്ചതുകേട്ട് ദേവി അശരീരിയായെത്തി.

പൊട്ടിപ്പെണ്ണേ! നമ്മൾ ശ്വാക്കൾ സപത്നിയെ ദ്രോഹിക്കാറില്ല. സഭർത്താക്കന്മാരും കലഹിക്കാറില്ല. പിന്നെന്തിനീ പ്രാർഥന. നിന്റെ ശ്രാദ്ധാന്നവും മന്ത്രോദകവും ഞാൻ സ്വീകരിച്ചു. വരും ജന്മങ്ങളിലൊക്കെ നീയെന്റെ സപത്നിയാവുക.

ഈശ്വരാ!

വരും ജന്മം മനുഷ്യനായി പിറക്കുവാൻ വിധിക്കപ്പെട്ടു എങ്കിൽ, അപ്പോൾ മനുഷ്യവർഗത്തിന്റെ വിധി നിഷേധങ്ങളനുസരിച്ച് അധിവേദനം നിഷിദ്ധമാകയാൽ– അപ്പോൾ...... അങ്ങനെ വരുമ്പോൾ.

പേടിക്കണ്ട. മർത്യ ജന്മങ്ങളിലൊക്കെ ഞാൻ വളരെ മുമ്പുവന്നു പോകുകയും എന്റെ മരണ ശേഷം നീ എന്റെ പ്രിയദേവന്റെ ഭാര്യയായിത്തീരുകയും ചെയ്യും. ആദ്യപകുതി എനിക്കും രണ്ടാംപകുതി നിനക്കുമായി ഈ നിൽക്കുന്ന നമ്മുടെ ആൺപട്ടിയുടെ ജീവിതം പകുത്തുവെച്ചിരിക്കുകയാണ്. മാത്രമല്ല നിനക്ക് സന്തതിയുണ്ടാവുകയുമില്ല. എന്നു പറഞ്ഞാൽ നീ ദുഃഖിക്കേണ്ടതില്ല. സന്തതിയില്ലാത്ത ദുഃഖം നീയറിയില്ല. വാർധക്യത്തിൽ നിന്റെ പതിയായ ഈ പ്രണയസ്വരൂപന്റെ അസംഖ്യ സന്തതികൾ നിന്നെ ശുശ്രൂഷിക്കും. ഈ പട്ടിതന്നെ പുത്രധർമം നിർവഹിക്കും.

മതി! നിർത്തു! പ്രകൃതി രഹസ്യങ്ങൾ അധികം വെളിപ്പെടുത്തരുത്. അത് നല്ലതിനല്ല. ജീവിതത്തിന്റെ രസം നഷ്ടപ്പെടുത്തും. അപൂർവം ജീവമുക്തന്മാർക്കുമാത്രം അറിഞ്ഞാലും വേദനയാവാത്ത സത്യദർശനമാണത്. നിന്നെപ്പോലെ സദാ പഞ്ചേന്ദ്രിയങ്ങളിൽ മാത്രം രമിക്കുന്ന ഒരു പട്ടി അതറിയാതിരിക്കുകയാണ് നല്ലത്.

എവിടെ നിന്നെന്നില്ലാതെ ശ്വാനതീർഥത്തിൽ പ്രത്യക്ഷപ്പെട്ട സ്വാമിജി ഉറക്കെ പറഞ്ഞു. പിന്നെ, ദേവീസാന്നിധ്യമുണ്ടായില്ല. അശരീരിനിലച്ചു. വന്നപോലെ പോയി. വിളിക്കാതെ. പറയാതെ.

പോത്തൻകണ്ടത്തെ ആശ്രയമുറ്റത്ത് ഇളംവെയിലുംകൊണ്ട് കിടക്കുന്നതാണ് പിന്നെ ഞാൻ അറിഞ്ഞത്. ഞാൻ നാലുപാടും നോക്കി. എന്റെ പട്ടി.

പക്ഷേ, എന്റെകൂടെ ഒരു പട്ടിപ്പെണ്ണുണ്ടായിരുന്നു. ഞാൻ ഞങ്ങളുടെ താവഴിയിലെ ഒടുക്കത്തെ ഉപനയനവും കഴിഞ്ഞ് രാവും പകലും തിരിയാതെ ഉന്മത്തനായി ഓടിപ്പോരുമ്പോൾ, ഒരു സ്വപ്നംപോലെ തോന്നുന്നു, എന്റെകൂടെ ഒരു പെൺപട്ടിയുണ്ടായിരുന്നു. പിന്നെ എപ്പോഴോ അവളെ കാണാതായി. അൽപ്പദൂരം എന്റെകൂടെ നടന്നതായി ഓർമയുണ്ട്.

അക്കാലം മാഞ്ഞുപോയി. മഞ്ഞുപോലെ ഉരുകിപ്പോയി. എനി പോയ ദിനങ്ങളോർത്തിട്ടെന്തു കാര്യം.

എന്റെ ഓർമകളൊക്കെ മുങ്ങിക്കിടന്നിരുന്നു. അഗാധമായ ഏതോ അന്ധകാരത്തിൽ മുങ്ങിക്കിടക്കുന്നതുപോലെ. ഒന്നും മുകൾപ്പരപ്പിലേക്ക് ഉയർന്നു വരുന്നില്ല. നിവർന്നു വരുന്നില്ല. പക്ഷേ, നന്നെ പഴയതൊക്കെ ഓർമയുണ്ടുതാനും. പുതിയ സംഭവങ്ങളാണ് മറക്കുന്നത്. ബാല്യം മുഴുവനും ഓർമിക്കുന്നു. ആദ്യത്തെ ഉന്മാദം, ആദ്യത്തെ ബന്ധനം. എല്ലാം നല്ല തെളിവോടെ കാണുന്നു. ഇപ്പോൾ.

ഇവിടെ ഈ ആശ്രമത്തിൽ കുറേദിവസം താമസിക്കൂ. ആയിരത്താണ്ടുകൾ ധ്യാനനിരതരായി ആയിരമായിരം ഋഷീശ്വരന്മാരിരുന്ന പുണ്യഭൂമിയാണിത്. ഇവിടത്തെ ഓരോ മൺതരിയും സിദ്ധ സ്പർഷമേറ്റതാണ്. ഈ പാറക്കല്ലിൽ ഭഗവാൻ ബുദ്ധനും അതിനുമുമ്പ് സുബ്രഹ്മണ്യനും തപസിരുന്നിട്ടുണ്ട്. അവരുടെ ധ്യാനത്താൽ പ്രാണൻ തുടിക്കുന്ന ഈ അന്തരീക്ഷം നിന്റെ ശരീരമനസുകളെ ശുദ്ധീകരിക്കും. നിന്റെ ആഗ്രഹങ്ങൾ സാധിക്കും.

ഞാൻ പതുക്കെ പതുക്കെ നടന്നു. സ്വന്തം ശരീരഭാരമറിയാതെ നാലു കാലിൽ നീങ്ങി. രാത്രിയുടെ രണ്ടാം യാമത്തിൽ മൂലസ്ഥാനത്തിനടുത്ത് ചുരുണ്ടുകൂടി വളരെ വേഗം ഉറങ്ങി.

സുഷുപ്തിയിൽ സ്വാമിജി എന്റെ മലീമസമായ ശരീരം തലോടി. പാപങ്ങളൊക്കെ ഓരോന്നോരോന്നായി പൊഴിഞ്ഞുപോകുന്നത് ഞാൻ അറിഞ്ഞു. തോലുരിയുംപോലെ. ഒന്നിന്നു പിന്നിലൊന്നായി പാപസ്വരൂപിയായ പട്ടി ഉടൻ വിട്ടുപോകുന്നു. വീണ്ടും സ്വാമി തലോടിയനുഗ്രഹിക്കുന്നു. സ്വാമീ.......

വീണ്ടും വീണ്ടും എന്നെ കൈപിടിച്ച് തിരുനടയിലാനയിക്കുന്നതെന്തിനാണ്. അവിടുന്ന് കനിഞ്ഞരുളിയ അമൃതം വിഷമാക്കി മാറ്റുന്ന എന്റെ മലീമസ ശരീരമനസുകളെ പിന്നേയും പിന്നേയും പവിത്രമാക്കുന്നതെന്തിനാണ്. ഭഗവാൻ ബുദ്ധനും ശ്രീശങ്കരനും ഋഷി മണ്ഡലമാകെയും നടന്നു നീങ്ങിയ ഈ പുണ്യഭൂമിയിൽ എന്നെ എത്തിച്ചത് എന്തിനാണ്. പറയൂ. കൃഷ്ണാനന്ദഭാരതീ! പറയൂ.

മഹാപാപങ്ങളുടെ പൂർണവാസമായ ഈ പാഴ്ത്തൊണ്ട് തല്ലിപ്പൊളിക്കാനെത്തിയ എനിക്ക് ജീവനൗഷധം തന്നതെന്തിനാണ്? അവിടത്തെ മഹാവിഭൂതികളെ നിഷേധിക്കുന്നു. എന്നെ ഐമപാശത്താൽ ബന്ധിച്ചതെന്തിനാണ് പറയൂ. കൃഷ്ണാനന്ദഭാരതീ! പറയൂ.

ഇന്ദ്രജാലക്കാരന്റെ പിഞ്ഛികാജാലങ്ങളും മഹേന്ദ്രജാലക്കാരന്റെ മഹാമായ വിദ്യകളും വശമായിരിക്കെ അരിവെപ്പുകാരന്റെ ചിരട്ട കൈയിലും ചട്ടുകവുമായി സദാ അടുക്കളയിൽ കഴിയുന്നതെന്തിനാണ്. അന്നപൂർണേശ്വരിയുടെ കനകകോരിക കയ്യിലെടുത്ത് സകല പ്രാണികൾക്കും വയറുനിറയെ ചോറേകി സ്വയം ധർമക്കരാനെന്നു വിശേഷിപ്പിക്കുന്നതെന്തിനാണ്. ധ്യാനമാത്രയിൽ അഷ്ടൈശ്വര്യങ്ങളും ഇഷ്ടതോ

ഴികളായുപചരിക്കാനിരിക്കെ അന്യരുടെ ദാസദാസനായി വരുന്നതെന്തി നാണ്. കൃഷ്ണാനന്ദഭാരതി! പറയൂ.

അവിടുന്ന് നൂറായിരം വേഷമാടുന്നുണ്ടാവാം. അറിയേണ്ടവർക്കറിയുവാനായി അടയാളങ്ങളും കാണിക്കുന്നുണ്ടാവും. കണ്ടാലറിയാത്തവർക്ക് കൊണ്ടാലറിയുന്നതും നൽകുന്നുണ്ടാവാം. അതിലെന്തത്ഭുതം. ഇതും ഇതിലപ്പുറവും പഠിച്ചറിഞ്ഞു എന്ന് നിരവധിനാളഹങ്കരിച്ചതാണല്ലോ ഞാൻ. എന്നിട്ട്. ഇപ്പോൾ എന്റെ താർക്കീക ബുദ്ധിക്ക് സുല്ല് പറയും നേരം അവിടെന്നെന്തിനാണ് കുതർക്കവുമായെത്തിയത്. അവിടെന്നെന്തിനാണ് സംഭാഷണങ്ങളിലൂടെ എന്റെ അഹന്തയുടെ ആയിരം ഭണങ്ങളിൽ നൃത്തമാടുന്നത്. നടുവരഞ്ഞ എന്റെ കർമങ്ങളുടെ ചിതയെരിയിക്കാൻ, നടുമുറിഞ്ഞ ചിതാഗ്നിയിൽ അവസാനത്തെ ഉപസ്ഥാനം നിർവഹിക്കാൻ കാത്തുനിൽക്കുന്ന എന്നെ വീണ്ടും വീണ്ടും ജാതകർമം കഴിച്ച് നേർവഴിക്കു നയിക്കുവാൻ ഏതു പ്രപഞ്ചപ്പെരുംതച്ചനാണ് അവിടത്തോട് കൽപ്പിച്ചത്. പറയൂ എന്തിനാണ് അവിടുന്നെന്നെ കണ്ടത്. ഞാനെന്റെ അഹന്തയുടെ പാനപാത്രം അടിയിലോളം മോന്തിക്കുടിക്കുമ്പോൾ അവിടുന്ന് എന്തിനായി അതിലിത്തിരി വെള്ളം ചേർത്തു പറയൂ!

എനിക്കറിയാം, അവിടുന്ന് പറയില്ലെന്നും ഒരടയാളവും എനിക്കായി തരില്ല എന്നും എന്റെ ശങ്കാനിവൃത്തിക്കായി ഒരിക്കലും ഒന്നും ചെയ്യില്ല എന്നും എനിക്കു നന്നായറിയാം സ്വാമിജീ! അവിടത്തെ കറുത്തുകുറിയ സുദൃഢഗാത്രത്തിലെ ഓരോ ജീവകോശവും എന്തിനായി പിടയ്ക്കുന്നു എന്നും എന്തുകൊണ്ട് മൗനം പാലിക്കുന്നു എന്നും എനിക്കറിയാം. ഭഗവൻ. പൂച്ചയ്ക്ക് എലിയെ കളിപ്പിക്കാം. അപ്പോഴും എലി പൂച്ചയെ അറിയുന്നു എന്നതാണ് സത്യം. സ്വന്തം മാംസംകടിച്ചുവലിച്ച് രസിച്ചു ചവയ്ക്കുന്ന മാർജാരനെ പാവം മൂഷികൻ നമസ്കരിക്കുന്നു. അഹന്തയാവില്ലെന്നു വിശ്വസിക്കട്ടെ. സ്വാമിജീ! എനിക്കറിയാം. ഈ വിശ്വനാടകരംഗത്ത് ഏതു വേഷം കെട്ടിയാലും അണിയറയിൽ സമസ്ഥം അഴിച്ചുവെയ്ക്കണമെന്നും കാളിനാഥന്റെ കൽപ്പന കേക്കണമെന്നും. എന്റെ വസ്തുവിന്റെ തെക്കെ തലയ്ക്കലെ പുളിമാവ് എനിക്ക് അവസാന ശയ്യ വിരിക്കുന്നതും ഹോമാഗ്നിയിൽ ഈ ശരീരം ഇത്തിരി വെണ്ണീറാവുന്നതും എനിക്കറിയാം. ആ വെണ്ണീറും പൂശി പരമശിവൻ നൃത്തമാടുന്നതും ഞാൻ ഊഹിച്ചറിയുന്നു. പറയൂ; ഈ വിശ്വനടനം എന്തിനാണെന്നുപറയൂ.

വീണ്ടും വീണ്ടും അവിടന്ന് അവതരിക്കുമല്ലോ. പോയ ജന്മങ്ങളിലൊക്കെ നൂറായിരം അരങ്ങുകളിൽ നൂറായിരം വേഷങ്ങളിൽ അവിടത്തെ അട്ടഹാസം ഞാൻ കേട്ടിട്ടുണ്ട്. ഇപ്പോൾ ഈ പുണ്യഭൂമിയിൽ സ്വയം ബന്ധിതനായ എന്റെ മുമ്പിൽ അവിടുന്ന് ചിരിച്ചാർക്കുമ്പോഴും ഞാനഭിമാനിക്കാം, അവിടത്തെ തമാശയ്ക്ക് ഞാനും ഉപകരണമായി എന്ന്. മൃത്യുകൂടി അന്നമാകുന്ന കാലത്തിന്റെ തേരുരുളുന്നതും അവിടത്തെ ഇച്ഛയാവാം. എങ്കിൽ പറയൂ. എനിക്ക് താമസമില്ല. യാത്ര ചോദിക്കാനാരു

മില്ല. ഉള്ളവരോട് ചോദിക്കേണ്ടതുമില്ല. മേൽപ്പുടവകൂടി എടുക്കേണ്ടതില്ല. പറയൂ. ഞാനിതാ യാത്ര പുറപ്പെട്ടു.....

എനിക്കൊന്നും മനസിലായില്ല. ഉറക്കത്തിൽ ഞാൻ ശ്വാനശരീരം വിട്ട് അമൃതരൂപിയായി. ശബ്ദം മന്ത്രമായി. പ്രാർഥനയും അനുഭവവുമായി. ഉണർന്നപ്പോൾ ഞാൻ പുതിയ പട്ടിയായി തീർന്നിരുന്നു. ഉന്മേഷം ഓളം തള്ളിയിരുന്നു. എനിയും ഒരു നൂറായിരം കാര്യങ്ങൾ എനിക്കു ചെയ്യുവാനാവുമെന്നും കഴിഞ്ഞതോർത്ത് ദുഃഖിക്കേണ്ടതില്ലെന്നും എനിക്കു ബോധ്യമായി. എന്നിട്ടും ദുഃഖം ബാക്കിയായി.

സരമയുടെ വംശത്തിന് ഞാൻ നിത്യമായ കീർത്തി സമ്പാദിക്കും. സൂര്യചന്ദ്രന്മാരും പർവതങ്ങളും നദികളും ഉള്ളേടത്തോളം കാലം, ഈ ഭൂമിയിൽ ഒരെറ്റ പട്ടിയെങ്കിലും അവശേഷിക്കുന്നേടത്തോളം എന്റെ കീർത്തിയും നിലനിക്കും. അതിനായി ബാക്കി കാലം ഞാൻ യത്നിക്കും. ഇങ്ങനെ മനസാവിചാരിച്ച് ഞാൻ താഴെ നീർച്ചാലിലേക്കു നടന്നു ചെന്നു. ദേഹം കോച്ചുന്ന തണുപ്പ്. മഞ്ഞുപെയ്യുന്നുണ്ടായിരുന്നു. ചെറുങ്ങനെ കാറ്റും. മകരപ്പുലരിയുടെ മാദകമണം വിടർന്നിരുന്നു. കുളിരൊഴുക്കിന്റെ തലോടൽ എന്റെ ഇന്ദ്രിയങ്ങളെ ഉണർത്തി. കിഴക്കുദിച്ചുയരുന്ന മാർത്താണ്ഡനെ മറയ്ക്കുന്ന കുത്തനെ ഉയർന്ന മാമല. അതിനുമപ്പുറം സൂര്യനുദിക്കുന്നതും തങ്കക്കതിരുകൾ മേലോട്ടു നീളുന്നതും നോക്കി ഞാനങ്ങനെ നിന്നു. സവിതാവ് ഇപ്പോൾ ഈ കുന്നിനുമുകളിൽക്കൂടി എത്തിനോക്കും. പ്രഭാതകീർത്തനം പാടുന്ന കിളികൾ കിഴക്കുനോക്കി പറന്നു തുടങ്ങി. തെക്കൻകാറ്റ് കുന്നിൻ പള്ളങ്ങളെ തലോടുന്നുണ്ടായിരുന്നു. എവിടെ നിന്നോ അരിച്ചെത്തുന്ന മുല്ലപ്പൂവിൻ മണം. ഈശ്വരാ! വീണ്ടും വീണ്ടും അവിടുന്ന് കോരിക്കോരിത്തരുന്നു. വീണ്ടും വീണ്ടും ഞാനത് തട്ടിമറയ്ക്കുന്നു. വില തീരാത്ത ഈ അനുഭവത്തിന്റെ മഹാലഹരിയിൽ ഞാനങ്ങനെ നിക്കുമ്പോൾ പിന്നിൽ നിന്ന് ഒരു വിളികേട്ടു. വിളിയല്ല. ഒരു കരച്ചിൽ. വിങ്ങിപ്പൊട്ടുന്ന വേദനയുടെ സ്വരാകാരം. ഒരു മോങ്ങൽ.....ഞാൻ തിരിഞ്ഞുനോക്കി.

കിടാങ്ങളും അവരുടെ അടിക്കിടാങ്ങളും കരഞ്ഞുകലങ്ങിയ കണ്ണുയർത്തി നോക്കുന്നത് ഞാൻ കണ്ടു. അവറ്റയുടെ കണ്ണിൽ പേടി. നടന്നു നടന്ന് പാദം തേഞ്ഞിരുന്നു. ഉള്ളം കാലിൽ രക്തം പൊടിഞ്ഞിരുന്നു.

ആരോടും പറയാതെ ഈ പ്രയാണം എന്തിനാണ് ഈ കുന്നിൻ പള്ളിയിൽ... അവറ്റ അടുത്തുവന്ന് കാൽക്കൽ ചുരുണ്ടു.

എന്താണ് കിഴക്കുനോക്കി നിക്കുന്നത്. എന്താണവിടത്തെ ദുഃഖിപ്പിക്കുന്നത്.

സരമയുടെ മക്കളുടെ മക്കളുടെ മക്കളുടെ മക്കളെ! എനിക്കറിയില്ല. ഈ കാട്ടരുവിയുടെ സാമീപ്യമാകാം. അതോ അന്യലോകങ്ങളിൽനിന്നെത്തിയ അനുഗ്രഹവചനങ്ങളാണോ. എനിക്കറിയില്ല....

ഞങ്ങൾ വല്ലാതെ ഭയന്നു. ആരോടും പറയാതെ, ഉറങ്ങിക്കിടക്കുന്നവരെ ഉണർത്താതെ പടിയിറങ്ങിപ്പോയ പിതാശ്രീയെ കണ്ടവരില്ലായി

രുന്നു. ഒരു സൂചനയും ഇല്ലായിരുന്നു. ഉത്തരകാശിയിലോളം ഞങ്ങൾ അന്വേഷിച്ചുപോയി. പാന്ഥശാലകളൊക്കെ പരതി. വഴിയമ്പലങ്ങളിൽ തിരഞ്ഞു. മണമന്വേഷിച്ചു നടന്നു. ഒടുവിൽ പിതാശ്രീയുടെ പുതിയ പ്രണയിനിയെക്കൂടി കണ്ടു.

ക്ഷമിക്കൂ. ഈ തന്തപ്പട്ടിയുടെ തീരാപാപങ്ങൾ പൊറുക്കൂ. അതാ. കിഴക്കിന്റെ ഗോപുരനടതുറക്കുന്നു. ഈ കാട്ടരുവിയിലെ പുണ്യജലം കയ്യിലെടുത്താചമിക്കൂ. സമസ്ത പാപങ്ങളും അകലട്ടെ. സവിതാവിനെ നോക്കി ഗായത്രി ജപിക്കൂ. ലോകം ജ്ഞാനത്തിലേക്കുയരട്ടെ. നമ്മുടെ ബുദ്ധിയെ സവിതാവ് പ്രചോദിപ്പിക്കട്ടെ.

ഓം ഭൂർ ഭുവസ്സുവ.
തത്സവിതുർവരേണ്യം
ഭർഗോദേവസ്യ ധീമഹി
ധിയോ യോനഃ പ്രചോദയാൽ.